கதீட்ரல்
(இறவாக் குறிப்புகளின் சரீரம்)

கதீட்ரல்

(இறவாக் குறிப்புகளின் சரீரம்)

தூயன் (பி. 1986)

சமகாலப் படைப்பிலக்கியத்தில் கட்டுரைகளும் கதைகளும் விமர்சனங்களும் தொடர்ந்து எழுதிவரும் தூயன், புதுக்கோட்டையில் பிறந்தவர். முதுகலை நுண்ணுயிரியல் முடித்துவிட்டு ஆய்வகத்தில் பணிபுரிகிறார். ‘இருமுனை’, ‘டார்வினின் வால்’ ஆகிய இரு சிறுகதைத் தொகுப்புகள் இதுவரை வெளிவந்துள்ளன. ‘கதீட்ரல்’ இவரது முதல் நாவல்.

மின்னஞ்சல்: *thuyan154@yahoo.com*

தூயன்

கதீட்ரல்
(இறவாக் குறிப்புகளின் சரீரம்)

காலச்சுவடு பதிப்பகம்

● அன்பார்ந்த வாசகருக்கு,

வணக்கம்.

காலச்சுவடு நூலை வாங்கியமைக்கு நன்றி.

நூலின் உள்ளடக்கம், உருவாக்கம், அட்டைப்படம் இன்ன பிற அம்சங்கள் பற்றிய உங்கள் கருத்துகளையும் ஆலோசனைகளையும் காலச்சுவடு வரவேற்கிறது. தகவல், எழுத்து, வாக்கியப் பிழைகள் தென்பட்டால் கட்டாயம் தெரிவித்து உதவுங்கள். நூல் தயாரிப்பில் கடும் குறைபாடு இருப்பின் மாற்றுப் பிரதி உங்களுக்குக் கிடைக்கக் காலச்சுவடு ஏற்பாடு செய்யும்.

மின்னஞ்சல்: **publisher@kalachuvadu.com**

காலச்சுவடு நாகர்கோவில் தலைமையகத்துக்கும் கடிதம் அனுப்பலாம்.

தங்கள்
எஸ்.ஆர். சுந்தரம் (கண்ணன்)
பதிப்பாளர் — நிர்வாக இயக்குநர்

கதீட்ரல் (இறவாக் குறிப்புகளின் சரீரம்) ✦ நாவல் ✦ ஆசிரியர்: தூயன் ✦ © தூயன் ✦ முதல் பதிப்பு: அக்டோபர் 2021, திருத்தப்பட்ட இரண்டாம் பதிப்பு: டிசம்பர் 2021 ✦ வெளியீடு: காலச்சுவடு பப்ளிகேஷன்ஸ் (பி) லிட்., 669, கே.பி. சாலை, நாகர்கோவில் 629001

katiiTral (Iravaak Kurippukalin Sareeram) ✦ Novel ✦ Author: Thuyan ✦ © Thuyan ✦ Language: Tamil ✦ First Edition: October 2021, Revised Second Edition: December 2021 ✦ Size: Demy 1 x 8 ✦ Paper: 18.6 kg maplitho ✦ Pages: 184

Published by Kalachuvadu Publications Pvt. Ltd., 669 K.P. Road, Nagercoil 629001, India ✦ Phone: 91-4652-278525 ✦ e-mail: publications @kalachuvadu.com ✦ Printed at Mani Offset, Chennai 600077

ISBN: 978-93-5523-015-7

12/2021/S.No. 1025, kcp 3339, 18.6 (2) ass

புனைவிலக்கியத்தில்
புதிய சிந்தனைகளைக் கற்றுத்தந்த
பா. வெங்கடேசனுக்கு

நன்றி

கதைமீதான விவாதத்திலும் செம்மையாக்கத்திலும் உடன் இருந்த நண்பர்கள் பா. வெங்கடேசன், முகமது ரியாஸ், சு. துரைக்குமரன், த. ராஜன், ஆசை, ராஸ்மி, ஷாகிதா, பவித்ராவிற்கு என்றும் என் அன்பு. படைப்பாக்கத்தில் பயணித்த எமிலிக்கும் அவந்திகைக்கும் என் ப்ரியங்கள். நூலாக்கம் செய்த ம. ஸ்டெனோலின், ஜி.ஆர். மணிகண்டன் அட்டை வடிவமைத்த கோபு ராசுவேல், பிழைதிருத்தம் செய்த துரைக்குமரன் ஆகியோருக்கும் மனமார்ந்த நன்றி. இறுதித் திருத்தங்களைக் கொடுத்த மோகனரங்கனுக்கும், வரைபடங்கள் தந்த ராமாநுஜம், மகேஸ்வரன் ஆகியோருக்கும் எனது மரியாதை.

" man thinks, and God laughs"
                              -Yiddish Proverb

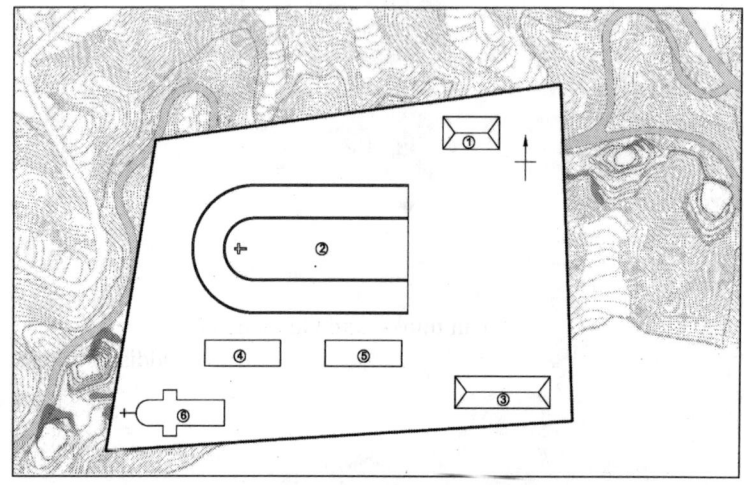

1. கிடங்கு 2. மிஷன் 3. குதிரைலாயம்
4. சமையலறை 5. சாப்பாட்டுக் கூடம் 6. சர்ச்

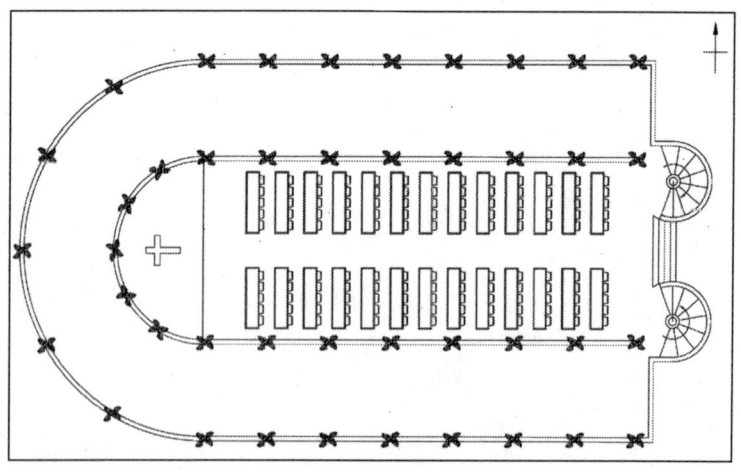

தரைத் தளம்

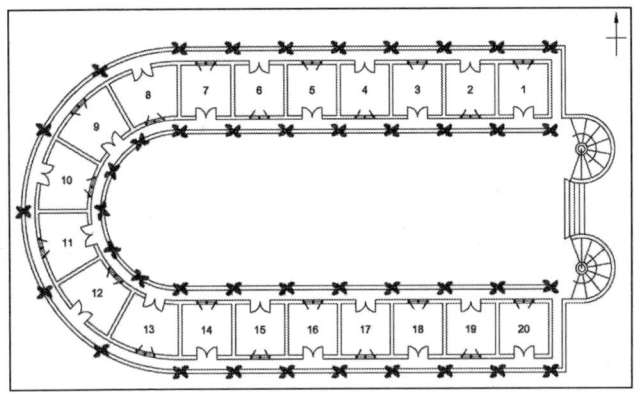

முதல் தளம்

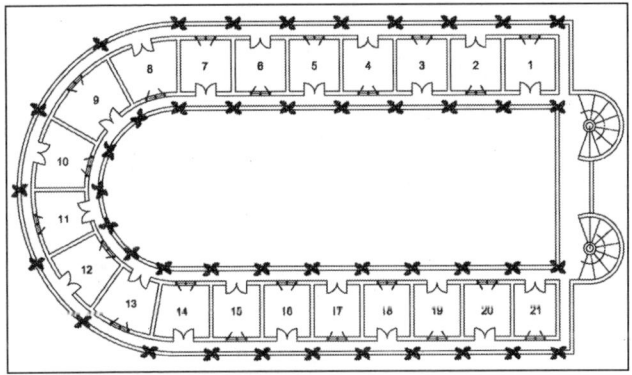

இரண்டாம் தளம்

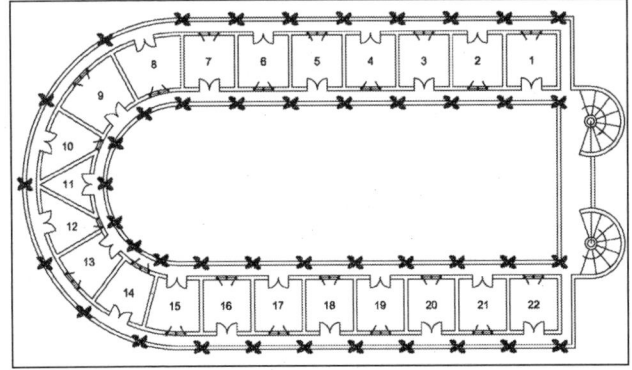

மூன்றாம் தளம்

குறிப்பு ஒன்று
யாளிகள் வருகை

முல்லை பப்ளிஷர்

கலைஞர் கதைகள்

1

சித்திரைத் திங்கள், 1891, பதிமூன்றாம் திகதி சனி நடுநிசியைக் கடந்து மதராஸின் தென்கோடியில் இருக்கும் நாகை சமுத்திரத்திலிருந்து கிளம்பிய பேய்க்காற்று, கோடைமலையுச்சியை அடைந்து தணிகையில் அங்கு ஞாயிறின் நான்காம் சாமம் துவங்கியது. பிளந்து தொங்கும் பெரும் நாவைச் சுழற்றியபடி மொத்த ஊரையும் அள்ளி விழுங்கிக் கால்களால் நிலங்களை அறைந்து, நூறுவருடப் பனங்காடுகளை வாலால் முறித்து, கொடி புகை நாய் சிங்கம் என அத்தனையையும் ஓரிரவுக்குள் நடுநடுங்கச் செய்துவிட்டது. பலநூறு வருடங்களுக்கு ஒருமுறை இப்படியொரு பிரளயம் திக்பிரமையூட்டும்படி கிரேதா, திரேதா, துவாபரம், கலி என்கிற நான்கு யுகங்களையும் கடந்து நிலத்துக்குள் புகும் என்றும், அது தின்றுதீர்த்த பிறகுதான் மழைமேகம் உடைந்து நிலத்தைக் குளிர்விக்குமெனப் பஞ்சாங்கத்தில சொல்லப்பட்டிருந்தது. கீறிவிட்டால்தான் சீழ் பிடித்த புண் ஆறும் எனச் சனங்களும் அதன் வரவை நம்பிக்கொண்டிருந்தனர். ஆனால், நேரம் ஆக ஆக, சமுத்திரத்திலிருந்து வெளியேறுகையில் இருந்த வேகம் நிலத்தில் இன்னும் கூடிற்று. பெரும் ஓலத்தை எழுப்பியபடி ஆங்காரமான பாய்ச்சலில் நகர்ந்தது. நினைத்ததைவிட, கண்ணுக்கு புலனாகாத அதன் இருப்பைப் பேருருவமாகக் கற்பனை செய்ய முடிகிற அளவு, அது தன் தடத்தை நகர்ந்த இடங்களிலெல்லாம் விட்டுச்சென்றது.

கொடுவாள் அளவுக்கு எட்டுக் கூர்பற்களும், பிளந்த நீண்ட நாவும், காற்றில் சிலிர்த்தெழும் சிங்கப்பிடரியும், காற்றுக்கொள்ளாத பெரும் நாசியுமுடைய அது, கால்கள் படாமல் ஆனால் நிலத்தைக் கிளறிவிடும் வேகத்தையும் வான் அதிர ஓடும் ஆற்றலையும் கொண்டிருந்தது. மலைகளைக் கடக்கையில் அதன் வால் திரிகோணமலைக்கும்

பாண்டிநாட்டுக்குமாக நீண்டு கிடந்தது என்றும், ஆக அது டிராகன்தான் எனப் பறங்கியர்கள் உறுதிப்படுத்தினர். தீக்கங்குகளைக் கக்கி அச்சுறுத்தும் டிராகன்கள். ஆயிரம்வால் கொண்ட மகா உருவம். கடலாழத்தில் உறங்கும் இனம். எப்போது சமுத்திரம் வெப்பமாகிறதோ அன்று பீறிட்டு வெளிவரும். மீண்டும் ஆழியை அடையும் வரை தன் உஷ்ணம் தணிவதற்குக் கிடைத்ததையெல்லாம் உண்டு திளைக்கும்.

இல்லை அவை டிராகன் இல்லை என்று தமிழ்ச் சனங்கள் மறுத்தனர். ஆனால் புட்டத்தில் இருக்க வேண்டிய வால் முகத்தில் தும்பிக்கைபோல நீண்டிருந்தது. கடற்கரையைத் தொடும்போதே அதன் ராட்சஸத் தும்பிக்கை அப்பால் இருக்கும் மலையுச்சி ஒன்றைப் பற்ற யத்தனிப்பதுபோல அலைந்தது. அவை யாளிகளாகத்தான் இருக்க வேண்டும். அதற்குத்தான் அப்படியொரு வடிவம். ஆமாம், கூடு களைந்து வெளியேறியதுபோல ஆயிரம் யாளிகள் மேலுலகத்திலிருந்து இறங்கியிருக்கும். இவ்வளவு நாள் தீராப்பசியுடன் தலைக்கு மேல் அமர்ந்து நம்மைப் பார்த்துக்கொண்டிருந்திருக்கலாம். அவற்றைக் கற்றூண்களில் கட்டிவைத்த காலக்கெடு முடிந்திருக்கும். காலாதீதப் பசியிலிருந்து விடுதலை பெற்று வயிறு அடங்கியவுடன் மறுபடியும் அவற்றை யாரோ தூண்களில் கட்டி வைப்பார்களாக்கும்.

எது எப்படியோ மதம் பீடித்த யானைகள் புகுந்த தண்டமென குன்று பொற்றை குவடுகளையெல்லாம் அழித்தும் யாளிகளுக்கு இன்னும் பசி அடங்கவில்லை. தின்று தீர்ப்பதற்கு அவற்றின் தடத்தில் ஒன்றும் மிச்சமில்லாதபோது, ஒருகட்டத்தில் அவை ஒன்றையொன்று விழுங்க ஆரம்பித்தன. லட்சம் ஆயிரமானது, ஆயிரம் ஐநூறானது, ஐநூறு தலைகள் பாதியானது. புசிக்கப் புசிக்க உருவம் புடைக்கவில்லை. இன்னும் பசி இருந்தது. ஒவ்வொன்றும் பிறிதொன்றை விரட்டிக் கவ்வி விழுங்கியபடி ஆகாயத்தில் அலைந்தன. இப்போது நூறு முகங்களும் ஒன்றையொன்று பார்த்துக்கொண்டன. சட்டென ஒருகணத்தில் ஒரேயொரு யாளி, எஞ்சிய அத்தனையையும் விழுங்கிச் சிரித்தவாறு மலைமுழைகள் அதிரக் கோடைமலையை அடைந்தது.

மேற்கில் அதன் தடம் மலைமுகட்டில் மோதிப் பின் கடலில் முடிகிறது. எஞ்சிய ஒற்றை யாளி அம்மலையை அடைந்ததும் வேகம் தணிந்து உச்சியில் அமர்ந்து ஒருகணம் இந்நிலத்தைச் சுற்றுமுற்றும் பார்த்துவிட்டுக் கிளம்பியது. அது திசைமீளும் நிலத்தில் கட்டடங்களும் கோபுரங்களும் எழுந்திருந்தன. யாளியின் தடம் அதனுள் நுழைந்து நீண்டது.

அப்படியொரு மிகப் பெரிய கட்டடத்துக்குள் புகுந்தபோது தான் அதன் லாட வடிவம் யாளியை வெளியேறவிடாமல் சுற்ற வைத்தது. வளைவுகளில் மோதித் திரும்பும்போது அதன் வேகம் நூறுமடங்காகக் கூடிற்று. கட்டடத்தின் ஒவ்வொரு அறைகளுக்குள்ளாக நுழைந்து கடைசியில் நுழைவாயிலில் வந்து மோதுவதும், பிறகு மறுபடியும் வளைவில் திரும்புவது மாகச் சுழல யாளியின் உடல் லாட வடிவக் கட்டடத்துக்குள் பின்னிக்கொண்டது. சரியான ஆரத்தில் பொருந்தியதால் அவ்வொற்றை யாளியால் சுழற்சியிலிருந்து வெளியேற முடிய வில்லை. மிகப்பெரிய ஓலத்துடன் நாவை நீட்டி அலறியபோது அதன் தலை அக்கட்டடத்தின் திரிகோணவடிவிலுள்ள மேல்தள அறைக்குள் இருந்தது. வழி அகப்படாத ஆங்காரத்தில் ஒன்று பத்தாகவும் நூறாகவும் ஆயிரமாகவும் லட்சமாகவும் வெடிக்க ஆரம்பித்தன. வெடித்த லட்சோபலட்ச யாளிகள் திரிகோணவடிவ அறைக்குள்ளிருந்து வெளியேற முடியாமல் வழியில் தட்டிய அத்தனை இடறுகளையும் அள்ளியெறிந்து கிடைத்த சிறு துளைகளுக்குள் தம்மை நுழைத்து வெளியேறின.

2

புயலடித்து ஓய்ந்த புலரியில் மலையடிவாரத்திலிருந்து பெரும் பிலாக்கணம் எழுந்தது. இரவு பூராவும் மிஷன் கட்டடத்தில் இருந்தவர்கள் யாருக்கும் துளி கண்ணசைவில்லை. எங்கும் நிசப்தம். எல்லோரும் வெளியே நின்று நாரசமாகக் கீழே கிடந்த சமவெளிக்குடிகளைப் பார்த்துக்கொண்டிருந்தனா். பனிமூட்டம் விலக விலகக் காட்சிகள் இன்னும் துலக்கமாகின. பிரிட்டிஷ் வாகனம் ஒன்று பள்ளத்தில் கவிழ்ந்திருந்தது. அப்பால் வயதான ஆண் யானை ஒன்று வேங்கை மரத்தடியில் இறந்து கிடந்தது. ஈட்டி,தும்பிலி என அத்தனை யானைக்கால் மரங்களும் வேரோடு பிடுங்கப்பட்டு பள்ளத்தில் சரிந்திருந்தன. அவர்கள் இப்படி ஒவ்வொன்றாக உற்றுப்பார்த்துத் தேடிக்கொண்டிருந்தபோது கட்டடத்தின் மேலறையிலிருந்து எதிரொலித்த சத்தம் கேட்டு அத்தனைபேரும் ஓடினார்கள். மூன்றாம் தளத்தின் நூலக அறை வாசலில் ஃபாதர் நீட்ஷன் மூர்ச்சையாகியிருந்தார். அது அவருடைய நூலகம். உள்ளே எமிலி நெஞ்சதிர நின்று கொண்டிருந்தாள். ஒவ்வொருவராக உள்ளே எட்டிப் பார்த்து அரண்டு விலகினர். அறையின் மேற்கூரை உயரத்துக்கு எழுந்திருந்த மண் புற்றைக் கண்டு வந்தவர்களும் பிரமித்துவிட்டனர். அப்படியொன்றை அவர்கள் அதுவரை பார்த்திருக்கவில்லை. உயிருடன் இருக்கும் சிவந்த மண். எப்படி ஒரே இரவுக்குள் இது நிகழ்ந்தது என்கிற ஆச்சர்யமும் குழப்பமும். அதனருகே வேலையாட்கள் அச்சமின்றிச் சென்று ஈரம் காயாத புற்றைத்

தொட்டு, "இது புற்று இல்லை" என ஃபாதரையும் மற்றவர்களையும் பார்த்துக் கூறினார்கள். யாருக்கும் அவர்கள் சொன்னது கேட்டது போலிலில்லை. அத்தனைக் கண்களும் புற்றிலேயே வெறித்திருந்தன. இரண்டு பங்காவாலாக்கள் மட்டும் மண்வெட்டியால் அதைப் பிளந்தனர். வெட்டு விழுந்ததும் புற்று இளகி சேரும் சகதியுமாகச் சரிய, உள்ளிருந்து ஈசல்கள் விழுவதுபோல நூல்கள் சரிந்தன. அப்போது ஆப்ரஹாம் (அவனும் பங்காவாலா) மற்றவர்களிடம் சைகையால் அங்கிருந்த நூலகத்தட்டுகளைப் பார்க்கும்படி காட்டினான். அதாவது, நூலகத்தில் இருந்த ஆயிரம் சொச்சம் நூல்களில் சொற்பமானவை மட்டுமே புற்றாகவும் தரையிலும் சிதறியிருந்தன, மற்றவை காணவில்லை.

நீட்ஷன் பிரக்ஞை மீண்டபோது அவர்கள் புற்றை வெட்டி ஒவ்வொரு நூலாக ஈரம் சொட்டக் காயவைத்துக் கொண்டிருந்தனர். "ஜீஸஸ்" எனக் கூவியபடி தடுமாறி எழுந்து நூல்களைத் துழாவினார். மனம் கொள்ளும் வேகத்துக்கு உடல் இணங்கவில்லை. இரண்டொரு முறை தடுமாறி விழ நேர்ந்தார். இறைந்து கிடந்த நூல்களை எடுத்துப் புரட்டிப் பார்த்து விட்டெறிந்தார். பிரிட்ஷார்களும் சேர்ந்து தேடினர். கட்டடத்துக்கு வெளியே போய்ப் பாருங்கள் எனக் கோபத்தில் கத்தினார். சிவந்துபோன முகச் சதைகள் இறுகிக்கொண்டன. கண்களில் நீர் முட்டிற்று. அடிபட்ட பறவைபோல சன்னல் கம்பிகளில் சில சிக்கியிருந்தன. எமிலி நீட்ஷன் அருகில் வந்து நடுங்கிக்கொண்டிருந்த அவரது கைகளை ஆதுரத்துடன் பற்றி, "எங்காவது வெளியேதான் இருக்கும்" என்றாள்.

உடைந்த சன்னல் சட்டங்களுக்கு வெளியே எட்டி நோக்கினார். சீதம் போனதுபோல காடு விழுந்து கிடந்தது. கண்ணுக்கு எட்டியவரை எந்த நூல்களும் தென்படவில்லை. சிலர் மிஷனில் இருந்த பொருட்கள் சிதறிக் கிடப்பதைக் காட்டினர். ஒவ்வொருவரும் தங்களுடையவை ஏதாவது இருக்குமாவெனத் தேடினர். நீட்ஷன் சலனமின்றி பார்த்துக்கொண்டிருந்தார். நூலகறையிலிருந்து அத்தனைபேரும் கீழிறங்கிச் சென்றதும் எமிலியிடம் ஆப்ரஹாம் நேற்றிரவு அவன் கூறிய கதையை அவள் நம்ப மறுத்ததை நினைவூட்டிவிட்டு அங்கிருந்து அகன்றான். அப்படியொரு கதை உண்மையில் நடந்திருக்காதது, அவனுடைய கற்பனையாகக்கூட இருக்கலாம் அல்லது அப்படியொரு பொய்யை மிஷன் கட்டடத்தின்மீது ஏற்றியதற்குப் பின்னால் சூழ்ச்சியொன்றும் மறைந்திருக்கலாம் என எமிலி நினைத்தாள். எப்படியோ கதை இந்நேரம், கேட்டவர்களின் நம்பிக்கையின் ஆழத்தில் போய் விழுந்திருக்கும்.

குறிப்பு இரண்டு
சில இயைபுகள்

1

பிரிட்டிஷின் மத்திய இந்திய ஏஜென்ஸியிலிருந்து (பந்தேல்கான்ட்) ஓய்வு பெற்றவரும் நீட்ஷனின் நண்பருமான லாவன் ஃபெர்னாட்ஸ் என்கிற பிரிட்டிஷ் துரையிடம் ஆப்ரஹாம் பங்காவாலாவாகவும் இன்னபிற ஊழியங்களையும் செய்துகொண்டு ஆறுவருடங்கள் கூட இருந்தான். தன் சொந்த ஊரான ஓர்ச்சா கிராமத்திலிருந்து பந்தேல்கான்ட் வந்தபோது துரை மத்திய இந்திய ஏஜென்ஸியிலிருந்து ஓய்வு பெற்றிருந்தார். அவருக்குக் குடும்பம், குழந்தை என யாருமில்லை. துரைக்கு எல்லாமே அவன்தான். அவன் காட்டிய அத்தனை சைகைகளிலிருந்தும் அவனுடைய பெயரை அவரால் புரிந்துகொள்ள முடியவில்லை. மூக்கும் முகவமைப்பும் ஆப்ரஹாம் லிங்கனை நினைவுபடுத்தியதால் அப்பெயரிலே அழைக்க ஆரம்பித்தார். அவனுக்கும் அது பிடித்துப்போனது.

ஆப்ரஹாமின் வருகைக்குப் பிறகு இந்தியாவை விட்டுக் கிளம்பும் எண்ணத்தை ஃபெர்னாட்ஸ் துறந்துவிட்டார். ஆயுள் பரியந்தம் இங்கேயே கழித்து விடும் எண்ணத்தில்தான் இருந்தார். ஆனால், அந்த வருடத்தின் இறுதியில் மத்திய மாகாணத்தில் பஞ்சச்சாவு மெல்ல மெல்ல அதிகரிக்கத் துவங்கியது. 1840-க்குப் பிறகு ஐம்பது வருடங்கள் கழித்து இம்முறை பந்தேல்கான்ட்தான் அதன் முதல் பலி. ஒரு ஆட்டுக்குட்டிகூட எஞ்சவில்லை. ஓர்ச்சா அரண்மனைகளில் அடையும் பிணந்தின்னிக் கழுகுகள் அத்தனையும் வானில் இரைந்தன. வழக்கம் போல பிரிட்டிஷ் அதிகாரிகள் மாறி மாறிக் குற்றம்

சாட்டிக்கொண்டிருக்கையில் லண்டன் கிளம்புவதற்கான முடிவுக்கு வந்தார் ஃபெர்னாட்ஸ்.

சில நாட்களுக்கு முன்புதான் கிதியோன் மிஷனைப் பற்றி லண்டன் டைம்ஸில் செய்தி வந்திருந்தது. ஆப்ரஹாமிடம் அதைக் காட்டி, பங்கா வேலைக்காக மெட்ராஸ் செல்லும்படி கூறினார். கூடவே, நீட்ஷனுக்கு வியன்னாவிலிருந்து தன் விலாசத்துக்கு வந்த நண்பனின் பழைய கடிதங்களையும் கொடுத்தனுப்பினார்.

பிழைக்க வழி கிடைத்தால்போதும் என ஆப்ரஹாமும் மெட்ராஸ் செல்ல சம்மதித்தான். சஞ்சிகைகளில் பார்த்தவரை மெட்ராஸ், நிறைய ட்ராம் வண்டிகளும் நடுவே நிற்கும் உயர் கட்டடங்களும் உச்சிக் கோபுரங்களும் என எந்நேரமும் அவன் கனவுகளை நிறைத்திருந்தன.

அன்றைக்கே துரை கொடுத்த பணத்துடன் கிதியோன் மிஷன் புகைப்படம் வந்த சஞ்சிகையைக் கையில் வைத்துக் கொண்டு பந்தேல்கான்டிலிருந்து கிளம்பினான். ரயில் மெட்ராஸ் வந்த நடுயிரவில் துணைக்கு வந்த கிராம்பு வியாபாரி அவனைக் கையோடு கோயமுத்தூர் ஜில்லாவரை கிளம்பிய ஃபின்லே கம்பெனியின் சரக்குந்தில் ஏற்றிவிட்டதில் இரவோடிரவாக மெட்ராஸ் அவன் தூக்கத்துடன் நகர்ந்துபோயிற்று. ஆங்காங்கு நடந்த ஆலைத் தொழிலாளர்கள் கூட்டங்களால் ஒவ்வொரு சரக்குந்துகளாக ஏறியிறங்கி ஊரைச் சுற்றி கடைசியில் வத்தலக்குண்டு கிராமத்தை அடைந்த ஒருவாரத்தில் இவ்வளவு அழகான மலைகள் சூழ்ந்த இந்திய நிலத்தை நினைத்து அலமலந்துபோனான்.

இரவு சுருட்டு குடோன் ஒன்றில் உறங்க இடம் கிடைத்தது. கடுமையான குளிர். போர்த்திக்கொள்ளக் கோணிச்சாக்குகள் இருந்ததால் பயணக் களைப்பிற்கு நல்ல உறக்கம். காலையில் எழுந்ததும் கையிலிருந்த விலாசத்தை வைத்து கிதியோன் பற்றி அவனது மொழியில் விசாரித்தான். குடோனில் இருந்தவர்களுக்குச் சட்டென நினைவில் வருமளவுக்கு அப்பெயர் அவன் சைகைக்கும் புழக்கத்துக்கும் வெகு தூரத்தில் இருந்தது. கிறிஸ்தவ மருத்துவமனை எனப் புதிய அடையாளத்துடன் சிலுவை கோபுரத்தைக் காட்டி சைகை செய்தான். கிழவர் ஒருவருக்குச் சட்டெனப் பிடிபட்டுவிட்டது. மலையுச்சியை நோக்கிக் கை உயர்த்தினார். அப்போதுதான் மலை ஊரில் மிஷன் இருப்பதும், அவ்வூர் கொடைக்கானல் என்பதும் தெரிந்தது. கிழவர் கிழக்கில் கைகாட்டி, "விடிந்ததும் தெரியும்" என்றார். அவன் வடநாட்டுக்காரன் என்பதால் சைகையில் பேசியது அவனுக்கு வசதியாக இருந்தது.

அங்கு இருந்தவாறு மலையை நோக்கியபடி விடிவதற்காகக் காத்திருந்தான். பெட்டியைத் தூக்கிக் கொண்டு கிழவர் சொன்ன திசையில் நடந்தான். நடக்கத் தொடங்கிய சற்றைக்கெல்லாம் ஊர் முடிந்துவிட்டது. நேரம் ஆகஆகக் கண்ணுக்கு முன்னால் விரிந்திருந்த வெண்குன்றுகள் உடைந்துகொண்டிருந்தன. சட்டென நுரைத்துப் பொங்கியதுபோல பனிமூடிய மலைத்தொடர்ச்சி அவனுக்கு முன்னால் தோன்றியது. ஆப்ரஹாம் அண்ணாந்தான். அப்பால் வெள்ளை யானைகள் மேய்வதுபோல மேகம் மலை முகடுகளில் தவழ்வதைக் கண்டான். மறுகணம் அவை முலைகளை மறைத்தும் விலக்கியும் சரியும் ஆடைபோல பள்ளங்களில் சரிந்தன. ஆப்ரஹாம் அவற்றை ரசித்தவாறே மலையடி வாரத்துக்கு வந்துவிட்டான்.

“செண்பகனூருக்குப் பாதையெல்லாம் திருத்தமாக இருக்காது. துரைகளுக்குரிய டிரக்கு வண்டி உண்டு. வேகமாகப் போகும். ஆனால், அதில் கூலியாட்களை ஏற்ற மாட்டார்கள். கங்காணிகளுக்கு இடம் உண்டு. உங்களைப் பார்த்து ஒருவேளை ஏற்றினால் அதிர்ஷ்டம்” கழுதை ஓட்டிச் சென்றவன் ஆப்ரஹாம்க்கு புரிவதைப் பற்றி அக்கறையின்றிக் கூறிவிட்டு நகர்ந்தான். ஆப்ரஹாம் அங்கேயே காத்திருந்தான். நிறைய குதிரை பூட்டிய கூண்டுவண்டிகளும், ஒன்றிரண்டு கனத்த பிரிட்டிஷ் சிப்பாய்களும் மலையேறின. முண்டாசு கட்டிய வியாபாரிகள் சிலர் பிரிட்டிஷார்களுடன் குதிரை வண்டிகளில் சென்றனர். டிரக் ஒன்றுகூடக் கண்ணில் படவில்லை. கழுதைகளை ஓட்டிக்கொண்டு சிலர் அவனை விசித்திரமாகப் பார்த்தபடி கடந்தார்கள். மாடுகள் பூட்டிய டிராம் வண்டிபோலப் பெரிய வாகனம் ஒன்று கீழிருந்து வந்தது. உள்ளே முப்பது பேர்வரை இருந்தனர் கூடவே ஆடுகளும். வண்டியின் தலையில் நிறைய கூடைத் தொப்பிகள். அவனுடைய தோற்றத்தைக் (பேன்ட்டும் பெரிய பொத்தானுள்ள சூட் சட்டையும்) கண்டு முன் இருக்கையில் இடம் கிடைத்தது. ஆப்ரஹாம் ஏறிக்கொண்டான். வண்டிக்குள் வியர்வை வீச்சம் குமைந்தது. பெட்டியை மடியில் வைத்திருப்பதைக் காட்டி ஏதோ கூறியதைப் பொருட்படுத்தாமல் ஒடுக்கி வைத்துக்கொண்டான். பின்னால் இருப்பவர்கள் அவனை வெறிப்பதுபோன்று பிரமை. வண்டி சமவெளியைக் கடந்து மலைமீது ஏறிய மறுகணம் ஈரப் போர்வையைப் போர்த்தியதுபோல உள்ளே குளிர்ந்தது. எல்லோரும் சாக்கை உதறிக் கால்களிலும் முதுகிலும் சுற்றிக் கொண்டனர். மிகப்பெரிய யானைக்கால் மரங்களை முதன் முறையாக ஆப்ரஹாம் அப்போதுதான் கண்டான். பட்சிகள் இலைகளோடு இலைகளாக மறைந்திருந்தன. ஒன்றுகூடத் தென்படவில்லை. சட்டென வண்டிக்குள் இருந்தவர்கள்

அசங்கினர். அப்போது வண்டியைக் கடந்து பிரிட்டிஷ் சிப்பாய்கள் மேலேறினர். பின்னால் நான்கு குதிரை வண்டிகள் வேகமாக ஓடின. மலைப்பாதையில் அவ்வளவு வண்டிகள் ஏறுவது அவனை ஆச்சர்யமூட்டிற்று.

செண்பகனூரை அடைகையில் நன்றாக இருட்டிற்று. பழைய ஜமீன் அரண்மனையின் முன் வண்டி நிற்க, முண்டு கட்டிய ஒருத்தி கலயம் நிறைய சூடான கழுநீருடன் வந்தாள். இறங்கியவர்கள் ஒவ்வொருவராகக் குடித்துவிட்டுப் பையில் இருந்த காடா விளக்கில் நெருப்பைத் தொட்டுக்கொண்டு விறுவிறுவென இருளுக்குள் செந்நிறப்புள்ளிகளாக மாறுவதை ஆப்ரஹாம் பார்த்துக்கொண்டிருந்தான். ஒருத்தி அவனுக்கு முன்னால் வந்து எங்கு போக வேண்டும் என்றாள். அவர்கள் போவதைப் பார்த்துவிட்டு அவளிடம் பத்திரிக்கைப் படத்தைக் காட்டிச் சைகையில் விசாரித்தான். முன்னால் சென்று கொண்டிருந்தவர்களைக் கூவி, அவனையும் கூட்டிப்போகச் சொல்லிவிட்டு விலகினாள்.

குருட்டிருட்டுக்குள் விளக்கொளியைப் பற்றிக்கொண்டு கால்கள் அசர அவர்களுடன் நடந்தான். ஒரு மலைமுகட்டில் விட்டுவிட்டு தொலைவில் தெரிந்த வெளிச்சத்தைக் காட்டி அவர்களும் நீங்கினர். முண்டு கட்டியவள் கொடுத்த கழுநீரின் ஏப்பம் அப்போதுதான் வந்தது. நடக்க நடக்க வெளிச்சம் நெருங்கியபாடு இல்லை. பழகாத தடம் கால்கள் இடறின. பின்னால் திரும்பிப் பார்த்தான் யாரும் தெரியவில்லை. இரண்டு காத தூரம் இறங்கியதும் அப்பால் வானத்தில் நட்சத்திரங்கள் சறுக்கியதுபோல வெளிச்சம். அது கிதியோனின் வெள்ளிச் சிலுவைகள். முகம் தெரியாத அக்கட்டடத்தை நோக்கி விரைந்தான். சுற்றுச்சுவரைத் தாண்டி நின்ற பெரிய முகப்பின் வாசலில் மெழுகொளி வெளிச்சத்துடன் சாய்வுநாற்காலியில் ஒடிந்த கிளையாக, அவன் கையிலிருந்த புகைப்படத்தில் கண்டதுபோல ஒருவர் அமர்ந்திருந்தார். இவன் வருவதைப் பார்த்ததும் “ஆப்ரஹாம்?” என்றார் கனிந்த குரலில். ஆப்ரஹாம் விழுந்து வணங்கினான். நீட்ஷன் “எத்தனைநாள் ஆனது” என்றார் அவன் முகத்தை உற்று நோக்கி. அவர் பேசுவது புரியாமல் புன்னகைத்தான். மறுபடியும் அவனை மேலும் கீழும் பார்த்தார். ஃபெர்னாட்ஸ் கடிதத்தில் எழுதியிருந்ததுபோல அவனது தோற்றமும் இளமையும் வித்தியாசமாகத்தான் பட்டது. “சாப்பிடுகிறாயா?” இரண்டுமுறை கேட்டுவிட்டு அவனுக்குக் காது கேட்காது, வாய் பேச முடியாது எனும் பங்காவாலாக்களுக்குரிய தகுதிகளை உறுதிப்படுத்திக் கொண்டு உள்ளே அழைத்துச் சென்றார்.

மிஷனின் நுழைவாயில் ராட்சஸ மரக்கதவுகளால் சார்த்தப்பட்டிருந்தது. கதவைத் திறக்காமல் திட்டிவாசலைத் தள்ளி நீட்ஷன் உள்ளே நுழைந்தார். மர இருக்கைகள் போடப்பட்ட மிகப் பெரிய கூடம். சுவர் ஓரங்களில் வரிசையாக மெழுகுத்தண்டுகள். மூலையில் சிறிய மெழுகு மட்டும் எரிந்துகொண்டிருந்தது. அவ்வெளிச்சத்தின் மேலே கிறிஸ்து காலாதீத ஆணிகளுடன் சிலுவையில். ஹால் மூலையில் இருந்த மாடிப்படி அடியில் சிறிய அறையைக் காட்டி ஆப்ரஹாமைத் தங்கச் சொல்லிவிட்டு நீட்ஷன் படியேறிச் சென்றார். அது கணப்பு மூட்டும் இடத்தைவிட சற்று பெரியது. பெட்டியில் இருந்த போர்வையை எடுத்துப் போர்த்திக்கொண்டு ஆப்ரஹாம் சுற்றுமுற்றும் பார்த்தான். கண் பழகியதும் மூன்றடுக்குக் கட்டடம் கண் முன்னால் மெல்ல விரிந்தது.

தலையுச்சியில் வண்ண விளக்குள் தொங்கும் மிகப்பெரிய குவிகை மாடம். சில அறைவாசல்களில் யாரோ நிற்பது போன்ற உணர்வு. மெழுகுவர்த்தியுடன் மேலறையிலிருந்து கன்னியாஸ்திரி ஒருத்தி அவனை நோக்கி வந்தாள். தட்டில் நான்கு பிரெட்டுகளும் தம்ளரில் பாலும் இருந்தன. வாங்கிக் கொண்டு "நன்றி" என்றான் சைகையில் வாயில் கை வைத்து. "கிறிஸ்துவின் கருணை" என்று பதிலுக்கு நெஞ்சில் சிலுவையிட்டாள். "ஆப்ரஹாம்தானே என் பெயர் எமிலி." என்றாள். கரிய நிறத்தில் ஒல்லியான தேகம், இந்திய முகம், வயது நாற்பதுக்கு மேல், கன்னியாஸ்திகளுக்குரிய தெய்வக் களை இல்லை, ஆனால் ரசிக்கும்படியான அழகு. "இன்றைக்கு இங்கு படுத்துக்கொள்ளுங்கள். நாளை வேறொரு அறை ஏற்பாடு செய்கிறேன்" என்று சொல்லிவிட்டு அகன்றாள்.

2

அதிகாலையில் குளிர் அதிகமாக இருக்குமென எமிலி சொன்னது பற்கள் கிட்டித்து நடுங்கும்போதுதான் ஞாபகம் வந்தது. சாக்கை தலையோடு சுற்றிக் கொண்டு அமர்ந்திருந்தான். மிஷனை அண்ணாந்தான். கற்களால் ஆனதுபோன்ற கருஞ்சிவப்பு நிறத்தில் கனத்த கதவு. சமீபமாக அது திறந்ததுபோலவே தெரியவில்லை. படிக்கட்டில் ஏறி முதல்தளத்தை அடைந்தான். வராந்தா இரண்டாகப் பிரிந்தது. ஒன்றும் புரியாமல் அப்படியே நின்றுகொண்டிருந்தான். வலது பக்க வராந்தாவிலிருந்து ஓர் இளம் கன்னியாஸ்திரி வந்தாள். அவரிடம் தன்னைப் புதிய பங்காவாலா என்று பங்காக்கயிறு இழுப்பதுபோன்று காட்டி, மிஷனில் இருக்கும் மற்ற பங்காவாலாக்களைப் பற்றிக் கேட்டான். அவள் அழைத்துச்சென்றாள். அவர்கள் அவன்

நின்றுகொண்டிருந்த தளத்தின் வலதுபக்க அறைவரிசையின் கடைசியில் இருந்தனர். மூவரும் வயதிலும் தோற்றத்திலும் அவனைவிட அதிகமாக மெலிந்து, கருத்தும் இருபது வருடத்துக்கு முந்தைய மதராஸ் பஞ்சத்தை நினைவூட்டும்படி நின்றார்கள். அவர்களுக்கு ஆப்ரஹாம் யார் எனத் தெரியவில்லை. யாரோ புதிய பிரிட்டிஷ் உதவியாளர் என்று சட்டென வராந்தா ஓரத்தில் ஒதுங்கினார்கள். இளம் கன்னியாஸ்திரி அவர்களிடம் ஆப்ரஹாமும் பங்கா வேலைக்கு வந்திருப்பதைச் சைகையில் சொன்னாள். உடனே ஒருத்தருக்கொருத்தர் சிரித்துக் கொண்டனர். கன்னியாஸ்திரி அங்கிருந்து போனதும் அவர்கள் அவனிடம் ஊர், பெயர், பயணம் என விசாரித்தார்கள். ஒருத்தன் சிவசுந்தரம், இன்னொருவன் நாராயணன் மூன்றாமவர் வயதானவர் அவர் நஞ்சுண்டன்.

நஞ்சுண்டன் அவர்களிடம் ஆப்ரஹாமுக்கு மிஷனில் இருக்கும் பங்காக்களைக் காட்டச் சொன்னார். மொத்தம் மூன்று இடங்களில்தான் அவ்விசிறிகள் தொங்கிக்கொண்டிருந்தன. ஒன்று, கீழே ஹாலில், வண்ண ஜரிகைகளுடன் சிகப்பு நிறத்தில் ராட்சஸ அட்டையைப் பிடித்துக் கட்டியதுபோல. இன்னொன்று, இரண்டாம்தளப் பெரிய அறையில். கடைசி பங்கா மூன்றாம் தளத்திலிருக்கும் நீட்ஷனின் நூலகறையில். மூன்றாவது மட்டும் சிறியதாக, ஆனால் பட்டுக் கம்பளத்தில் நெய்தது. அவன் நினைத்ததுபோல வேலை சிரமமில்லை. மலைப் பிரதேசம் என்பதனால் குளிரும் மிதமான காற்றும் எப்போதும் உண்டு. வெயில் உச்சிக்கு வரும்போதுதான் பங்கா இழுக்கும் தேவை இருக்குமென்று ஆப்ரஹாம் ஊகித்துக்கொண்டான்.

நான்கு பேரும் இரண்டாம் தளத்தில் நின்றுகொண் டிருந்தனர். ஆப்ரஹாம் மாடத்தின் உள் வளைவில் தீட்டப்பட்ட ஓவியங்களைப் பார்த்துக்கொண்டிருந்தான். அப்போது ஆப்ரஹாமின் தோளைத் தொட்டு மற்றவர்கள் உலுக்க திடுக்கெனத் திரும்பினான். மேலறைகளிலிருந்து இருபது முப்பது பிரிட்டிஷ்காரர்கள், கிட்டத்தட்ட எல்லோருக்கும் நாற்பது வயது இருக்கும், சிவந்த தேகத்துடன் மேல்கோட் அணிந்து, சிரித்தவாறு படியிறங்கி வந்தார்கள். சப்பாத்து அணியாத கால்களில் அவர்களைப் பார்ப்பது ஆச்சரியமாக இருந்தது. இறுக்கமில்லாத விஸ்தாரமான உடை. நால்வரையும் புன்னகையுடன் கடந்தார்கள். ஒரே மாதிரியான முப்பது அழகான புகைப்படங்கள் ஓடுவதுபோல. ஆப்ரஹாம் அப்போதுதான் கவனித்தான், ஒரு முகத்தில்கூட அதிகாரத்துக் குரிய துளி இறுக்கமில்லை.

மூவரும் பிரிட்டிஷார்கள் பின்னால் ஓடவும் ஆப்ரஹாமும் விரைந்தான். படியில் ஏறி நீண்ட வராந்தாவை அடைந்ததும் மிஷனின் மூன்றாவது தளம். அங்கு அவர்களுக்காக எமிலி காத்திருந்தாள். அப்போதுதான் அவ்விடத்தை ஆப்ரஹாம் கவனித்தான். மிஷன் பழைய பாணியிலான கட்டடம். பருந்துப் பார்வையில் மொத்த அமைப்பும் குதிரை லாட வடிவில் கட்டப்படிருந்தது. மூன்று மாடிகளுக்கும் உள்ளேயே வளைவாகப் படிக்கட்டுகள். கட்டடத்துக்குத் தெற்கில் சிறிய சமையற்கூடமும் குதிரைலாயமும் அதனருகே சிறிய நீர்த்தொட்டி ஒன்றும். மதில் சுவர் ஓரத்தில் சிறிய தேவாலயம் ஒன்றும். கீழே எட்டிப்பார்த்தான். வெண்கொக்குகள் தாழப் பறப்பதுபோல நான்கு கன்னியாஸ்திரிகள் சமையற்கூடத்துக்கு விரைந்துகொண்டிருந்தனர். மூன்று பங்காவாலாக்களும் யாருக்கோ காத்திருக்க, ஆப்ரஹாம் வெளிக்காட்சிகளை ரசித்துக்கொண்டிருந்தான். அப்பால் மடிப்பு மடிப்புகளாகப் பச்சை நிறத்தில் மேற்குத் தொடர்ச்சி மலை. ஒருகணம் அவை மெல்ல அசைவதுபோல் பிரமிப்பூட்டியது.

சட்டென மூன்றாம்தள வராந்தா வளைவில் இருந்த நூலகறையிலிருந்து நீட்ஷன் தோன்றினார். ஒருகணம் அச்சூழல் நிலைமாறியது. நிற்பவர்கள் அவரைப் பணிவாக வணங்கினர். நீட்ஷன் கனிந்த சிரிப்புடன் தலையசைத்தார். முதல் நாளிரவில் விடுபட்டவற்றை ஆப்ரஹாம் கவனித்தான். நீட்ஷன் அழகாகத் தெரிந்தார். நரைத்த புருவங்கள், மழித்த முகத்தில் உதடுகள் இருப்பதுபோலவே இல்லை, கரிய வட்டக் கண்ணாடி, அகன்ற தோள்கள் ஆளுமைக்குரிய கூன் முதுகு, நிமிர்ந்தால் கூரையைத் தொடும் உயரம் இருக்கலாம்.

அந்தத் தளத்திலிருந்த முதல் அறைக்குள் பிரிட்டிஷார்கள் நுழைந்தார்கள். வழக்கமான நடைமுறை என்பதை உடல் பாவனைகள் காட்டின. எமிலி இவர்கள் பக்கம் திரும்பியதும் நான்கு பேரும் ஓடி வராந்தாச் சுவரில் முடிச்சிட்டிருந்த கயிற்றை அவிழ்த்தனர். மேல் சக்கரங்கள் சுழல மிகப் பெரிய பறவையின் சிறகையொத்த ராட்சஸ விசிறிகள் அசையத் துவங்கின. எமிலி வேகத்தைக் குறைக்கும்படி சைகை இட்டாள். நீட்ஷன் வெளியே வந்து அவர்களை நோக்கிப் புன்னகையுடன் தலையசைத்தார். சற்றைக்கெல்லாம் அறைக் கதவுகளைச் சார்த்திவிட்டு எமிலி நகர்ந்தாள்.

எதற்காகச் சிரித்தார்? ஆப்ரஹாம் கேட்டான். உள்ளே இரண்டு பங்கா உண்டு. நஞ்சுண்டன் சொன்னார், நீ பிடித்திருப்பது இரண்டாவது. அதன் சட்டம் உடைந்து

வருஷம் இருக்கும். நாங்கள் வந்த பிறகுதான் சரி பண்ணினார்கள். ஆனால், இழுக்க ஆள் இல்லாமல் கிடந்தது. அதற்குத்தான் ஃபாதர் சிரித்திருப்பார்.

சரி இது என்ன அறை? எதற்காக உள்ளே போனார்கள்? ஆப்ரஹாம் வேகமாகச் சைகை காண்பித்தான்.

நஞ்சுண்டன் தெரியாதெனக் கை அசைத்தார். பிறகு, மூவரும் ஆப்ரஹாமுக்குப் புரியாத சமிக்ஞைகளில் உரையாடினர். ஒன்றிரண்டு அசைவுகள் தவிர மற்றவற்றுக்கு அர்த்தம் புரியவில்லை. கொஞ்ச நேரத்தில் வெயில் வந்ததும் நால்வரும் வெளிப்பக்கம் திரும்பி, அதாவது அறைக்கு முதுகைக் காட்டிக் கொண்டு கயிறை இழுக்க ஆரம்பித்தனர். ஆப்ரஹாம் எதிர் வராந்தாவிலிருந்த மூடிய அறைகளை நோக்கி சலித்துப்போனான். பிறகு, திரும்பி மூடிய அறைக்குள் நடப்பதைக் கவனிக்க யத்தனித்தான். உள்ளே அசையும் சில நிழலுருவங்கள் கதவடியில் அலைந்தன. மற்ற மூவரும் அவனைப் பார்க்கவில்லை. சன்னல் கம்பியைப் பற்றி எக்கினான். அறைக்குள் மேற்கூரைத் துளை வழியே விழும் வெளிச்சம் மட்டும்தான். மேலே முகலாயப் பெண்களின் உருவங்கள் வரைந்த இரும்புப்பிடி போட்ட பங்கா ஒன்று. இதைத்தான் நஞ்சுண்டன் சொல்லியிருக்க வேண்டும். இன்னும் சற்று எக்கினான். அந்தக் காட்சி அவனைத் திடுக்கிடச் செய்தது. கீழே பிரிட்ஷார்கள் ஆடையின்றி (இடுப்புக் கச்சை மட்டும்) சிமென்ட் கட்டையில் படுத்திருக்கிறார்கள். ஆழுறக்க நிலை. நிலத்துக்குள்ளிருந்து எடுத்த உயிரற்ற சரீரம் போல. கண்கள் மூடி லயித்திருக்கிறார்கள். நீட்ஷன் ஒருவரின் செவியருகே அமர்ந்து ஏதோ முணுமுணுக்கிறார். அவரது ஒற்றைவிரல் படுத்திருப்பவரது சிவந்த நெஞ்சில் மெல்ல ஊர்கிறது. செவிமடல் அசைந்து சொற்கள் மூளையை அடைந்ததற்கான எதிர்வினையாற்றுகிறது. நீட்ஷனின் விழிகள் இடதுகையில் பிடித்திருக்கும் நூல்களில் ஓடுகின்றன. உதடுகள் ஆவேசமாக அசைந்தன. சற்று நேரத்துக்கெல்லாம் படுத்திருந்தவனின் உதடுகள் முணுமுணுக்கின்றன. நீட்ஷன் அதைக் கூர்ந்து கேட்கிறார். உச்சரிக்கும் சொற்களிலிருந்து தனக்குத் தேவையானதை மட்டும் எடுப்பதுபோல கலைத்து விடுகிறார். பிறகு, ஒரு நூலில் குறித்துக்கொள்கிறார். சடங்குபோல திரும்பத்திரும்ப மற்றவர்களுக்கும் நடந்துகொண்டே இருந்தது.

பார்ப்பதில் ஆர்வமாக இருந்தாலும் ஒரு கையில் கம்பியைப் பிடித்துத் தொங்கியவாறு, மறுகையில் பங்காக் கயிறை இழுத்துக்கொண்டு ஆப்ரஹாமால் அதற்குமேல் தொடர முடியவில்லை. கம்பியை விட்டுக் கீழே குதித்தான். யாரும் கண்டால் தலையை அறுத்து விடுவார்கள், இதற்குத்தான்

வந்தாயா? நஞ்சுண்டன் ஆவேசமாகக் கேட்டார். உள்ளே நடப்பதை நீங்கள் யாரும் பார்த்ததில்லையா? ஆப்ரஹாம் கேட்டதற்கு மூவரும் வசைபாடினார்கள். சிவசுந்தரம் கோபத்துடன் குறியைத் தூக்கிக் காட்டி நாக்கை விரலால் வெட்டிப் பழித்தான். கையில் பங்காக்கயிறு இல்லையென்றால் அடித்திருப்பார்கள். ஆப்ரஹாமால் அதற்குமேல் அவர்களைப் பார்க்க முடியவில்லை. தலையைத் திருப்பாமல் கண்களை மூடிக்கொண்டான்.

நீட்ஷனின் உதடுகள் அப்படி ஆவேசமாகக் குவிந்து விரிவது விசித்திரமான ஒலிகளை எழுப்புவதாக இருக்கலாம். மீண்டும் மீண்டும் அதே காட்சிகள். எதை நோக்கி இப்படிப் படுத்திருக்கிறார்கள்? நீட்ஷன் எதை அவர்களுக்குள் ஊட்டுகிறார்? நோயா? ஆனால், எந்த மருந்தும் செலுத்தாமல் என்ன சிகிச்சை? வெயில் உச்சிக்கு ஏறியது. எழுந்து நின்றபடி வராந்தா கைப்பிடிச் சட்டத்தில் சாய்ந்துகொண்டு இழுத்தான். மற்ற மூவரும் அதே இடத்தில் கண்களை மூடியபடி கிட்டத்தட்ட ஜடமாக மாறிவிட்டனர். ஆப்ரஹாமின் பார்வை ஒவ்வொரு அறைகளாகத் தாவிச்சென்று இரண்டாம்தள அறை வாசலில் ஒருத்தி அமர்ந்திருந்த இடத்தில் நின்றது. அன்றுதான் ஆப்ரஹாம் அவந்திகையை முதன்முறையாகப் பார்த்தான். அவ்வளவு தூரத்திலிருந்தாலும் மரப்பிடி இடைவெளிகளுக்குள் அவள் முகம் மறைந்தும் தெரிந்தும் அலைந்தது. தலை கவிழ்ந்து சுருள் சுருளாகச் சரிந்த கேசம். கையளவு முகம் பார்க்கும் கண்ணாடி ஒன்று கதவில் சாய்ந்திருக்கிறது. மடியில் எதையோ தீட்டியபடி சில கணங்கள் கண்ணாடிக்குள் நோக்குகிறாள். பின்பு கண்ணாடியைப் பார்த்தபடி மீண்டும் வரைகிறாள். பக்கத்தில் வெண்சாம்பல் நிறத்தில் ஒரு பூனை. அது கத்தியது. அதன் தலையை வருடிவிட்டு சட்டென மேலே அண்ணாந்தாள். அவன் நிற்பதைக் கவனித்துப் புன்னகைத்தாள். சறுக்கிய மூக்குக்கண்ணாடிக்குள் அகண்ட விழிகள். பெரிய நுதல். அழகான நீள மூக்கு. நாசிக்கும் உதடுக்கும் நடுவில் ஒரு சிறு வரி. மூக்குக்கண்ணாடி பொன்னிறத்தில் பிரிட்டிஷ் துரைகள் பயன்படுத்தும் வடிவம். இதுதான் ஆப்ரஹாம் அவந்திகையை அவ்விடத்தில் பார்த்த முதலும் கடைசியுமான காட்சி. அதன்பிறகு, பலமுறை அதே இடத்திற்கு ஆப்ரஹாம் வந்து நின்றபோதும் அதுபோல அப்படி மறுபடியும் பார்க்க முடியவில்லை.

அவந்திகை

1

நீட்ஷன் முதன் முதலில் அவந்திகையைப் பார்த்ததும் இதே போன்றதொரு நிகழ்வில்தான். ஆனால், ஏழு நாட்களில் அவளே மீண்டும் அவரைச் சந்திக்க வந்துவிட்டாள். அவந்திகை முதன்முறை ரிஷனுக்கு வந்த அன்று நோயாளி ஒருவரைப் பார்க்க நீட்ஷன் மலை கிராமத்துக்குள் இறங்கியிருந்தார். திரும்புவதற்குள் மழை துவங்கிற்று. எண்ணெய் விட்டதுபோல பாதை வழுக்குவதைக் கண்டு ஓட்டுத் திண்ணையொன்றில் ஒதுங்கி நின்றார். அது புழக்கமில்லாத பழைய பிரிட்டிஷ் வனஅலுவலகம். கட்டடம் முழுக்கப் புதர் சூழ்ந்து ஓட்டுக் கூரையில் செடி கொடிகள் மண்டியிருந்தன. உள்ளே தேயிலைத் தொழிலாளர்கள் மழைக்கு ஒதுங்கிருந்தனர். சரக்குகளுடன் வந்த கழுதைகளும் ஒரு குதிரை வண்டியும் அங்கு நின்றன. நீட்ஷன் உள்ளே சென்றார். சிலர் தீ மூட்டி மழைநீர் பிடித்துத் தேநீர் தயாரித்துக் குடித்தனர். ஒல்லியான தேகத்தில் மலைப் பிரதேசத்துக்கு அந்நியமான ஒருத்தியை நீட்ஷன் கண்டார். தீ ஜுவாலையை உற்று நோக்கியவாறு கால் மூட்டுகளில் தலையை வைத்துக் கைகளைக் கட்டிக்கொண்டு அமர்ந்திருந்தாள். முகம் தெரியவில்லை. மழை விடாமல் கொட்டியது. கொஞ்ச நேரத்தில் கட்டடம் முழுக்க இருள். அவர்கள் எல்லோரும் தீயைச் சுற்றித் தரையில் கட்டம் வரைந்து விளையாடத் துவங்கினர். சட்டென்று மழை ஓய்ந்ததுபோல நிசப்தமாவதும்,

சில கணங்கள் கழித்து ‘வோய்’ என ஓசை எழுவதும் சிரிப்பும் பேச்சுமாகச் சூழல் மாறியது. நீட்ஷன் மூன்றாம் சுற்றில்தான் கவனித்தார். மூடிய கைகளுக்கு உள்ளிருக்கும் விதைக் காய்களைச் சரியாகச் சொல்வதும், வைத்திருப்பவர்களுக்குத் தெரியாமல் எடுப்பதுதான் அந்த விளையாட்டு. ஒவ்வொருத்தராக அதிலிருந்து வெளியேறி மறுபடியும் புதியவர்கள் அமர்வதும் பின் தோற்பதுமாக ஆட்டம் சுழன்றது.

“சாமி நீங்களும் ஒரு ஆட்டம் உட்காருங்கள்” என்றாள் ஒருத்தி வாய் மூடிச் சிரித்து. நீட்ஷன் புன்னகைத்தார். மழை நின்றும் அவர்கள் எழவில்லை. ஆட்டம் மகுடி வித்தையாகப் பிரக்ஞையைப் பற்றிக் கொண்டது. நீட்ஷன் கிளம்பிவிட்டார்.

மிஷனை அடைவதற்குள் வானம் துலக்கமாகிப் பளீரென மாறிற்று. ஒருத்தி தேடிவந்ததாகவும், தகவலுக்கு ஒரு துண்டுச்சீட்டை மட்டும் கொடுத்ததாக எமிலி கூறினாள். அதில் ‘அவந்திகை’ என்பதைத் தவிர வேறெந்த விலாசமுமில்லை. நீட்ஷன் இரண்டு நாட்கள் காத்திருந்தார். அவந்திகை திரும்ப வரவில்லை. ஓவியங்களை அச்சுப் பிரதியெடுப்பதற்கு தேர்வு செய்தவளாக இருக்க வேண்டுமென்பதை மட்டும் அனுமானமாக உறுதிபடுத்தினார். ஆனால், வந்தவள் எங்கு போனாளென்று புரியவில்லை. அவந்திகையை மறுபடியும் சந்திக்க ஆன ஒரு வாரத்தில் அச்சீட்டை அங்கிக்குள்ளிருந்து எடுத்தெடுத்துப் பார்த்துச் சலித்துவிட்டது அவருக்கு. அதற்குள் ஐந்து முறை அன்றைக்குப் பார்த்த அதே கிராமத்துக்கு அதே அந்திப்பொழுதில் பழைய கட்டடத்துக்குச் சென்று திரும்பினார். எனினும் அங்கு ஒருவரைக்கூட காண முடியவில்லை. கனவா, கற்பனையா என விளங்காத குழப்பம். ஏழுநாட்களுக்குப் பின்பு அவந்திகையே மறுபடியும் வந்தாள்.

“அவன்டிகை” என்றதும் நீட்ஷன் தோள்களை உயர்த்திக் குழந்தைபோல சந்தோஷமானார். “அ வ ந் தி கை” என்று நா நுனியால் அழகாகப் பற்களைத் தொட்டு உச்சரித்துச் சிரித்தாள். அவளுடைய தோற்றம் வித்தியாசமாக இருந்தது. இந்திய முகம் மாதிரியும் இல்லை. ஆனால், ஆங்கிலேயர்களுக்கான தோற்றத்துடனும் சேர்க்க முடியாது. இரண்டும் கலந்தது. சாம்பல் நிறப் பெரிய பொத்தான்களுடைய இறுக்கமான பறங்கியப் பெண்கள் அணியும் ஆடை. சிறிய தொப்பி, கொண்டையிட்ட சிகை, கழுத்தைச் சுற்றி குளிர் துப்பட்டா.

தேநீர் மேசையில் இருந்த டைரிக்குள்ளிருந்து சீட்டை எடுத்து நீட்டினார். அவந்திகை வாங்கிப் பார்த்துப் புன்னகைத்தாள்.

“ஒரு வாரம் இருக்குமில்லையா?” நீட்ஷன் கேட்டார். “ஆமாம், மன்னிக்கவும். இங்குதான் சுற்றிக்கொண்டிருந்தேன்” என்றாள். தமிழ் தொனியுடன் ஆங்கிலத்தில் அழகான உச்சரிப்பு. “மிஷனுக்குள் வர என்ன தயக்கம்?” என்றார். “அப்படியெல்லாம் இல்லை ஃபாதர். கட்டடத்துக்குள் நுழையும்முன் இந்தத் தனிமையை, அதுவும் மலையுச்சிகள் அளிக்கும் கிளர்ச்சியை அனுபவித்துவிட வேண்டும் என்று தோன்றியது.” நீட்ஷன் அந்தச் சீண்டலை ரசித்தார். வேலையாள் தேநீருடன் வந்தாள். “புதிய மகளுக்குக் கொடு” என்றார்.

நீட்ஷன் தான் கைப்படத் தீட்டிய ஓவியங்களைக் காட்டினார். அவந்திகை வாங்கிப் பார்த்தாள். “நான் தொழில்முறை ஓவியர் இல்லை” என்று சிரித்தார்.

“அழகான புன்னகை உங்களுக்கு” என்றாள் ஆங்கிலத்தில். நன்றி என்று தலையைத்தார். மிகப் பெரிய காகிதத்தோலில் வரைந்த சின்னஞ்சிறிய ஓவியங்கள் அவை. நீட்ஷன் அவற்றை யாருக்கேனும் அனுப்புவதற்கோ அல்லது கையோடு வைத்துக்கொண்டு காடு மேடுகளில் திரிவதற்கோ அப்படிக் காகிதத்தோலில் வரைந்து வைத்திருக்கலாமென எண்ணினாள். “சித்திரங்கள் எதுவும் வரிசைப்படி இருக்காது. சிதறிக்கிடக்கும். ஒவ்வொன்றையும் கவனமாகக் கண்டுபிடிக்க வேண்டும்.”

சித்திரங்கள் அழகாக இல்லை. ஆனால், தீட்டப்பட்டிருந்த மையின் நிறம், நீலப்பச்சையில் அழுத்தமான கோடுகளில் ஒளிபட்டு மின்னின. மெழுகு வெளிச்சத்தில் அவற்றை உற்று நோக்கினாள். மனித உருவங்களின் வெவ்வேறு நிலைகள், சூரியன் நகர்ந்துகொண்டிருக்கிறது, தேய்வதும் வளர்வதுமாகச் சந்திரமுகம், நீருக்கடியில் மீன்களும் பாம்புகளும் நிலவை அண்ணாந்திருக்கின்றன, நிர்வாணத்துடன் ஆண்களும் பெண்களும் கரையில் படுத்திருக்கிறார்கள். அவர்கள் தலைக்குமேல் தாமரை கவிந்திருக்கிறது. ஒவ்வொன்றையும் அச்சுப் பதிக்கும் மரச்சட்டகங்களில் தனித்தனியாகத் தீட்டத்தான் அவந்திகையை நீட்ஷன் அழைத்திருந்தார். அதாவது, அவர் எழுதிக்கொண்டிருக்கும் மனோதத்துவ நூலுக்குரிய படங்கள் அவை. நூல் அச்சானதும் அதன் மூலப்படங்களை (அச்சுப்பலகையை) மீண்டும் நீட்ஷனே வாங்கி வைத்துக்கொள்ளும் நோக்கத்தில் அதை யாரும் பிரதி எடுத்துவிடாமல் இருக்க எடுத்த யோசனை அப்படி.

அச்சு எடுப்பதற்காக மரப்பெட்டிக்குள் தயாராக வைத்திருந்த மரச்சட்டகங்களை நீட்ஷன் காட்டினார். அவந்திகை அதில் ஒன்றை எடுத்து முகர்ந்தாள். அப்போதுதான்

இழைத்ததுபோன்ற மணம். மீண்டுமொருமுறை காகிதத்தோலில் இருந்த சித்திரங்க்ளைப் பார்த்தாள்.

“சித்திரங்களில் இடவலமாக இருப்பதெல்லாம் வலமிடமாகவும், வலமிடம் இருப்பவை இடவலமாகவும் மரப்பலகையில் செதுக்க வேண்டும். உனக்குத் தெரியும் என நினைக்கிறேன்” நீட்ஷன் மேலும் சொன்னார், “அப்போதுதான் அச்சில் உள்ளது உள்ளபடியே வரும். சற்று சிரமம்தான்.” அதற்கு அவள், “அப்படியொன்றும் சிரமம் இருப்பதுபோலத் தெரியவில்லை. வேண்டுமானால் ஒரு கண்ணாடி வைத்துக் கொள்கிறேன். இடவலமாக வரைவதற்கு எளிது.”

இருக்கையில் நிம்மதியாகச் சாய்ந்து “நல்லது” என்று பெருமூச்சுவிட்டார். அவந்திகை சிலகணங்கள் சித்திரங்களை உற்றுக் கவனித்து, “இந்தச் சித்திரங்களெல்லாம் கதைகளா?” அவந்திகை கேட்டாள். நீட்ஷன் அவளை ஏறிட்டு, “ஆமாம், ஒருவகையில்” காகிதத்தோலைச் சுருட்டி நாடாவால் கட்டிவிட்டு, “ஆனால், மருத்துவப் பரிசோதனைகள். அப்படிச் சொன்னால் உன்னால் புரிந்துகொள்ள முடியும் என நம்புகிறேன்” என்றார். அவள் குழப்பமாகப் பார்த்தாள். “ஆங்கில மருந்துவத்தின்மீது எனக்கு இதுவரைக்கும் நம்பிக்கை வந்ததில்லை. இப்படிச் சொல்வதற்கு என்னை நீங்கள் மன்னிக்கவும்” தயக்கத்துடன் சொன்னாள். நீட்ஷன் புன்னகைத்தார். “எனக்கும் நம்பிக்கை கிடையாது. என்னைப் பொறுத்தவரை, மருந்து உண்மையில் நோய்மையை மறக்கத்தான் வைக்கிறது, குணப்படுத்துவதில்லை. அதாவது, ஒன்றை மறக்க இன்னொன்றை நினைவுபடுத்துகிறது.”

அவள் நீட்ஷனிடமிருந்து இந்தப் பதிலை எதிர்பார்க்க வில்லை. “இடம் மாற்றுவது போலவா?” சந்தேகமாகக் கேட்டாள்.

“ஆமாம் கிட்டத்தட்ட. ஆனால், அந்த மறக்க வைக்கும் செயல் திறன் மீது எனக்கு நம்பிக்கை உண்டு.”

“அது நல்லது என்கிறீர்களா?” அவந்திகை குறுக்கிட்டாள்.

“அப்படியில்லை. நினைவில் அகலாதவற்றை அப்புறப் படுத்துவதும் அல்லது அதை இன்னொன்றால் இடமாற்றுவதும் அவ்வளவு சாதாரணமில்லையே. கூர்ந்து அவதானித்தால் நோய்மை ஏற்பட்டதும் நாம் ஒருவித கசப்பான நினைவுகளுக்குள் ஆட்படத் துவங்குகிறோம். அவை நம் ஆழ்மனதில் பதிந்தவை அல்லது சமூகத்தின் கூட்டு நனவிலியிலிருந்து கிடைப்பவை. இதுதான் நோயைத் தீவிரமென நமக்குக் காட்டுகிறது. இதை அழிக்க மருந்துகளால் முடியவில்லை. ஒன்றை நினைவில் இருந்து வெளியேற்ற இன்னொன்றை ஞாபகப்படுத்த

வேண்டும். பிறகு மூன்றாவது, நான்காவது இப்படி நினைவுகள் ஒன்றை வெளியேற்றி இன்னொன்றாக வட்டச் சுழற்சிக்குள் சுற்றிகொண்டிருக்கும்."

"குணமானதாக நாம் உணர்வது?" அவந்திகை தேநீரை முடித்துவிட்டுக் கேட்டாள்.

"அது உண்மையில்லை. அது வெறும் பிம்பம். மெய்மையற்ற தோற்றம் என வைத்துக்கொள்ளலாம். நோய்மையுடன் இருக்கும் உடலுக்கு வெளியே குணப்படுத்தப்பட்டதாக நம்பச்செய்யும் உணர்வு. மருந்து நோய்மையை எப்படி நினைவிலிருந்து இடமாற்றுகிறதோ அதேபோல அப்பிம்பமும் ஓர் உலகத்தை உருவாக்குகிறது. உண்மை என்னவென்றால் மருந்துகள் செய்யும் பிரதான வேலையே இச்சட்டகத்தைத் தோன்றச் செய்வதுதான். இது இரண்டும், நடுவில் நிகழ்ந்துகொண்டிருக்கும் யதார்த்த உலகத்தை ஒருகட்டத்தில் போலியானதாக சிருஷ்டிக்கத் துவங்கிவிடும். இவை ஒருவித உளப்பகுப்பாய்வு முறை. மருந்தியல் உலகம் அதை மறுத்தாலும் அதுதான் உண்மை."

"உங்களுடையதும் உளப்பகுப்பாய்வுச் சிகிச்சையா?" அவளது தொனி சன்னமாக மாறிற்று.

நீட்ஷன் சிரித்தார். பிறகு, அதற்கு ஆமாமெனத் தலையசைத்தவாறே "நீ மிகவும் நுட்பமானவள்" என்றார். சிகிச்சையை எப்படி என்று கேட்பாள் என நீட்ஷன் எதிர் பார்த்தார். இதுவரைக்கும் உரையாடல் வந்ததே ஆச்சர்யம் என்றெண்ணி அவள் நிறுத்திவிட்டாள். நீட்ஷனோ ஒவ்வொரு பதிலையும் அடுத்தடுத்த கேள்விக்கான புள்ளியில் முடித்தார். அதோடு அவந்திகை எல்லாவற்றையும் கேட்டுவிடும் அவசரதி கிடையாது. அதன் சுவாரஸ்யத்தையும் தேடலையும் இனி இருக்கப்போகும் காலங்களுக்கு மிச்சம் வைத்துக்கொள்ள வேண்டும் என்று நினைத்திருப்பாள். நீட்ஷனுக்கு இந்தப் பதில்களின் வழியே தன்னுடைய ஆய்வைப் பற்றி வேறு விதமாகச் சொல்லிப் பார்க்க முடியுமா என்கிற ஆசையும் இருந்தது. ஆனால், அதன் பிறகு இருவருக்கும் மீண்டும் உரையாடல் வாய்க்கவில்லை.

2

அன்றைக்கு அடுத்த நாளிலிருந்து அவளுக்கான வேலை துவங்கிற்று. தினமும் வரைவதற்கான ஓவியங்களைக் காகிதத் தோலில் எதுயெது எனக் குறித்து, கூடவே அச்சுப்பலகையையும் நீட்ஷன் கொடுத்தனுப்புவார். அவந்திகை அக்குறிப்பிட்ட ஓவியத்தைக் கண்ணாடியில் விழச் செய்து பிறகு அப்பிம்பத்தைக்

கவனித்தவாறு அச்சுப்பலகையில் தீட்டி, கூராணி வைத்து செதுக்கியெடுப்பாள். இதற்குள் ஒரு வாரம் கழிந்துவிடும். இந்தச் சிற்பங்கள்தான் அச்சு எந்திரச்சாலையின் மூலப்பிரதியில் சேரும். இப்படி ஆறாவது ஓவியத்துக்கான அச்சுப்பலகையைத் தயாரித்து முடிக்கையில்தான் மேல்தள வராந்தாவில் ஆப்ரஹாம் நிற்பதைக் கவனித்தாள். ஆப்ரஹாம் பங்காக்கயிற்றை இழுத்தபடி அவளுக்குத் தெரியாமல் வெகுநேரமாக வரைவதைப் பார்த்துக்கொண்டிருந்தது அக்கண்ணாடிக்குள் விழுந்தது. அண்ணாந்து நோக்கினாள். தன்னைப் புதிய பங்காவாலா எனச் சைகை செய்து சலாம் போட்டான். துருதுருவென்ற அவனது கண்களும் எதையும் செய்யத் துணியும் உடலமைப்பும் அவனுக்கு இருப்பதாக நினைத்தாள். அவந்திகை ஆப்ரஹாமைப் பார்த்துப் பதிலுக்குப் புன்னகைத்தாள்.

3

எமிலி அவர்களை நோக்கி வந்துகொண்டிருந்தாள். ஆப்ரஹாமுக்கு ஒதுக்கப்பட்ட அறையைச் சுட்டி, “இனி அங்கே தங்கிக்கொள்ளுங்கள்” என்றாள். அது கட்டடத்தின் இரண்டாம் தளத்தின் வளைவில் இருக்கும் அறை. ஆனால், அதற்கு வாசல் வெளிப்பக்கம். ஆச்சர்யமாக இருந்தது அவனுக்கு. எப்படிப் போகவேண்டும்? கையை அசைத்தான். எமிலி நஞ்சுண்டனைக் காட்டி, “அவரும் உங்களுடன் தங்கிக்கொள்வார். அவருக்குத் தெரியும்” என்று வெளிப்பக்க வராந்தாவைக் காட்டி சைகை செய்தாள். அதாவது, மிஷனின் மொத்தக் கட்டட அமைப்பும் லாட வடிவில் அமைந்துள்ளது. கட்டடத்தின் நுழைவிலிருந்து இரண்டு பக்கங்களிலும் அறைகள் வரிசைக்கிரமாக இருந்தன. ஆனால், ஒவ்வோர் அறைக்கும் வாசல் ஒன்றடுத்து ஒன்றென உள்ளேயும் வெளியேயுமாகத் திருப்பப்பட்டிருந்தன. முதல் அறை உள்பக்கமாகத் (ஹாலைப் பார்த்து) திரும்பியிருந்தால், அடுத்த அறை வெளிப்புறமாக காடு, மலைகளைப் பார்த்து இருந்தது. ஆக மொத்தத்தில், ஒரு தளத்துக்கு இரண்டு பக்கங்களிலும் (உள்புறமாக, வெளிப்புறமாக) இரண்டு வராந்தாக்கள். நுழைவு வாயிலில் மிகப்பெரிய இரண்டு மரப்படிக்கட்டுகள் சுழன்று ஒவ்வொரு தளத்துடனும் இணைந்திருந்தன.

இப்படித்தான் மூன்று தளங்களிலும் அறைகள் அமைந்திருந்தன. கீழ்த்தளத்தில் மிகப் பெரிய பூசை பீடம் இருப்பதால் முதல் தளத்தின் மைய வளைவில் இரண்டு வரிசை அறைகள் ஒன்றோடொன்று சேராமல் விடப்பட்டிருக்கும். இரண்டாம் தளத்தில் இரண்டு வரிசை அறைகளும் முழுமையாகவும் நடுவில் சுவருடன் முடிந்திருக்கும். மூன்றாம் தளத்தின்

ஒரேயொரு மாற்றம், மைய வளைவில் அறை வரிசைகளைப் பிரிக்கும் சுவருக்குப் பதிலாக முக்கோண வடிவில் மூன்று பக்கச் சுவருள்ள ஓர் அறை மட்டும். அது நீட்ஷனின் நூலக அறை. அங்கிருந்து கட்டடத்தின் பிரதான வாசல், சுழற் படிக்கட்டுகள், கீழ்த்தளத்தில் நடக்கும் பூசை நிகழ்வுகள் மற்றும் உள்முகமாகத் திரும்பியிருக்கும் சில அறைகள் என அத்தனையையும் பார்க்க முடியும். அடித்தளத்திலிருந்து மேல்தளம் வரை அத்தனை அறைகளுக்கும் சன்னல் விதானம் பறவையின் இறகு போல விரிந்திருந்தது.

ஆப்ரஹாம் கட்டட வடிவத்தைக் கண்டு பிரமித்துதான் போனான். இதுபோன்றதொரு பின்னலை இதற்கு முன் அவன் பார்த்திருக்கவில்லை. கட்டடத்தின் மையத்தில் ஆயிரம் இறகுகளாலான ராட்சப் பறவை போன்ற குவிகை மாடம். உடலை வளைத்து அதனுள் உற்று நோக்கினான். குஞ்சு வௌவால்கள் தொங்கின. கட்டடத்தின் அறைகளுக்கிடையே யான சுவர்களில் புறா அடையுமளவு துளைகளிருந்தன. அதன் வழியே வெளிச்சம் எதுவும் விழவில்லை. பிறகெதற்குத் துளைகள் விடப்பட்டுள்ளன என்று அவனுக்குப் புரியாமல் யோசித்தான். இப்படி கட்டடத்தின் விசித்திர அமைப்பைப் பார்த்தபடியே படிகளில் இறங்கி வெளிவராந்தா வழியாக அவனுக்கு ஒதுக்கப்பட்டிருந்த அறையை அடைந்தான். அது வெளிப்பக்க வாசல் கொண்ட அறை கட்டடத்தின் மைய வளைவிலிருந்தது. கிட்டத்தட்ட மிஷனை அரைவட்டமாகச் சுற்றிக் கட்டடத்துக்கு வெளியே வந்துவிட்டது போன்ற உணர்வு. அப்பால் பார்த்தான். மிஷனுக்குத் தெற்கில் கட்டி முடிக்கப்படாத தோற்றத்துடன் சிறிய தேவாலயம் ஒன்று. அதுவும் மிஷன் வளாகத்துள்தான். பாசி ஏறிய கைவிடப்பட்ட புராதனத் தேர்போல. மணிக்கூண்டின் கூரைகளில் விழல் மண்டியிருந்தன. தன்னந்தனியே அது யாருக்கோ காத்திருக்கும் காலாதீத அமைதியுடன் அமர்ந்திருந்தது. அவனது அறைக்கு நேராக நிறைய மரங்களும், அதற்கப்பால் மனதைப் பறவையாக்கும் கண் கொள்ளாத அளவுக்குப் பச்சையும் வெளிர் மஞ்சளுமாக மலையடுக்குகள் நீண்டிருந்தன.

பிறகு, ஏதோ சத்தம் வரவே தலைக்குமேலுள்ள மூன்றாம் தளத்தை எக்கிப் பார்க்க முயற்சித்தான். ஒன்றும் தெரியவில்லை. அவனது தோளைத் தொட்டு நஞ்சுண்டன் அழைத்தார். ஒரேயொரு கிழிந்த கோரைப் பாய் மட்டும் கையில். துணி சாமானெனப் பெரிதாக ஒன்றுமில்லை அவரிடம். ஆப்ரஹாமின் கனத்த இரும்புப் பெட்டியைப் பார்த்து, ‘என்ன இத்தனை பெரியதாக' என்பதுபோல உதட்டைச் சுழித்தார்.

ஆப்ரஹாம் திறந்து காட்டினான். துரைகளுடைய பழைய கோட்டுகளும் தொப்பிகளும் கிழிந்த தோல் சப்பாத்துகளும் இருந்தன. கிழவர் அதைச் சட்டையே செய்யவில்லை. அறைக் கதவைத் திறந்துவிட்டார். சிறிய அறைதான் ஆனால் கனமான பெரிய சாவி. நுழைந்ததும் கசடாபோல சிறியதாக இருக்கிறது என்று ஆப்ரஹாம் சைகை செய்தான். உண்மையில், மற்ற பங்காவாலாக்கள் கீழ்த் தளத்திலிருந்த கசடாவில்தான் தங்கியிருந்தனர். ஒருவேளை, ஆப்ரஹாமின் தோற்றத்தையும் சிபாரிசையும் வைத்து அந்த அறை கொடுத்திருக்கலாம் என நஞ்சுண்டனும் நினைத்தார். அதோடு, புதிய ஆளைத் தனியே விடுவது சரிபடாதெனத் தன்னையும் சேர்த்திருக்கலாம். கிழவர் அவனுக்கு எந்தப் பதிலும் சொல்லவில்லை. ஆப்ரஹா முடன் தங்குவதில் அவருக்கு வருத்தம்தான். முதலிலிருந்தே அவனுடைய செயல்பாடுகள் அவருக்குப் பிடிக்கவில்லை. பங்காவாலா மூவருமே நான்காமவனின் வருகையை எதிர் பார்க்காமலேயிருந்தனர். அவனும் வாஸ்தவத்தில் பறங்கியர் களின் கோட்டும் முண்டாசையும் அணிந்தபடி சூழலுக்கு ஒவ்வாத தோரணையுடன் மற்றவர்கள் அவனைப் பார்த்துப் பரிகசிக்கும்படிதானிருந்தான். தனக்கு வெகு சீக்கிரத்தில் ஓய்வளித்துவிடுவார்களென்று கிழவர் நினைக்கத் துவங்கி யிருந்தார்.

அன்றைக்குப் பூராவும் காலையில் பங்கா இழுத்ததைத் தவிர பிறகு யாரும் அழைக்கவில்லை. ஆப்ரஹாம் மிஷன் கட்டடத்தை மறுபடியும் மறுபடியும சுற்றிப்பார்த்துப் பொழுது போக்கிக்கொண்டிருந்தான். அவர்களுக்கு ஒதுக்கியது வெளிப் புறமாகத் திருப்பப்பட்ட அறை. அங்கிருந்து மிஷனுக்குள் நடப்பதைச் சிறிய சன்னல் வழியே மட்டும் பார்க்கலாம். ஆப்ரஹாமுக்கு அதுவே ஒருவிதக் கூண்டுபோல் தோன்றிற்று. கதவைத்திறந்து வெளியே வந்தவன் பக்கத்து அறைகளுக்குள் எட்டி நோக்கினான். எல்லாம் அறைகளா அல்லது அதுபோல தீட்டப்பட்ட ஓவியங்களா எனக் குழப்பும்படி சுவரோடு சுவராக இறுகச் சார்த்தப்பட்டிருந்தன. சந்தேகத்துடன் தொட்டுத் தடவியபடி வெளிக்காட்சிகளை வேடிக்கை பார்த்தவாறு வராந்தாவின் கடைசிவரை நடந்து திரும்பினான். இப்படித்தான் ஆப்ரஹாமின் முதல் நாள் முடிந்தது.

முதல் ஏழு நாட்கள் ஒரே அறைக்குள் இருந்தாலுமே எந்த சம்பாஷனையும் இருவருக்குமிடையே நடைபெறவில்லை. அதாவது, ஆப்ரஹாமின் எந்தக் கேள்விக்கும் நஞ்சுண்டன் பதில் கூறவில்லை. நான்கு பேரும் சந்திக்கையில் ஆப்ரஹாமுக்குப் புரியாத விரல் குறியீடுகளைப் பயன்படுத்தினர். அப்போதும்

அதிகமும் கிழவர் வேடிக்கை பார்ப்பவராகத்தான் இருந்தார். எப்போதாவது ஒன்றிரண்டு சைகைகள் கீதாரி ஆடுகளைத் தடத்திற்குத் திருப்புவதுபோலக் காட்டுவார் அவ்வளவுதான் அவருடைய அதிகபட்ச பதில். கிழவர் தொழில்முறை பங்காவாலா இல்லை. மிஷன் கட்டுவதற்காகக் கட்டுமான வேலைக்கு வந்தவர் எனக் கேள்விப்பட்டான். மற்ற இருவரும் நஞ்சுண்டனுக்கெனத் தனி பங்காக்களை ஒதுக்கினார்கள். நூலக அறையில் இருந்த பட்டுத்துணி பங்காவை அவர்தான் இழுத்தார். மேலும், நான்கு கயிறு உள்ள பங்காவில் நஞ்சுண்டனுக்கு ஒதுக்கப்படும் கயிறை அவர் இழுப்பதுபோலவே தெரியாது. வெறுமனே கையால் பிடித்துக்கொண்டு மட்டும் அமர்ந்திருந்தார். இப்படியாக மற்ற இருவரும் அவருக்கு அளித்த சலுகைகளை ஆப்ரஹாம் கவனித்தான்.

இவ்வாறு நஞ்சுண்டனைப் புரிந்துகொள்ள அவரை உற்றுக்கவனிக்க வேண்டியிருந்தது. அவர் சாப்பிடுவது வெறும் நீராகாரமும், உறங்குவது கோழித்தூக்கமும் மட்டுமே. எங்கிருந்தாவது அவருக்கு ஒன்றிரண்டு சுருட்டுகள் கிடைத்து விடுகின்றன. அவரைப்போல வயதான சிலர் மட்டும் அவருடன் பேச வந்து போகிறார்கள் (கிழவர் எப்படி அவர்களுடன் பேசுவாரென ஆச்சர்யமாக இருந்தது). வேலை முடிந்து அறைக்குத் திரும்பியதும் இடுப்பில் இருக்கும் தோல்பையை அவிழ்த்து சில சோழிகளை இறைப்பார். அவற்றில் சிலவற்றைத் தேர்ந்தெடுத்து அறை மூலையில் கிறுக்கி வைத்திருக்கும் கட்டங்களில் வைத்து, தனியாக விளையாட ஆரம்பித்து விடுவார். ஆப்ரஹாம் அருகில் அமர்ந்தாலும் அவன் பக்கம் திரும்பியது கிடையாது.

ஒருவாரம் போனது. நாளாக ஆக அவருடைய வீம்பான மௌனம் அவரின் மேல் வெறுப்பை உண்டாக்குவதற்குப் பதிலாகப் பரிதாபத்தையே ஏற்படுத்திற்று. பின்னாளில், இதே நஞ்சுண்டன்தான் ஆப்ரஹாமுடன் ஆடுபுலி ஆட்டம் விளையாடாமல் ஓர் இரவைக்கூட உறக்கத்துக்குக் கொடுக்காமல் விடியும் வரை கழித்தவர். ஆட்டத்தில் மொத்தத்தையும் இழந்து அப்போது ஆப்ரஹாமுக்குச் சொந்தமென அவனுடைய பெயர் மட்டும்தான் மிச்சம். சராசரியாக இரவுக்கு நான்கு ஆட்டங்கள். சிலசமயம் எட்டு வரையும் நீண்டு விடிந்தேபோகுமளவுக்குப் போதையூட்டக்கூடிய அவ்விளையாட்டை முதன்முதலில் தரையில் ஏதோ கணக்கு போட்டு வைத்திருப்பதாகத்தான் ஆப்ரஹாம் நினைத்தான்.

ஆரம்பத்தில் அவனும் தன் போக்குக்கு அவரைவிட அதிகமாகவே மௌனித்திருக்க, ஒருகட்டத்தில் நஞ்சுண்டனே

அவன் பக்கம் வந்துவிட்டார். அது என்ன ஆட்டம் எனக் கேட்டான். ஆடுபுலி ஆட்டம் என்றார் நஞ்சுண்டன். அவன் குழப்பமாகப் பார்த்தான். நஞ்சுண்டன் விளக்கினார், மொத்தம் பதினெட்டுக் கட்டங்கள் (ஒரு வரிசையில் ஒன்பது, அதற்குப் பின்வரிசையில் ஒன்பது). அதில் ஒரு பக்கம் புலி நிற்கிறது. மறுபக்கம் மூடிய வடிவிலிருக்கும் கட்டங்களைக் காட்டி, இவை ஆடுகள் வைத்து ஆடுபவருக்கானது. தாயம் விழும் எண்ணுக்கேற்ப புலி இந்தப் பக்கமிருந்து ஆடுகளைத் தேடி வரும். ஆட்டுக்காரன் தாயத்தை உருட்டி ஒவ்வோர் ஆடாக ஒளித்து வைப்பான். பதினெட்டுக் கட்டத்தில் மூன்று மூடிய கட்டங்கள் உண்டு. அவைதான் கிணறுகள். தாயத்தில் புலிக்கு அதிர்ஷ்டம் விழுந்தால் ஆடு பலி. ஆட்டுக்காரனுக்கு அதிர்ஷ்டமிருந்தால், அதாவது போட்டு வைத்த கணக்கு சரியென்றால் புலி பலி. சுருக்கமாகச் சொல்வதென்றால், புலியைக் கிணற்றுக்குள் விழ வைக்க முடியும்

ஆப்ரஹாம் மிகவும் உற்சாகமாகிவிட்டான். விழி அகலக் கட்டங்களை நோக்கினான். ஆனால், புலி எப்படிச் சிக்கும்? எப்படிப் பார்த்தாலும் ஆடு பலியாவது நிச்சயம்தானே. சூதுக்கு வேலையே இல்லையே என்றான். நஞ்சுண்டன் மெல்லச் சிரித்தார். அந்தப்புன்னகை மின்னல்போல அதன் ரகசியங் களைக் காட்டாமல் மறைத்தது. அவர் மேலும் சொன்னார், கிணற்றுக்குள் ஆடுகளும் புலியும் விழவில்லை என்றால் ஆட்டத்தில் யாருக்கும் ஜெயமில்லை. காய்களைக் கலைத்து விட்டுப் புதிய ஆட்டத்தைத் துவங்கிவிட வேண்டியதுதான். அதுபோல, புலி இருக்கும் பக்கமுள்ள கிணற்றில் விழுந்தாலும் ஆட்டம் புலிக்கு நஷ்டம். எப்படியென்றால், ஒவ்வொரு தாய எண்படி புலி கட்டங்களைத் தாண்ட வேண்டும், ஆட்டுக்காரனும் சாதுர்யமாக தாயம்படிக்கு ஆடுகளைத் தள்ளிக்கொண்டே வந்து கிணறுக்குள் புலியை விழ வைத்துவிட்டால் ஆட்டம் முடியும். ஆடத் தெரியாமல் சின்னஞ்சிறிய பள்ளங்களுக்குள் ஆட்டையெல்லாம் பாதுகாக்கிறேனென நகர்த்தாமல் வைத்திருந்தால் புலி மொத்தத்தையும் விழுங்கி ஏப்பம் விட்டுவிடும். இதில் சாமர்த்தியம் ஆட்டுக்காரனுக்குத்தான். ஆட்ட விதிப்படி புலி வைத்திருப்பவர் அதை இழந்தால்தான் ஆடுகள் பக்கம் மாற வேண்டும்.

நல்ல விளையாட்டாக இருக்கிறது. ஆப்ரஹாம் அப்போதே விளையாடத் தயாராகிவிட்டான். செலவுக்கு இருந்த அணாவையும், கிழவர் சுருக்குப்பையில் வைத்திருந்த சிறிய செப்புத் தாயத்தையும் வைத்து இருவரும் ஆட்டத்தைத் துவக்கினர். தாயக்கட்டைகளாகத் தீக்குச்சிகள். அந்தி சாயும் வரை நான்கு ஆட்டங்கள் நீண்டன. கிழவர் ஆப்ரஹாமிடம்

இருந்த மொத்த அணாக்களையும் வாங்கிவிட்டார். பசி தெரியாமல் விளக்கையேற்றி வைத்துக்கொண்டு விளையாடிக் கொண்டிருந்தவர்களுக்கு, காலையில் சிவசுந்தரம் வந்து அழைத்தபோதுதான் பிரக்ஞை தெளிந்தது.

அன்றிலிருந்து பங்கா முடித்து அறைக்குத் திரும்பும்போ தெல்லாம் இருவருக்கும் எவ்வளவு அலுப்பிருந்தாலும் ஒரு ஆட்டத்தையாவது ஆடாமல் உறங்கியது கிடையாது. ஆனால், ஒருமுறைகூட புலியைக் கிணற்றுக்குள் சிக்கவைக்கும் தந்திரம் ஆப்ரஹாமுக்குக் கைகூடியதில்லை. ஆடுபுலி ஆட்டம் இருவரை யும் சீக்கிரத்திலே இணக்கமாக்கியது. அவனும் கிழவருக்கென எடையிழந்த பங்காக்கயிறை ஒதுக்கியும், கேழ்வரகுக் கஞ்சி வாங்கிக்கொடுத்தும், எங்காவது கிடைத்தால் ஒரு அரை சுருட்டு எடுத்துக் கொடுப்பதுமாக அனுசரணையாகிவிட்டான்.

அதேசமயம், ஆரம்பத்தில் நஞ்சுண்டனிடம் பேசாமல் இருந்த முதல் பத்து நாட்களில் ஆப்ரஹாமுக்கு இரண்டு புதிய விசயங்கள் கிடைத்தன. ஒன்று, அத்தனிமைதான் இப்படி சுவராஸ்யமான விளையாட்டை நஞ்சுண்டனே சொல்லிக் கொடுக்க வைத்தது. இரண்டாவது, இடைப்பட்ட நாட்களில் தானும் ஏதோவொன்று செய்கிறேனெனத் தரையில் கரிக்குச்சி யால் கிறுக்கிக்கொண்டிருந்தவன், அதில் மிஷன் அமைப்பையும் அறைகளையும் அடையாளத்துக்காக வரைந்து வைத்தான். அப்போதுதான் அவன் தங்கியிருக்கும் அறைக்கு அடுத்ததில் அவந்திகை இருப்பது தெரிந்தது. ஆனால், சந்திக்க முடியாத அளவு, அதே தளத்தின் கடைசியில் சுவருடன் இரண்டு அறைகளும் பிரிந்திருக்கும்படியான அமைப்பு. ஆகையால், அறைக்கு வெளியே இருக்கும் எல்லாப் பொழுதுகளிலும் அவந்திகையை மட்டும் கவனிப்பதும், பிறகு அவளை அச்சிறு கட்டங்களுக்குள் வைத்து ஒவ்வோர் இடமாக நகர்த்துவதுமாக அந்தரங்கக் கற்பனைகளைத் தூண்டிவிட்டுப் பொழுதைக் கழித்தான். கொஞ்ச நாளில் இப்படிச் செய்வது சுவாரஸ்யமாகவும் கிளர்ச்சியாகவும் இருக்க, நஞ்சுண்டனுடன் பேசுவதற்கான தேவையே இல்லாமலானது.

கண்ணாடிகள்

1

ஆப்ரஹாம் தன்னை நோட்டமிடுவதை அவந்திகை அவதானிக்காமல் இல்லை. பங்கா இழுக்கும் நேரங்களில் அதிகமும் அவன் நின்று கொண்டே, வராந்தாவில் அவளைத் துழாவுவதை உள்பக்க வாசல் வழி இருக்கும் அவள் அறை யிலிருந்து பார்த்துக்கொண்டுதான் இருந்தாள். எப்போதாவது நேராகச் சந்திக்க நேர்ந்தால் அவனுடைய பார்வை தொட்டு விலகிவிடும். அப்படியொன்றும் கூச்சப்படுபவனில்லை அவன். அதற்கு அவசியம் இருக்கவில்லையென்றே அவளும் நினைத்தாள். அவளுக்கும் அங்கு வந்ததிலிருந்து இந்த இரண்டு மாதங்கள் வெறுமனே சித்திரங் களைத் தீட்டிச் செதுக்குவதில் அலுத்துவிட் டிருந்தது. எமிலி இந்தியப் பெண் என்றாலும் கன்னியாஸ்திரிகளுக்குரிய பாவனையாலும், நீட்ஷனின் உதவியாளர் என்கிற தகுதியாலும் யாரையும் அதிகம் நெருங்கவிட்டதில்லை. நீட்ஷனிடம் முதல் நாள் பேசியதற்குப் பிறகு மறு உரையாடல் வாய்க்கவே இல்லை. தினம் பிரிட்டிஷார்களுடன் அறைக்குள் செல்வதும், பரிசோதனைகளைச் செய்வதும், பிறகு விவாதிப்பது மாக அவரது உலகம் நகர்ந்துகொண்டிருந்தது. இது ஒரு புறம் என்றால், இன்னொரு புறம் மிஷனில் பிரிட்டிஷார்கள் மட்டுமின்றி தங்கி யிருக்கும் அனைவருமே ஏதோ ஒருவிதத்தில் நீட்ஷனின் பரிசோதனைக்குள்தான் இருந்தனர்.

இத்தனைக்கும் பரிசோதனை பற்றி யாருக்கும் ஒன்றும் தெரியாது. அவர்கள் அறியாமலேயே அவரவர்களின் அன்றாடச் செயல்கள் கண்ணுக்குப் புலனாகா ஒரு வட்டத்துக்குள் சுற்றிக்கொண்டிருந்தது. அதாவது, பிரிட்டிஷார்களைத் தவிர மீதமிருந்த பதினான்கு பேரும் எந்நேரமும் ஒன்றையடுத்து ஒன்றென ஏதோவொரு வேலையுடன் தினமும் ஓடிக்கொண்டிருந்தார்கள். போதுமான ஓய்வு அளிக்கப்பட்டாலும் அதை முழுமையாக அனுபவிக்க முடியவில்லை.

உதாரணமாக, பிரிட்டிஷார்களுக்கான உறங்கும் நேரம் மாலை முதல் இரவின் முதல் சாமம் வரை. மற்றவர்கள் அந்தச் சமயத்தில் உறங்க முடியாது. பிரிட்டிஷார்களுக்குத் தேவையானதைத் தயாரிக்கத் துரிதமாக இருப்பார்கள். அதன் பிறகு ஓய்வு எடுக்க நேரமும் கிட்டாது. சுருக்கமாக, நீட்ஷனுக்கும் மிஷனுக்கும் செய்யும் ஊழியம் இவர்களின் அன்றாடத்தின் தலைகீழாக இருந்தது. இந்தச் சுழற்சிக்குள் வேறு வேறு வர்க்க வேலையாட்களிடம் அளவளாவுவது சாத்தியப்படாத விதி. ஆக, நீட்ஷனின் உளவிசாரத்துள்தான் மொத்தக் கட்டடமும் இயங்கியது என்று சொல்லலாம்.

இவ்விதமான சூழலில்தான் ஆப்ரஹாமின் பிரசன்னமும் தினந்தினம் நிகழும் அவனுடைய கோமாளித்தன அலங்காரமும் (பங்காவாலாவுக்கெனத் தனி சீருடையை அவனே தேர்வு செய்து வைத்திருந்தான். அது, துரைகளின் தொப்பியும் நீண்ட கோட்டும் சில சமயம் பூட்ஸூம் அணிவது அவனது வழக்கம்) விச்ராந்தியான செயல்களும் மற்றவர்களைபோல முதலில் அவந்திகைக்கும் நகைப்பை மூட்டிற்று. அவனிடம் சமிக்ஞை மொழியில் ஒன்றிரண்டு சொற்கள் பேசினாலும் மிஷனுக்குள் தனியாகப் பேசுவது சாத்தியப்படாதெனத் தெரியும். அதேசமயம், பக்கத்து அறைக்குள் இருக்கும் ஒருவனுடன், யார் செவியிலும் விழாத சொற்களில் எவ்விதம் பேசுவது என்கிற ஆர்வமும், சமிக்ஞைகளைப் பரிமாறச் செய்யும் உத்தியும்தான் அவந்திகையை அவ்வளவு தூரம் தீவிரப்படுத்தியது. ஒவ்வொரு நாளும் அதற்கான உத்திகளைச் செய்து பார்த்தாள். அதுவரை ஆப்ரஹாமைக் காரணமின்றி அவளுடைய விழிகள் குழப்பிக்கொண்டிருந்தன.

அன்றைக்குக் கீழ்த்தளத் திருப்பலிக் கூடத்தில் இருக்கையில் அவந்திகைக்குச் சட்டென ஓர் எண்ணம் உதித்தது. ஆப்ரஹாமைத் தேடினாள். இரண்டாம் தளத்தில் பங்கா இழுத்துக்கொண் டிருந்தான். அவனிடம் தன் உள்ளங்கையைத் திருப்பி முகத்துக்கு நேராக மறைத்து, பின் நடுவிரலை மடக்கி அதை

மறு கையின் முழங்கை மேல் மாட்டிக் காட்டிவிட்டு, அவனுக்குப் புரிந்திருக்குமாவென யோசிக்காமல் விறுவிறுவென அங்கிருந்து கிளம்பிவிட்டாள். வேலை முடியும் வரை பங்காக்கயிற்றை இழுத்தவாறு சமிக்ஞை புரியாமல் அவள் நடமாட்டத்தைக் குழப்பத்துடன் கவனித்துக்கொண்டிருந்தான். அதன்பிறகு அடுத்தநாள் காலைவரை அவளைச் சந்திக்க முடியவில்லை.

காலையில் சிற்றுண்டி முடித்துவிட்டு அறைக்குத் திரும்பும்போது மாடிப்படிகளில் நின்றபடி அவந்திகை அவனைப் பார்த்துப் புன்னகைத்தாள். எதையோ செய்துவிட்ட குறும்புத்தனம். நாசியும் கண்களும் மலர்ந்த மிக அழகான புன்னகை அது. மூக்குக்கண்ணாடியை ஏற்றிவிட்டு, உன் அறைக்கு வெளியே இருக்கும் மரத்தைப் பார் எனச் சைகை செய்தாள். அறைக்குத் திரும்பியதும் உடனே வெளியே நின்ற மரங்களில் துழாவினான். இருவரது அறைக்கு வெளியே (இரண்டு அறைகளும் மிஷன் கட்டடத்தின் லாட வடிவ மூலையில் முடிந்திருக்கிறது) அவனது அறைக்கு இடது புறத்தில் ஓரமாக நின்ற அரசமரக் கிளையில் முகம் பார்க்கும் கண்ணாடி ஒன்று மாட்டப்பட்டிருந்தது. அதுவும் அவந்திகை தன் அறைச் சன்னலில் இருக்கும் பச்சைத் துண்டை அகற்றியதும்தான் கண்ணாடி என்றே தெரிந்தது. அதாவது, பச்சைத்துண்டு கண்ணாடியை மறைக்கும் திரை, அவளறையில் அதை விலக்கினால் மட்டுமே அவளைக் காட்டும். இந்தப்பக்க அறையின் விளிம்பில் நிற்பவர் (ஆப்ராஹாம்) கண்ணாடிக்குள் தெரியமுடியும். இதுதான் அவள் செய்திருந்த ரகசிய வழி.

கண்ணாடிக்குள் நுழைய முதலில் ஆப்ரஹாம் தயக்கம் காட்டினாலும் ஆழ்மனம், ரகசிய அழைப்பை ஏற்க விழையும் பதற்றத்துடன் அவனை உந்தியது. இன்னொருபக்கம் அடர்வனத்தின் நடுவே பிளந்த அடிமரத்தினுள்ளிருந்து எழும் மென்குரல்போல நடுங்கச் செய்தது அவ்வழைப்பு. முதன் முறையாகக் கண்ணாடிக்குள் அவந்திகை தோன்றியதுபோது அந்தி வானத்தின் எஞ்சிய சிவப்பொளிப் பிரதிபலிப்பில் புலன்களைக் கிளர்த்தும் உருவிலியாக ஆடிக்குள் நீந்துவதுமாதிரி தெரிந்தாள். அவனுடைய உருவம் சரியாக விழாததால் இன்னும் நெருங்கி வரச்செய்தும், சரியான புள்ளியில் நிற்கும் லாவகத்தையும் அவனுக்குக் கற்றுக் கொடுத்தாள். பிறகு, அவன் உள்ளே வந்து விட்டதை உறுதிப்படுத்திபோது அவனால் அப்படி உணர முடியவில்லை. கண்ணாடிக்கு வெளியே பரந்திருக்கும் உலகம் அவன் பிரக்ஞையை விட்டு விலகாதது ஒரு காரணம். வாஸ்தவத்தில் அவனிருந்த வராந்தா அறைகளில் யாரும் தங்கவில்லை என்பதால் ஆப்ரஹாமை ஒருவரும் கவனிக்க வாய்ப்பில்லை. நஞ்சுண்டனோ இரவு பூராவும் ஆடுபுலி ஆட்டம்

விளையாடிய அசதியில் உறங்கிவிட்டார். அவந்திகைக்குத்தான் அங்கு கதவைத் தாழிட்டுக் கொள்ள வேண்டியிருந்தது. முதல் நாள் அவர்கள் எதுவும் பேசிக்கொள்ளவில்லை. கண்ணாடிக்குள் இரு உருவங்கள் இடமாறிய ஆச்சர்யத்தை மட்டும் அனுபவித்தனர். அந்தி என்பதால் சட்டென வெளிச்சம் மங்கிப்போனது. அடுத்தடுத்த நாட்களில் ஆப்ரஹாம் வராந்தா மூலைக்கு வந்ததுமே கண்ணாடிக்குள் நுழைந்து விடும் பிரக்ஞையைப் பெற்றுவிட்டான். குழந்தை பேசக் கற்பதுபோல நிதானமாக அவந்திகை தனக்குத் தெரிந்த சமிக்ஞைகளில் விரல்களைக் குவித்தும் விரித்தும் பின் தவறானதைக் காற்றில் அழிப்பது மாகத் தன்னைப் பற்றிய கதையைக் கண்ணாடிக்குள் சொல் அவிழா பாஷையில் ஆப்ரஹாம் என்கிற நண்பனிடம் கூறத் துவங்கினாள்.

2

முதலில் அவந்திகையால் அவ்வளவு சரியாக ஆப்ரஹாமுக்குப் புரியும்படி அவனது மொழியில் உரையாட முடியவில்லை. சமிக்ஞைகள் அனர்த்தங்களாகவே இருந்தாலும் ஆப்ரஹாம் அவற்றைத் திருத்தாமல் அப்படியே விட்டுவிட்டான். இது பெரும்பாலும் நடப்பதுதான். அவனிடம் ஊமை மொழி யில் பேசுகிறவர்கள் சைகைகளை உருவாக்கத் தெரியாமல் இயல்பான சொற்களின் ஒலி லயத்திலேயே அதைக் காட்டி, சொல்ல வந்ததற்கும் சொல்லியதற்கும் வெகுதூரத்தில் விசயத்தை நிறுத்திவிடுவது உண்டு. உண்மையில், ஆப்ரஹாமுக்கு சைகைகளுடனும் சைகைகளற்றும் இரு மொழிகள் பரிச்சயம். வாய் பேசக்கூடியவர்கள் காட்டும் சைகைகள், குறிகள், அசைவுகள், பாவனைகள் எதுவும் அவனுடைய மொழியை ஒருபோதும் சொல்லிவிடாது. அவனாக அக்குறைபட்ட சமிக்ஞையைக் களைந்து அவர்கள் கூற வேண்டியதைக் கவனித்து எடுத்துக்கொள்வதோடு சரி. ஆனால், சிலசமயங்களில் எதிரே இருப்பவர்களின் சைகை ஓர் அர்த்தத்தையும், பேசும் சொற்கள் பிறிதொன்றையும் வைத்திருக்கும். ஒருவேளை அவர்கள் பொய்யைச் சொல்லத் தடுமாறினால், அதிலிருக்கும் உண்மையை மறைத்து சைகையில் புனையும் பொய்யைத் தனித்தனியாகப் பிரித்தறியும் அன்னப்பறவையாக அவனால் மாற முடியும். இந்தக்கதை முடிய சில நாட்களுக்கு முன்புதான் இந்தச் சூட்சமங்களை அவந்திகையிடம் அவன் தெரிவித்தான். அதுவரை அவந்திகையின் சமிக்ஞையை ரசிப்பதை மட்டும் செய்துகொண்டிருந்தான். ஏனெனில், கண்ணாடிக்குள் நிகழும் இப்படியான கூத்தை அவனே அதுவரை கற்பனை செய்திருக்க வில்லை.

இரண்டாம் மூன்றாம் நாளில் கண்ணாடிக்குள் அவந்திகை கூறிய தன் பூர்வ கதை

1

அவந்திகை பிறப்பதற்கு ஒரு வருடத்துக்கு முன்புவரை தகப்பனார் உத்திரியர் புதுக்கோட்டை சமஸ்தான அரண்மனைக் கணக்காயராக இருந்தார். ஸ்லீஸெல்லா என்கிற வெள்ளைக்காரப் பெண்ணை இரண்டாம் தாரமாக மணந்து, அதனால் வின்ஸ்டன் என்கிற துரைக்கும் (ஸ்லீஸெல்லாவின் சகோதரன்) தொண்டைமான் குடும்பத்துக்கும் நேர்ந்த சங்கடத்தால் முதல் மனைவி மற்றும் இரண்டு பெண் குழந்தைகளை நிர்கதியாக்கிவிட்டு நெடுவாசல் ஜமீன்தார் வீட்டில் தலைமறைவாகி விட்டார். இந்தச் சமயத்தில்தான் ராஜ வாரிசான சிவராம ரகுநாதனின் மரணம் மன்னர் ராமச்சந்திர தொண்டைமானை மீளாத்திசைக்குள் முடக்கிற்று. நிர்வாகத்தைப் பற்றிய பிரக்ஞையின்றி படுக்கையில் மன்னர் விழுந்தார். திவானுக்கோ சமஸ்தானத்தை நிர்வகிக்கும் அளவிற்கு அனுபவம் போதவில்லை. அது போக சமஸ்தானத்தை அப்படியே பிரிட்டிஷிடம் ஒப்படைக்க ராணிக்கு மனவிலகல் வேறு. இக்கட்டான சூழலில் நிர்வாகத்தை அனுகூலமாக நடத்த, அனுபவஸ்தரான உத்திரியரைத்தவிர வேறு யாரிடமும் பொறுப்புகளை ஒப்படைக்க

முடியாதென, வின்ஸ்டன் துரையைச் சமாதானப்படுத்தி உத்திரியரையும் இரண்டாம் மனைவியையும் நெடுவாசலிலிருந்து வரவழைத்தார் ராணி ஜானகிசுப்பம்மாள்.

இம்முறை உத்திரியர், சமஸ்தானத்தின் மொத்த நிர்வாகத்தையும் கையில் சுழற்றியபடி திவானுக்கு நிகராக பிரிட்டிஷாரின் பழைய பங்களாவில் குடியேறிய அன்றைய இரவிலே ஸ்லீஸெல்லாவுக்கு செக்கச்சிவந்த முயல் குஞ்சுபோல பெண் குழந்தை பிறந்தது. குறை எடைதான். ஆனால், கையும் காலும் காற்றில் யாரையோ விடாதவாறு பிடித்திருந்தன. யுத்தம் முடிவதற்குள்ளே அழைத்து வந்த சத்திரியனைப்போல அப்படியொரு தகிப்பும் நடுக்கமும். அரண்மனை ஆட்கள்தான் பிரசவம் பார்த்தனர். ராணி தன் கண்ணிமையை நீவி குழந்தையின் கன்னத்தில் மையிட்டு, ‘அவந்திகை’ எனப் பெயர் சூட்டினாள். மூன்றும் பெண்ணானதில் உத்திரியருக்கு வருத்தம்.

“பிறந்த இடத்தையும் காலத்தையும் புதிய உயிர்தான் முடிவுசெய்கிறது உத்திரியரே. நீங்கள் இல்லை. அதுதான் உங்களை இங்கு கொண்டுவந்து சேர்த்திருக்கிறது” என்று ராணி கூறி, “திருஷ்டி கழிக்க நிறைய அஞ்சனக் குப்பிகளைச் சேர்த்து வையுங்கள்” என்றாள். அது உண்மைதான். இருவேறு உலகத்தின் கலப்பும் மினுமினுக்கும் செவ்வுடம்பும் நீல விழிகளும் பூனை மயிரும் இளந்தளிர் நிற உதடுகளும் பெரிய நுதலும் என அவந்திகை தவழ்வதற்குள் சமஸ்தானம் முழுக்கத் திருஷ்டிகளைத் தின்று செரித்தாள்.

உத்திரியரின் யோசனைப்படி ராணி தன் மகளுக்கு விரைவாகத் திருமணத்தை நடத்தி, பிறகு மகள் வழிப் பேரனை ராஜவாரிசாகத் தத்தெடுத்த பிறகே தொண்டைமான் பூரண சுவாதீனத்துக்குத் திரும்பினார். ஆனால், பேரனின் வருகை தாத்தாவைக் குழந்தைமைக்குள் பூட்டி வைத்துவிட்டது. ஆக, சமஸ்தானப் பொறுப்பு முழுவதும் உத்திரியர் வசம் ஒப்படைப்பதைத் தவிர அப்போதைக்கு வேறு வழியில்லை. மன்னர் குடும்பத்துடனான இணக்கமானது உத்திரியரை அவர்களுடைய சொந்த விவகாரங்களில் சுதந்திரமாகத் தலையிட வைத்தது. பெரும் பொறுப்பும் பதவி பெருமையும் உத்திரியருக்குள் பொதிந்து கிடந்த புதிய சிந்தனைகளைக் கிளர்த்தியது. கற்றறிந்த கணித சூட்சமங்களையும் விதிகளையும் கிடைக்கும் சந்தர்ப்பத்திலெல்லாம் வெளிக்காட்டி அவரும் தன்னை நிரூபித்து வந்தார். அடுத்த பன்னிரண்டு வருடத்தில் உத்திரியர் ஒப்புகையில்லாமல் சமஸ்தானத்தில் நிலவரியோ குத்தகைச் சட்டமோ திருத்தப்படாதென்பதுதான் எழுதா விதி.

அதற்குத் தகுந்தாற்போலவே, குடும்பத்தில் நடப்பது எதுவும் உத்திரியர் செவியில் விழாமல் அரசுப்பொறுப்புகள் அவரைச் சூழ்ந்திருந்தன. நாள் பூராவும் கோப்புகளும் கணக்குகளுமாக அதிகமும் அரண்மனையிலேயே இருந்து விட்டார். இதற்கிடையில் அப்பா இறந்த செய்தியறிந்து ஃப்ரீடன் கிளம்பிச் சென்ற ஸ்லீஸெல்லா இந்தியா திரும்பவில்லை. அவந்திகை உத்திரியரின் முதல் மனைவியிடம் வளர ஆரம்பித்தாள்.

புதிய சூழல் மகள்கள் மூவரையும் தூல உலகை மறக்கச் செய்திருந்தது. பங்களாவுக்குள் மூன்று பேரும் மூன்று ராஜகுமாரிகளாக, அரம்பையர்களாகத் தங்கள் ராஜ்யத்தைக் (பங்களா முழுவதையும்) கைப்பற்றும் வேட்கையைக் கற்பனை செய்துகொண்டு வேறுவேறு பெயர்களுடன் கதைக்குள் இருந்தார்கள். பங்களாவுக்குள் அதுதான் அவர்களுடைய பெயர்கள். பள்ளி முடிந்து பங்களாவுக்குள் நுழைந்ததும் அவர்களை அழைத்துச் செல்ல பணிப்பெண்கள் அலங்கரித்து நிற்பார்கள், சாரட் வண்டி பூட்டப்பட்டிருக்கும், வெண்குதிரைகள் குனிந்திருக்கும், சுவரில் இருக்கும் கண்ணாடிகளெல்லாம் குமாரிகளின் ஒப்பனைக்காகக் காத்திருக்கும். தங்களைப் பூரணமாக அலங்கரித்துக்கொள்வார்கள். இளங்குமாரிகளில் அவந்திகைக்குத்தான் அந்தத் தோரணை அணுக்கமாயிற்று. முலை அரும்பாத அச்சிறு சரீரத்தின்மேல் மற்ற சகோதரிகளுக்குப் பொறாமை நிறைய. அம்மாவுக்கும் அவந்திகையை அலங்கரித்தது பார்ப்பதுதான் பிடிக்கும். "அவ்வளவுக்கும் காரணம் அழகாக மலர்ந்திருக்கும் நுதல்" என்று ஒருமுறை ராணி கூறும் வரை யாருக்கும் தெரியவில்லை.

ஒருபக்கம், ராஜகுமாரிகளின் கதை வருடங்களைத் தாண்டி நீண்டுகொண்டே போனது. அவள்தான் கதையை உருவாக்கினாள். நாளாக ஆக அதன் விசித்திர சிருஷ்டியிலிருந்து சகோதரிகளால் மீள முடியவில்லை. ஒருகட்டத்தில், யதார்த்த உலகின் செவிகளுக்கு எட்டாதவாறு குமாரிகள் தம் ராஜ்ஜியத்தின் மொழிகளை மாற்றிக்கொண்டனர். பெரியவள் மலர்களின் பெயர்களால் பேசினாள். இரண்டாமவள் சப்தங்களால். அவந்திகை எண்களைத் தேர்ந்தெடுத்தாள். தூல உருவங்கள் ஒவ்வொன்றை யும் எண்பெயரிட்டு அழைக்கத் தொடங்கினாள். முதலில், இது விளையாட்டாக ஆரம்பித்தது. ஒருகட்டத்தில், எல்லாச் சொற்களும் களைத்து எண்களாக மாறின. ஒரு சொல்லுக்குரிய ஒலிநயம் பொருள் வடிவம் என அதற்கொத்த எண்களைப் பொருத்துவது நீண்டுகொண்டே போனது. எல்லாமே எண்களாகச்

சுருங்கியதும் அவற்றைப் புழங்குவது விசித்திரமாகவும் குழப்பமாகவும் மாறின. அந்தச் சிக்கலை ரசித்தாள். பூக் கட்டுவதுபோல அச்சிடுக்கு முதலில் சரிந்து விழுந்தன, மெல்ல மெல்ல அதன் லயம் கைகூடத் தொடங்கிற்று. வேடிக்கை என்னவென்றால், அவந்திகை பேசுவதை மற்ற குமாரிகளால் ஒரு நிலைக்குமேல் புரிந்துகொள்ள முடியவில்லை. அவந்திகை பெயர்களை நீக்கிக்கொண்டே வந்தாள். அவளுடைய அறை முழுக்க எண்களின் சப்தம் மட்டுமே கேட்டது. அவந்திகையின் சிருஷ்டிகள் மற்ற குமாரிகளைச் சீண்டியதுபோல அவளின் உடையாத, இளஞ்சூடான குருதிமீதான கவலை உத்திரியரின் மனைவிக்குள் உழன்றுகொண்டிருந்தது. மூத்தவள் ருதுவாகித் திருமணத்துக்குத் தயாராகிவிட்டாள். நடுத்தரவள் ருதுவெய்தி ஆறு வருடங்கள் முடிந்தன. இவர்களுக்கிடையில் அவந்திகை சிற்றோடையாக ஓடிக்கொண்டிருந்தாள்.

2

இந்தச் சமயத்தில், வரி அதிகரிப்பும் கொள்முதல் பற்றாக்குறையும் உள்ளீடற்ற திட்டத்தாலும் சமஸ்தான நிர்வாகம் அடுக்கடுக்கான சிக்கல்களால் சரிந்துபோயிற்று. போதாதற்கு பிரிட்டிஷ் நிர்வாகத்தால் மதராஸ் மாகாணத்தில் ஏற்பட்ட பஞ்சம் வேறு. மழையும் இல்லை. ஒன்றை மீட்க இன்னொன்று பின் மூன்றாவது எனக் காரியங்கள் சறுக்கியதில் பழைய ரீஜன்ட், மெட்ராஸ் கவுன்சிலிடம் விசயத்தைத் தெரிவித்து சீர்கேடுகளை விசாரிக்க முடிவெடுத்தார். ஒருகட்டத்தில் பிரிட்டிஷ் அரசு வழங்கிய மேன்மைதங்கிய பட்டம் பறிக்கப்பட்டு சாதாரண ஜமீன்தார் நிலைக்குத் தள்ளப்பட்டார் உத்திரியர். அவசர நடவடிக்கையாக சமஸ்தானத்துக்கு சேஷையா சாஸ்திரியை திவானாகப் பணியமர்த்தியது நிர்வாகம். சாஸ்திரியின் பேராகிருதி உத்திரியரின் நிலையழிவை மட்டுமல்ல. நிர்வாகத்தின் மொத்த அஸ்திவாரத்தையும் மாற்ற ஆரம்பித்தது.

இதற்கிடையில் தொண்டைமானின் மகள்களுடன் சேர்ந்து அவந்திகைக்கும் சிபாரிசில் மெட்ராஸ் கல்லூரியில் இடம் கிடைத்தது. வெளி வாசமே சீந்தாதவளுக்குப் புதிய அனுபவமாக இருக்கட்டும் என அம்மா அனுப்பிவைத்தாள். நினைத்ததுபோலவே கல்லூரியில் சேர்ந்த மூன்றாவது மாதம் அவந்திகை ருதுவெய்தினாள். குடும்பத்துடன் போய் அழைத்து வந்தனர். பொலிவிழந்து குழப்பம் மேவிய முகத்துடன் இருந்தாள். பேச்சும் குறைந்துவிட்டிருந்தது. அவர்கள் வருகையையே அவள் விரும்பாததுபோல் விரல்களைப் பார்த்துக் கொண்டிருந்தாள். அலைக்கழிப்பான விழிகள். யாரையும்

சந்திக்கவில்லை. அப்படியே பார்த்தாலும் தனக்கு முன்னால் சுருங்கிவிட்டிருக்கும் சின்னஞ்சிறிய நத்தையோட்டைக் காண்பதுபோலத்தான் உற்றுக்கவனித்தாள். எல்லோருமே அவள் முகத்தை நோக்கியபடி இருந்தனர். ஆனால், அவந்திகையோ அந்நிய வீட்டுக்குள் காத்திருப்பதுபோல விரல்களை வருடியபடி அமர்ந்திருந்தாள். உடலின் புதிய வலிகளின் உணர்வுகளின் தத்தளிப்பு அது என அம்மா சமாதானம் சொல்லிக்கொண்டாள். படிப்பை முடிக்கும்வரை இனி அவளைத் தொந்தரவு செய்ய வேண்டாம் என்று உத்திரியர் கண்டிப்புடன் அனுப்பி வைத்தார். ஆனால், அந்தச் சந்திப்புக்குப் பிறகு ஆறு மாதத்தில் நிர்வாகம் அவளைக் கல்லூரியிலிருந்து விலக்கி ஊருக்குத் திருப்பி அனுப்பியது. உத்திரியர் அதிர்ந்துபோனார். காரணம் கேட்டதற்கு, "கணிதம் புரியவில்லை" என்றார்கள். சமஸ்தானத்திலிருந்து சிபாரிசு கடிதம் அனுப்பியும் கல்லூரி ஏற்றுக்கொள்ளவில்லை. திரும்பவும் அதே பதிலைத்தான் கூறினார்கள்.

ஊர் திரும்பிய பிறகு அவந்திகை பங்களாவில் எல்லோருடனும் சகஜமாகத்தான் இருந்தாள். அவளுக்குப் படிப்பின்மீது நாட்டமில்லையே தவிர வேறெந்தப் பிரச்சினையும் இருப்பதாகத் தெரியவில்லை. இரண்டு சகோதரிகளும் திருமணம் ஆகிப் போனதால் அவந்திகைக்குத் துணை அம்மா மட்டுமே. இருவரது உலகமும் ஒன்றுக்கொன்று எதிரெதிரில் இருந்தது. அம்மாவிற்கு வேண்டியவற்றைச் செய்ய அவந்திகை தயாரானாள். காலையில் எழுவதிலிருந்து தூங்குவதுவரை. கோலமிடுவது – அதில் புதிய முறைகளைப் பரிசோதிப்பது அவளுக்குப் பிடிக்கும், வீடு துடைப்பது – ஒவ்வொரு நாளும் ஒவ்வோர் அறை, சமைப்பது – ஒரு பருக்கைகூட மிச்சம் விழாதவாறு அளந்துபோடுவது, தலைவாருவது – சிக்கலான பின்னல்களைத் தேர்ந்தெடுப்பது, இந்த மாற்றங்கள் எதையும் அம்மாவால் சட்டெனக் கணிக்க முடியவில்லை. ஆனால், நுட்பமாக அவதானித்தபோது விசித்திரமான சிலதைக் கண்டு அம்மா திகைத்துவிட்டாள்.

உதாரணத்துக்கு, அவந்திகையால் தன் ஒவ்வோர் உதிரப்போக்கு நிகழப்போவதை மிகத் துல்லியமாக, குறித்த நாழிகைக்குள் சொல்ல முடியும். நாளாக ஆக அவளுடைய கணிப்பு அச்சமூட்டுமளவுக்குத் தன் ஆகிருதியைப் பங்களா முழுக்க வியாபித்துக்கொண்டிருந்தது. நிகழ்வதைச் சரியாகக் கணிக்கிறாளா அல்லது நிகழப்போவதைக்குறித்துக்கொடுக்கிறாளா எனப் பிரித்தறிய முடியாமல் அம்மா குழம்பித்தான்போனாள்.

வம்சா வழியாக தொண்டைமான் குடும்பத்துக்குத் தேதி குறித்துக் கொடுக்கும் செட்டி நாட்டுச் சோழிக் குறத்தி ஒருத்தி யிடம் விசயத்தைக் கூறினாள். குறத்தி சோழிகளை இறைத்து, விழுந்த எண்களையும் திசையையும் வைத்து, "அப்படி எந்தச் சக்தியும் வாய்க்கப்பெறவில்லை. ஆனால், அவள் ருதுவெய்தியதற்கு நான்காவது வாரத்திலிருந்து எழுபத்திரண்டு நாட்கள் தூக்கமும் உணவுமின்றிக் கிடந்ததை மட்டும் சோழிகள் காட்டுகின்றன" என்றாள். அது எப்படிப்பட்டதென விசாரித்ததற்கு, "இது ஒருவகையில் புத்தி பேதலிப்பு போலிருக்கு. எனக்குத் தெரிந்து இதற்கு வைத்தியம் மலைக்கப்பால் செய்கிறார்கள். அங்கு அழைத்துச் செல்லுங்கள். நமக்குத் தெரிந்தவற்றையும் தெரியாதவற்றையும் அவர்கள் காட்டிவிடுவார்கள்" என்று சொல்லிவிட்டு எழுந்தாள்.

அம்மா மீளாத குழப்பத்துடன் வீடு திரும்பினாள். உத்திரியரிடம் குறத்தி பற்றி எதுவும் சொல்லவில்லை. ராணியிடம் மட்டும் விசயத்தைக்கூற பதிலுக்கு ராணி, "குறத்தி சொல்வது சரியாகத்தான் இருக்கும். ஏனெனில், தொண்டைமானுக்குப் புத்திரசோகம் இப்படித்தான் பித்தாக முற்றியிருந்தது. அப்போது மலையுச்சியைக் குறத்தி கைகாட்டியபோது எவ்வளவோ முயன்றும் நாங்கள் போகவில்லை. குலதெய்வத்தின் கோபத்துக்கு ஆளாக வேண்டாமென இருந்துவிட்டோம். ஒருவேளை போயிருந்தால் தொண்டைமானுக்குத் தொலைந்துபோன பதினைந்து வருடங் களை நாங்கள் திருப்பியளித்திருக்கலாம். இன்னொன்று, அப்போதைய நிலைமையில் தொண்டைமானைப் புத்திபேதலித்த உருவத்துடன் வெளியே அழைத்துச் செல்வது சரியாகப் படவில்லை."

ஆனால் அம்மா, ராணி செய்ததுபோலச் செய்துவிடாமல் அவந்திகையை அழைத்துக்கொண்டு குறத்தி குறித்துக் கொடுத்த நாள் கிழமையில் மலையடிவாரத்துக்குக் கிளம்பினாள். ஒரு வார காலப் பயணம். ஒருநாளும் அவள் அப்படி உத்திரியருக்குத் தெரியாமல் எங்கும் சென்றதில்லை. என்றைக்காவது மாற்றாளின் பெண்ணை இதுமாதிரி அழைத்து வந்து நிற்பதாகக் கனவுகூடக் கண்டதில்லை. வாழ்க்கையில் அதொரு புதிய அனுபவம் என்றுதான் சொல்ல வேண்டும்.

மலையடிவாரத்தை அடைந்தபோது நிறை மதியம். அங்கிருந்தவர்கள் மலைக்கப்பாலிருக்கும் தொல்குடிகள். இரவு வரை சடங்குபோல சில நடைமுறைகளைச் செய்துவிட்டு "இனி ஒன்றுமில்லை, வெறும் பருவவயதிற்கு ஒவ்வாத

எண்ணங்கள்தான்" எனச் சொன்னதுடன் அவள் நிம்மதியாக வீடு திரும்பினாள். கூடவே, திருமணத்தை முடிக்கவும் அவசரப்படுத்தினாள். ஏற்பாடுகள் நல்லபடியாக முடிந்தன. பின்பு அவந்திகை பற்றிய அதீதப் பிரக்ஞையிலிருந்து அம்மா விடுபட்டாள். கொஞ்சநாளில் அந்நினைப்பே அவளுக்கு எழவில்லை.

3

சேஷையா சாஸ்திரி திவானாக வந்த ஒரு வாரத்தில் சமஸ்தானத்துக்குப் புதிய நிர்வாகிகளை நியமித்தார். சாஸ்திரி அமர்த்திய பிரிட்டிஷ் ஊழியர்கள் கைக்கு அதிகாரம் போனது. ஏற்கெனவே திவான் சொற்படிதான் மன்னர் இயங்கிக்கொண்டிருந்தார். உத்திரியரிடம் எந்த வேலையும் ஒப்படைக்கப்படவில்லை. கையாலாகாத்தனம் முகத்தை அறைந்தது. புதிய வரியாலும் மிகக்குறைந்த கொள்முதலாலும்தான் கருவூலம் வறண்டுபோனதென பிரிட்டிஷ் அரசிடம் சாஸ்திரி தன் அறிக்கையைச் சமர்ப்பித்து, அதற்கு உத்திரியரின் அறிவீனமே முதல் காரணம் என்கிற தன் அனுமானத்தையும் உறுதிப்படுத்தினார். குற்றச் செயல் புதுக்கோட்டை சமஸ்தானம் பூராவும் கசிந்தது. குடியானவர்கள் உத்திரியரின் பெயரை மென்று துப்பினர். சிலர், அது உத்திரியரின் தந்திரமாகக்கூட இருக்கலாம் என்றனர். சிலர் மன்னர் ஆக்ஞைப்படி நிகழ்ந் திருக்கவும் வாய்ப்பு உண்டு என்றனர். அதற்குத் தகுந்தாற்போலவே அதிகாரத்துக்கு வந்ததும் திவானின் நிர்வாகச் செயலூக்கம் பளீரென்று துலங்கி சமஸ்தானம் நிமிரத் துவங்கியது.

அடுத்த வாரமே உத்திரியர் திவான் அலுவலகத்திலிருந்து வெளியேற்றப்பட்டார். பதினைந்து வருட பீடம் சட்டெனப் பிடியிழந்து சரியவும் பெரும் வெட்ட வெளியில் வந்ததுபோல ஆயிற்று. ஆனால், தொண்டைமானுடனான பிணைப்பு நெகிழவில்லை. பிரிட்டிஷின் கணக்காய்வுத் தலைமைக்குத் தனது பணிக்காலம் வரையான நியாயங்களைத் தயார் செய்ய முடிவெடுத்தார். தன்மீதான அவப்பெயரை நீக்க அது ஒன்றாவது நல்வழியாக இருக்கும் என்கிற நம்பிக்கையில். அதற்கு உத்திரியருக்கு ஒருவருடம் பிடித்தது. இக்காலத்தில் சாஸ்திரிக்குத் தனிப்பட்ட வகையில் ஒரு கடிதத்தையும் எழுதிக்கொண்டிருந்தார். அது, கணிதத் தத்துவ சாஸ்திரத்தில் தான் கண்டுபிடித்த பாஷ்யங்கள் அடங்கிய குறிப்புகள் பற்றியது. முடிவில் அத்தனையையும் திவானுக்கு அனுப்பிவிட்டுப் பிறகு அரண்மனையிலிருந்து வெளியேறி விட்டார். அத்துடன் அரண்மனைக்கும் உத்திரியருக்குமான துவந்தமும் முடிந்தது.

உத்திரியரின் கடிதத்தை சாஸ்திரி சீந்தக்கூட இல்லை. அதுபோல நிறைய சாஸனங்களையும் பாஷ்யங்களையும் தன்னனுபவத்தில் பார்த்திருந்தார். வெறும் கணித விதண்டா வாத விளக்கங்களெனத் தூக்கிப்போட்டது நான்கு வருடங்களுக்கு மேசை இழுப்பறைக்குள்ளேயே இருந்து விட்டது. சாஸ்திரிக்கும் அதன்பிறகு உத்திரியரைச் சந்திக்கும் வாய்ப்பு அமையவில்லை. திவான் பதவிக்காலம் பூர்த்தியாகி சாஸ்திரி திருவனந்தபுரம் சென்றுவிட்டார். உத்திரியரும் தன் மூன்று மகள்களுக்கும் திருமணமான பின்பு இளஞ்சாவூர் ஜமீன் கணக்குகளைப் பார்த்துக்கொண்டு அவர் மட்டும் பங்களாவிலே இருந்துகொண்டார். ஆயுள் பரியந்தத்துக்கும் தங்கிக்கொள்ளட்டும் என மன்னர் குடும்பமும் அனுமதித்தது. கிட்டத்தட்ட எட்டு வருடங்கள் உத்திரியர் அவ்வீட்டில் ஒரு வேலையாளுடன் தனியாகத்தான் வாழ்ந்தார்.

நாளுக்கு இரண்டு முறை காபியும், ஒருவேளை கஞ்சியும் தவிர, எப்போதாவது தொண்டைமானைப் பார்க்க விரும்பினால் குதிரை வண்டியில் வேலையாள் அழைத்துச் செல்வான். கடைசிக் காலம் இப்படித்தான் போய்க்கொண் டிருந்தது. ஒருநாள் திடீரென பங்களாக் கதவுகள் உள்பக்கம் பூட்டப்பட்டன. அதன்பிறகு, பல மாதங்கள் திறக்கப்படவில்லை. வேலையாள் சொன்னான், “இறப்பதற்கு மூன்று மாதங்களுக்கு முன்பு திருவனந்தபுரத்திலிருந்து உத்திரியருக்கு ஒரு கடிதம் வந்தது. அதில் என்ன இருந்தெனத் தெரியவில்லை. அப்போதே அதைச் சுருட்டிப் பரண் மேல் எறிந்துவிட்டார். ஆனால், அன்றிலிருந்து ‘திருட்டு’ எனும் சொல்லை மட்டும் உச்சரித்துக் கொண்டே இருந்தார். அவரின் கடைசி இரவுவரை மொத்த உறக்கத்தையும் அட்டையாக அச்சொல் உறிஞ்சிவிட்டிருக்க வேண்டும். அதன் பிறகு, உத்திரியர் இருந்ததெல்லாம் சூன்யம் பிடித்த ஒரு நீண்ட பகலில். என்னையும் அனுப்பிவிட்டுப் பங்களாக் கதவுகளை இழுத்திச் சார்த்திக்கொண்டவர் எதற்காகவும் வெளியே வரவில்லை. பிறகு, காய்ந்த மட்டைபோல இறந்து நாட்பட்ட உடலைத்தான் பார்த்தேன்.” வீடு முழுக்க ருதுவெய்திய பெண்ணினுடைய உதிரப்போக்கின் மணம் குமைவதாகவும், அது அவ்வீட்டிலோ அல்லது அங்கிருந்தவர்கள்மீதோ விழுந்த பெண் சாபமாக இருக்கும் எனப் பங்களாவைச் சுத்தப்படுத்த வந்தவர்கள் பேசிக் கொண்டார்கள்.

குறிப்பு மூன்று
புதிய சிக்கல்கள்

1

வெள்ளி மாலை கிறிஸ்துவுக்கு அளிக்கப் படும் சபாத்து நாள். சனி முழுவதும் அதைக் கொண்டாடுவார்கள், அன்றைக்கு மட்டும் மிஷனில் இருக்கும் அத்தனைபேரையும் ஒருசேரப் பார்க்க முடியும். பங்காவாலாக்களுக்கும் எந்த வேலையும் இருக்காது. ஒத்தாசைக்கென சமையலறைக்குப் போய்விடுவார்கள். சமையலறை, மிஷனுக்குத் தெற்குப்பக்கச் சுவரோடு ஓடுவேய்ந்த நீளமான மரயிருக்கைகள் ஊன்றிய சாப்பாட்டுக் கூடத்தைக் கொண்டது. முந்தைய வாரத்தில் முடிந்த வேலைகள் பற்றியும், அடுத்த வாரத்துக்கானதையும் நீட்ஷன் சபாத்து நாளில் விளக்கிக் கூறுவார்.

மிஷன் ஊழியர்களைப் பொறுத்தமட்டில் அந்த இறுதி நாட்கள் ஒருவிதத்தில் ஆசுவாசமளிப்பவை. தங்களது அயர்வூட்டும் பணிகளிலிருந்து விடுபட்டுப் பரஸ்பரம் உரையாடுமளவு கால அவகாசமில்லை யென்றாலும் ஒருவரையொருவர் பார்த்துப் புன்னகையைப் பரிமாறிக்கொள்ள முடியும். அந்நிகழ்வுதான் அவர்களுக்குள் கணிசமான பரிச்சயத்தை உருவாக்கியது. அதுவுமே நீட்ஷனின் பிரக்ஞையை மீறி நிகழ்ந்துவிடாது. ஒவ்வொருவரின் சொற்களும் நீட்ஷனின் மனக்கிடங்கில் உழலும் எண்ணங்களில் எஞ்சியவையாகக்கூட இருக்கலாம். சிலசமயம் அனைவரின் உதடுகளும் அவர் நினைப்பதை மட்டும் உச்சரிக்கின்றனவோ என்று சில சமயம் சந்தேகம்கூட எழும். ஆனால், அன்று அவ்விறுதிநாள் இத்தனை கசப்பனதாகவும், பிரத்யட்சமாகத் தன் காலக்கடிகையைக் கண் முன்னே தலைகீழாக மாற்றி வைக்கும் என்று நீட்ஷனே நினைத்துப் பார்க்கவில்லை.

எல்லாம் நல்லபடியாகத்தான் போய்கொண் டிருந்தது. சுவையான உணவுகளை வேலையாட்கள் ஏற்பாடு செய்திருந்தனர். வெண்ணெய் தடவிய கறி

வறுவலும், தேங்காய்த் துருவல் தூவிய சுட்ட மீன் வகையும், சப்பாத்தி பிடித்தவர்களுக்குச் சப்பாத்தி சுட்டும், கேப்பைக் களி உருண்டைகள்— நீட்ஷனுக்குப் பிடித்தது – அதற்கு, எண்ணெய் சுண்டாதளவு கொதிக்க வைத்த பன்றிக் கறிக் குழம்பும், வைனில் நனைத்த பிரட்டுடன் மாட்டிறைச்சி வைத்து மடித்த சாதம், சாப்பிட்டு முடித்ததும் செரிப்பதற்காக இஞ்சி பாசிப்பயறு உடன் வெல்லம் சேர்த்து அரைத்த தொக்கும் என அனைத்தும் தயாராக இருந்தன. பிரிட்டிஷார்களுக்கு வேண்டியவற்றைக் கன்னியாஸ்திரிகள் பரிமாறினர்.

இரண்டு நாட்களுக்கு முன்புதான் மதராஸ் மாகாணத் தனிச்செயலர் அலுவலகத்திலிருந்து இரண்டு தந்திகள் வந்திருந்தன. ஒன்று, தொழிலாளர் வேலை நிறுத்தங்களைச் சமாளிக்கக் கோடை மலையிலுள்ள பிரிட்ஷார்களைப் பணிக்குத் திரும்ப அழைக்கும் உத்தரவு. இன்னொன்று, மணிப்பூர் ராஜ்யம் வீழ்ந்தது பற்றியது. மிஷனுக்கு இதுபோல அரசு அலுவலகத் திலிருந்து தந்திகள் எதுவும் அதுவரை வந்ததில்லை. நீட்ஷனுக்குக் குழப்பமாக இருந்ததால் தற்போதைக்கு முதல் தந்தியைப் பற்றி யாரிடமும் ஒன்றும் சொல்ல வேண்டாமென மறைத்து விட்டார். ஆனால், தந்தி வந்த இரண்டாவது நாள், அதாவது நடந்துகொண்டிருந்த சபாத்து அன்று, பிரிட்டிஷ் கவர்னர் அலுவலகத்திலிருந்து ஊழியர் ஒருவர் வந்திருந்தார். அவர் பெயர் அலெக்ஸ் வான் ஃபீலே.

ஃபீலேயின் வருகையை நீட்ஷன் எதிர்பார்க்கவில்லை அதோடு மிஷனுக்கு அரசாங்க ஊழியர்கள் யாரும் அதுவரை வந்ததுமில்லை. நீட்ஷன் தன்னுடைய உளவியல் பரிசோதனை களை முன்வைத்து கவர்னரிடம் பேசியபோது அவர் அதற்கான முழு ஆதரவையும் உதவியையும் தருவதாகவும், அந்நூல் உருவாகும் வரை பிரிட்டிஷ் பக்கமிருந்து எந்தத் தொந்தரவும் வராது என்பதாகவும் உறுதியளித்திருந்தார். அதன் பிறகுதான் நீட்ஷன் தனக்குத் தேவையான பிரிட்டிஷார்களை உளவியலின் புதிய இயைபுகள் பற்றியும், பரிசோதனைப் பொருண்மையை விளக்கியும் பகுத்தறிவுக்கு அப்பாற்பட்ட உளச் செயற்பாடுகளைப் புரிந்துகொள்ளும் நபர்களைத் தெரிவு செய்து இங்கு அழைத்து வந்தார். அன்றையிலிருந்து மிஷனுக்கு வந்த நான்கு வருடத்தில் கவர்னர்க்கு நன்றி சொல்லி ஒரு கடிதம் அனுப்பியதைத் தவிர வேறு எந்தத் தொடர்புமில்லை.

பிரிட்டிஷ் அரசாங்கத்தின் ஓர் உயரதிகாரிக்குரிய மரியாதையில் ஃபீலேவை நீட்ஷன் வரவேற்றார். மிஷனின் சூழலும் அங்கிருந்த பிரிட்டிஷார்களும் முற்றிலும் வித்தியாச மான அனுபவத்தை அளித்தது ஃபீலேவின் உரையாடலில்

அடிக்கடி வெளிப்பட்டது. அதோடு ஃபீலேவின் தொனியும் உடல்மொழியும் மதராஸ் மாகாணக் கவர்னர்யிடமிருந்து பொறுப்புகள் வேறொருவருக்கு, ஒருவேளை ஃபீலேயின் நெருக்கத்துக்குரியவருக்கு, கைமாறிய தகவல் பேசவாரம்பித்த இரண்டொரு சொற்களிலே காட்டிவிட்டது. நீட்ஷன் அவரைக் கூர்ந்து நோக்கியபடி மிக நிதானமாகவே ஒவ்வொரு சொல்லையும் நகர்த்தினார். பதிலுக்கு ஃபீலேவும் விதரணையுடனே தொடங்கினார்.

மிஷன் ஊழியர்களே ஆச்சர்யப்படும்படி இரவு வெகுநேரமாகியும் நீட்ஷனும் பிரிட்டிஷார்களும் அறைக்குக் கிளம்பாமல் பேசிக்கொண்டிருந்தனர். ஃபீலேவுக்கு மிக விமர்சையான விருந்து அளித்தனர். நேப்பியரிலிருந்து தருவித்த உயர்ரக வைனுடன் மாட்டிறைச்சியையும் ரொட்டிகளையும் ஃபீலே விரும்பிச் சாப்பட்டார். இரவுணவுக்குப் பிறகு உரையாடல் உற்சாகமாகப் போனது. சட்டென ராபர்ட் பரோன் பற்றிய பேச்சை ஒரு பிரிட்டிஷார் எடுத்தார்.

“ராபர்ட் தன்னுடைய அந்திமக் காலம்வரை போர்களைச் சந்தித்துக்கொண்டிருந்தார்” என்று ஆரம்பிக்க, “ஆமாம் பிரிட்டிஷின் நெப்போலியன் அவர். நுட்பமான போர் தந்திரக்காரர். என்ன ஒரு திடம்! ஒவ்வொரு சிப்பாயும் ராபர்ட்டைச் சந்தித்திருக்க வேண்டும். அல்லது லண்டனில் இருக்கும் அவருடைய கல்லறையிலாவது விழுந்து வணங்க வேண்டும்” என்றார் இன்னொரு பிரிட்டிஷ்காரர்.

“ஆனால் அவருக்கும் வெற்றி ஒருகட்டத்தில் சலிப்பூட்டிருக்கும். அது எப்போதும் உற்சாகத்தைத் தரக்கூடியதன்று. இறுதியில் பெரும் சூன்யம்தான் எஞ்சும். ராபர்ட் தன்னுடைய அந்திமக் காலத்தில் சலிக்கச் சலிக்க வென்று தீர்த்த நிலங்களைக் கண்கொண்டு பார்க்கக்கூடாது என்றுதான் பிரிட்டன் சென்றுவிட்டார்” நீட்ஷன் அவருக்குப் பதிலளித்துவிட்டு ஃபீலேவை நோக்கிப் புன்னகைத்தார்.

ஃபீலே எழுந்து பெரிய ஏப்பத்துடன், “பார்க்கப் பிடிக்கவில்லை என்றால், காலனியத்தால் பிறக்கப்போகும் புதிய உலகத்தை வேறு எப்படி ஏற்றுக்கொள்வது?” இந்த இடத்தில் ஃபீலே நீட்ஷனை சட்டை செய்யாமல் எல்லோரையும் பொதுவாகப் பார்த்துக் கேட்டார். கணப்பு மூட்டும்படி நீட்ஷன் ஆப்ரஹாமை ஏவினார்.

“நிச்சயமாக இதுதான் வழி. ஆனால், நெப்போலியனிலிருந்து கிளைவ் வரை அதை ருசித்திருப்பார்கள். அவர்கள் எல்லோருமே அதன் சுவையை மீண்டும் மீண்டும் அனுபவிப்பதில்,

ஆனால் ஒருபோதும் திருப்தியடையாத மனதுடன் விருப்பத்தைக் கொண்டவர்களாக இருக்க வேண்டும்” கூட்டத்திலிருந்து ஒரு குரல் வந்தது.

“இல்லை இதில் இரண்டு விதம் உண்டு. ஒன்று, நிலங்களை ஒரே சாம்ராஜ்யத்துக்கு மாற்றுவது, அதாவது பௌதீகமாக ஓர் எல்லைக்குள் உருவாக்கிவிட்ட திருப்தி. இதைத்தாண்டி இன்னொன்று இருக்க வேண்டும்.” ஃபீலே கேட்டதற்கு இன்னொரு பிரிட்ஷார் பதிலளித்தார்.

ஃபீலே கையை உயர்த்தி அவருக்குப் பதில் கூறுகிறேனெனத் தொடங்குவதற்குள் நீட்ஷன் அவருக்கு அருகிலிருந்தவரைப் பேச அனுமதித்தார். “ஆமாம் சர்வ வல்லமை படைத்த ஒரு சாம்ராஜன் வெறும் புவியியல் அமைப்பைப் பெறுவதால் மட்டும் திருப்தி அடைவதில்லை. அதாவது, நிலம் என்பது வெறும் புவியியல் அமைப்பு என்பதைத்தாண்டி ஒரு கலாச்சாரத்தின் இடம், விருப்பு வெறுப்புகளின் சூழல், அவர்களின் நம்பிக்கை. இப்படி அத்தனையும் சார்ந்தது. ஒரு தலைமைக்குக்கீழ் பணிகையில் அவர்களை மாற்ற வேண்டிய பொறுப்பும் உழைப்பும் அதிகார பீடத்துக்குரிய மரியாதை. அப்படியொரு விழுமியத்தை மாற்றுவதுதான் உண்மையான அரசதிகாரம். அது ஒருபோதும் சலிக்காது.” சட்டென நீட்ஷன் அவர் பக்கம் திரும்பி, “நீங்கள் சொல்வதுதான் அந்த இரண்டாவது” என்றார்.

நீட்ஷனின் கூற்றை ஃபீலே மறுக்கவில்லை புகைக்கும் குழாயை எடுத்து சுத்தம் செய்தபடி தலையாட்டிவிட்டுத் தொடர்ந்தார். “ஆனாலும் அவர்கள்மீது கவியும் புதிய வண்ணம் வெறும் கனவுப் படலம் போல, நீர் வண்ணமாக விழுந்திருப்பது அரசுக்கு வெறுப்பைத்தானே கொடுக்கும்” என்றார்.

பிரதி வாதம் சரியான புள்ளிக்கு நகர்வதை நீட்ஷன் அவதானித்தார். “சரி. கலாச்சாரம் பண்பாடு போன்ற விழுமியங்களை வெல்வதுதான் அந்தச் சலிப்பைப் போக்கும் என்கிறீர்களா?” நீட்ஷன் பிரிட்டிஷார்களைப் பார்த்துக் கேட்டார். “நிச்சயமாக” எனச் சில குரல்கள் ஒலித்தன.

பிறகு அதைத் தொடர்ந்து ஒருவர், “அதாவது நிலம் என்றென்றைக்குமான நிரந்தர இருப்பாக இருக்கப்போவதில்லை ஃபாதர். அரசதிகாரம் நிலையானது கிடையாது. ஒருநாள் அதை இன்னொன்று கைப்பற்றும். யூதர்கள், இஸ்லாமியர்கள், கிறிஸ்தவர்கள் என ஒவ்வொருவருக்கான இடமாக ஜெருசலம் காலங்காலமாக மாறிக்கொண்டேதான் இருக்கும். அதன் தொன்மையும் பண்பாடும் ஒன்றேயொன்றாக மாற அதன் சுயம் தன்னை ஒப்புக்கொடுக்க வேண்டும்” என்றார். சட்டெனப் பேரமைதி கவிழ்ந்தது. நீட்ஷனே அதைக் கலைத்தார், “ஒரு

காலகட்டம் நீர்த்துப்போனாலும் தனி மனித சுயத்தை ஒருவன் தன்பால் ஈர்ப்பது என நீங்கள் கூறவருவதைப் புரிந்துகொள்ளலாமா?" என்று கேட்டார்.

"அதுதான் உண்மை நீட்ஷன். வீழும் சமூகம் தன்னை வீழ்த்தியதன் மேல் தன்னுடைய விழுமியத்தைக் காட்டத் தயக்கத்துடன் புற அழுத்தத்தைச் சுயத்துடன் இணைத்துக்கொள்ள வைப்பதுதான் அந்த சர்வ வல்லமையின் வெற்றி. அதேசமயம், அது அவ்வளவு எளிதானதும் இல்லை" பீலே முடித்தார்.

விடியும்வரை விவாதம் எந்தப் புள்ளியிலும் நிலைகொள்ளாமல் உழன்றுகொண்டே இருந்தது. உற்சாகம் இழக்காமல் உரையாடுவதற்காக அடுப்பை அணையவிடாமலும், வைன் குடுவைகள் காலியாகாதவாறும் பங்காவாலாக்கள் பார்த்துக்கொண்டனர். ஆனால், நீட்ஷனால் ஃபீலேயின் இருப்பைத் தன்னுடைய பிரக்ஞைக்குள் வைத்துக் கண்காணிக்க முடியவில்லை.

2

அடுத்தநாள் ஆப்ரஹாம் கண்ணாடிக்குள் வந்ததும் சபாத்து இரவில் நடந்தவற்றை அவந்திகை விசாரித்தாள். அவனுக்கு எதுவும் தெரியவில்லை. ஆனால், தீவிரமான அவர்களின் முகபாவனைகளில் வெளிப்பட்ட உற்சாகத்தையும் திளைப்பையும் மட்டும் பழித்துக் காண்பித்தான். அவை அஃறிணைகளின் மொழி என்றான்.

பறவைகள் பேசுவது கிடையாது, அவற்றுக்கு சந்தோஷத்தை யும் அச்சத்தையும் அறிவிக்க இரண்டு சமிக்ஞைகள் மட்டும் உண்டு. மனிதனைத் தவிர மற்ற எல்லாமும் அப்படித்தான் என்றான்.

அவந்திகை சிரித்தாள். அவன் விளக்க ஆரம்பித்தான். விரல்களைக் காற்றில் விரித்து உதடுகளும் விழிகளும் செவிமடல்களும் வெவ்வேறு திசைகளில் சுழன்று பின் விரல் நுனியில் குவிந்தன. அவள் உற்றுக் கவனித்தாள். இமைகளை அசைக்காமல் விழி அகலாமல். ஒருகணம் அவனுடைய ஒவ்வொரு அவயங்களும் தனித் தனியாக இயங்குவதுபோல் தோன்றின. பதினொரு விதமான புன்னகைகள். உதட்டுச்சுழிப்புக்குத் தகுந்தளவில் விரல்கள் நெளிகின்றன, கைகள் முதுகுக்குப் பின்னாலிருந்து வருவதுபோல மெல்லத் தழைகின்றன. நாட்டியத்தில் சிருங்கார உணர்வுகளைக் கிளர்த்தும் ஒருசில நிலைகளை ஒத்திருக்கின்றன. மார்பு புடைத்து இடுப்பு நெளிந்து பிருஷ்டம் தூணைத் தொட்டு கால்கள் பிணைந்து பாதவிரல்கள் மட்டும் நிலத்துடன் இணைந்திருக்கும் கோயில்

சிற்பங்களை நினைவூட்டின. விரல்களை மார்புக்கூட்டில் வைத்தும் நெற்றிப் பொட்டில் குவித்தும் பிறகு தோள் மூட்டு களில் முடிக்கிறான். குவித்தவற்றை விரித்து மார்புக்குள்ளிருந்து மலர்களை எடுப்பதுபோல ஒருபக்கம் பறித்து எறிந்தபடியும், மறுபக்கம் இன்னொரு கைவிரல்கள் உடலின் ஒவ்வொரு குவிமையங்களாகத் தொட்டு விலகியும் அலைகின்றன. அவளால் விரல்களைப் பின்தொடர முடியவில்லை. நாணயத்தைச் சுண்டும் புள்ளியில் அவை நிலைகொள்ளாத அவளின் விழிகளைப் பற்றி இழுத்துவிட்டன. சுழலும் வேகத்துக்கேற்பப் பார்வையைக் குவிக்க முடியவில்லை. கண்களை யாரோ பிடுங்கி இழுக்குமளவு வலித்தது. பிறகு, மெல்ல மெல்ல இசை லயத்துடன் விரல்களின் அசைவு வலியைக் குறைத்தது. மிதந்து கொண்டிருக்கும் பூரண மதியை நோக்கியிருப்பதுபோல அமர்ந்திருந்தாள். சொற்கள் எட்டாத உயரம். இப்போது அவனின் விரல்கள் நுனிகள் தெரிந்தன. நகங்கள் துலக்கமாகின. குவிந்து விரிகையில் புன்னகைப்பதுபோல் இருந்தன. அவை காட்டும் திசைக்கு விழிகள் மிதப்பதும் கலைவதுமாக நகர்ந்தன. சட்டென அவள் தானாகவே சிரித்தாள். கண்கள் கலங்கின. விரல்கள் இப்போது பத்திலிருந்து ஒவ்வொன்றாக மறைய ஆரம்பித்தன. அவள் தேடவில்லை. ஆறு, மூன்று, கடைசியில் ஒன்று மட்டும். பாறையுச்சிபோல, கற்கோபுரமாக, தனியளாக, கண்ணாடியளவு, அவிழாத குறுநகை இப்படி நிறைய. ஒற்றைவிரல் மட்டும் இப்போது காற்றில் நடனமாடியது. எலும்பற்ற சரீரமாக மிதக்கும் பருத்தி விதையளவு, தாழப்பறக்கும் தும்பிபோல. நகக்கண்ணை மட்டும் பார்த்துக்கொண் டிருந்தாள். ஒருபோதும் எந்தவொன்றின் செவிக்கும் எட்டாத அந்த இசை முடியவே இல்லை.

3

அவந்திகை அன்றைக்குப் பங்களாவுக்கு வந்தபோது அவள் அப்பா இறந்து பத்து வருடங்கள் முடிந்திருந்தன. அது அப்போது பிரிட்டிஷின் ஒப்பந்தக்காரர்கள் அலுவலகம். வெள்ளை பைஜாமாவும் கரிய தொப்பியுமாக நிறைய இந்திய முதலாளிகள் இருந்தனர். மனித உணர்வுகள் புழங்கிய வீட்டை வெகு எளிதாகக் காகிதக்கூளமுள்ள அலுவலகமாக மாற்றிவிட்டிருந்தார்கள். கட்டடம் எந்த வேடத்துக்கும் இசைந்துவிடும். அவளுக்கு உள்ளே நுழைய அனுமதி கிடைக்கவில்லை. வெளியிலிருந்து முடிந்தளவு எக்கிப்பார்த்தாள். நீண்டிருக்கும் அதன் கடைசிக் கட்டுவரை மேசைகளும் காகிதங்களும் அடைந்திருந்தன. மான் தலைகள் மாட்டப்பட்டிருந்த இடத்தில் விக்டோரியப் பேரரசி, லிட்டன் உருவப்படங்கள். ஊஞ்சல் கொண்டியில் பெரிய பங்காவிசிறி. வெளிச்சமின்மை மட்டும்தான் பழைய

உணர்வை அவளுக்கு அப்படியே திருப்பியளித்தது. மாலையில் மேல்தள மாடத்தில் இருக்கும் வண்ணக்கண்ணாடி வழியாக மஞ்சள் சிவப்பு நிறங்கள் இறங்குவதை நினைத்துப்பார்த்தாள். காவலாளி அலுவலகம் முடியும்வரை அவந்திகையைக் காத்திருக்கச் சொன்னார்.

எல்லோரும் சென்றபிறகு அவரே தாய்க்கதவின் இரும்புச் சாவியைக் கொடுத்தனுப்பினார். பங்களா முழுக்கக் காகிதக்கூளங்களின் வாசம். கீச் கீச்செனக் கத்திக்கொண்டு எலிகள் ஓடி மறைந்தன. ஹாலைத் தாண்டி உள்ளறைக்குள் நுழைந்தாள். அது உயர் அதிகாரியின் அறை. ஒரு பாதி மரச்சட்டம் மறைத்து சார்த்தப்பட்டிருந்தது. சமையலறைகள் பூராவும் கோப்புகளும் சுற்றப்பட்ட போர்வைபோல காகிதக் கட்டுகளும் அடுக்கிக் கிடந்தன. அவந்திகைக்கு அங்கு நிற்கப் பிடிக்கவில்லை. உதவியாளர் அழைப்பதற்குள் மேலறைக்குப் போய்விட வேண்டுமெனத் திரும்பினாள். மடிக்கப்பட்ட படிக்கட்டுகளில் சேலையைத் தூக்கிப்பிடித்து ஏறினாள். அங்கும் மேசையும் கோப்புகளும்தான். தன்னுடைய சிறிய அறைச் சுவரில் சன்னலைத் திறந்துவிட்டு பால்யவயதில் கிறுக்கியவை களைக் கூர்ந்து நோக்கினாள். சுவரில் மெல்ல தடவி எதையோ தொடுவதுபோலத் தேடினாள். சுண்ணாம்புப் பூச்சைத் தாண்டி எதையும் கண்டுபிடிக்க முடியவில்லை. இது இப்படித்தானென முன்பே தெரியும். இருந்தாலும், ஒரு சதவீத நம்பிக்கையைப் பிடித்துக்கொண்டுதான் வந்தாள். பெரிய தேக்குக் கட்டில் கிடந்ததற்கு அருகே (அவந்திகை படுத்துக்கொண்டு) கிறுக்கப் பட்ட இடங்களையும் தேடிச் சலித்துப் போனாள். பழையவை ஒன்றுகூட எஞ்சவில்லை.

சுவரில் ஒட்டப்பட்டிருந்த கண்ணாடிகள் மட்டும், ஒரு சில ரசம் மங்கியதோடு, அப்படியே இருந்தன. வெறுமனே அவற்றைப் பார்த்தபடி நழுவிக்கொண்டிருக்கும் நினைவு களுடன் இறங்கி வந்தாள். ஹாலை விட்டு நகரும் முன் தெற்கு மூலையில் இருந்த மயில் சிற்பத்தின் முன் வந்து நின்றாள். அதன் விரிந்த பீலியினுள் ஒவ்வொரு கண்களுக்குள்ளும் வட்டக் கண்ணாடிகள் ஒட்டப்பட்டு மயில் தலை மட்டும் புடைப்பாகச் சுவரிலிருந்து எட்டி நிற்கும். பங்களாவில் அதுதான் கண்ணாடி ஒட்டுவதற்காகவே உருவாக்கப்பட்டது. மற்ற ஒட்டுக் கண்ணாடிகளெல்லாம் பழைய திவான் மனைவி ஜெய்ப்பூர் கண்ணாடி மஹாலைப்போல உருவாக்க நினைத்து ஆசைக்காக மாற்றி வைத்ததென அப்பா உத்திரியர் அடிக்கடி சொல்வார். அந்தக் கண்ணாடியில் மயில் கொண்டை உடைந்திருந்தது. ரசம் மங்கிய அதனுள் அவளது முகம் சரியாகத் தெரியவில்லை. பாதி பிம்பமும் பாதிச் சுவருமாக

உள்ளே வெண்ணிறத்தில் ஏதோவொன்று இருப்பதைக் கவனித்தாள். சுவருக்கும் கண்ணாடிக்குமான இடைவெளியில் காகிதம் செருகப்பட்டிருந்தது. அவந்திகை உற்றுப்பார்த்தாள். துண்டு துருவல்கள்போல் இல்லை, யாரோ சுருட்டித் திணித்திருக்கிறார்கள். முகத்தை சுவருடன் ஒட்டி வைத்து எக்கினாள். பங்களாவில் இருந்த மற்ற கண்ணாடிகளுக்குள்ளும் அதே போன்ற காகிதச் சுருள்கள் இருக்கும் எனச் சட்டென ஓர் எண்ணம் உதித்தது. விறுவிறுவென மேலேறிச் சென்றாள்.

அவளது பழைய அறையிலிருந்து ஹால் வரைக்கும் நான்கு கண்ணாடிகளுக்குள் அப்படிச் சில செருகப்பட்டிருந்தன. குச்சியால் நிமிண்டி எடுத்தாள். எல்லாம் ஒரே நபரால் எழுதி மடித்து வைக்கப்பட்டவை. அப்பா உத்திரியரின் கையெழுத்துதான். ஆனால், வெறும் கண்ணால் படிக்க முடியாத அளவுக்குப் பொடி தூவியதைப் போன்ற வரிசைகள். விழியில் புரையோடிய அந்திமக் காலத்தில் எழுதியிருக்கலாம். எதற்காக இப்படி மறைக்க வேண்டும்? யாருக்காக இருக்கும் அல்லது அவரே மறந்துவிட்டிருப்பாரா? காவலாளி கதவைத் திறக்கும் ஒலி கேட்டது. காகிதச் சுருள்களை எடுத்த வரிசையிலேயே அடுக்கிக்கொண்டு அவந்திகை அங்கிருந்து வெளியேறினாள்.

4

காலையில் ஃபீலே கிளம்பியதற்குப் பிறகு நீட்ஷன் சற்று நிலைகுலைந்துதான் இருந்தார். பம்பாய் மாகாணத்தில் ஆலைத் தொழிலாளர்கள் நடத்திய இரண்டாவது பொதுக்கூட்டத்துக்குப் பிறகு அதன் தீவிரம் மெட்ராஸ் மாகாணம் வரைக்கும் பரவியதாக ஃபீலே ஒரு செய்தியை முதல் நாள் நீண்டுகொண்டிருந்த இரவின் இறுதிச் சாமத்தில் அவிழ்த்தார். விசயம் என்னவென்றால், மூன்று வருடங்களாக எந்தச் செய்தியையும் அணுகவிடாமல்தான் கிதியோன் மிஷன் அமைதியாக இருந்தது. தன்னுடைய நூல் முடியும் வரை பிரிட்டிஷார்களுக்கும் தனக்குமான துவந்தத்தில் இப்படி எந்தச் சலனத்தையும் ஏற்படுத்தாமல் நீட்ஷன் பிரக்ஞையுடனிருந்தார். விசயம் எப்படியோ அவர்களுக்குள் கசிந்துவிட்டது. நோய்போல ஒருவரிடமிருந்து இன்னொருவருக்கு ஓரிரவுக்குள் தொற்றியதைத் தடுக்க முடியவில்லை. எப்போது வேண்டுமானாலும் பிரிட்டிஷார்களுக்குக் கவர்னர் நேரடி அழைப்பை அனுப்பக்கூடும் அல்லது இவர்களே அதன் செயலூக்கத்தில் தங்களை இணைத்துக்கொள்ள யத்தனிக்கலாம். இரண்டிலொன்று நிகழ்வதற்குள் மனோதத்துவ நூலை முடித்தாக வேண்டும். காலம் சட்டென ஒரே இரவுக்குள்

பலநாள் பொழுதைக் குடித்துவிட்டதுபோல ஆயிற்று. ஒருகணம் அது அவரை அச்சமூட்டிற்று. நிதானமாகப் போய் கொண்டிருந்தவை சட்டென முடுக்கப்பட்டதில் அன்றாடச் செயல்கள் தடுமாறின. எதைச் செய்வது எதை விடுப்ப தெனப் புரியவில்லை. ஒருபக்கம் நூலைத் தயாரிக்கும் வேலை. இன்னொருபக்கம் அவர் செய்துகொண்டிருந்த உளப்பரிசோதனைகளுக்கான முடிவுகள் அவர் விரும்பும்படி கிடைக்க ஆன காலதாமதம். அவருடைய பதற்றம் மிஷன் பூராவும் எதிரொலித்தது. யாரிடமும் எதுவும் பேசாமல் எந்நேரமும் தன்னுடைய வேலையிலே மும்முரமானார். பிரிட்டிஷார்களும் அதிகமாக வெளியே தென்படவில்லை.

அவருடைய அச்சம் நினைத்ததுபோலவே மிஷனைக் கூடிய சீக்கிரத்திலே வந்தடைந்தது. பம்பாயில் லோகண்டேயின் தலைமையில் கலந்துகொண்ட மெட்ராஸ் தொழிற்சங்கத் தலைவர்களின் போக்கைக் கட்டுப்படுத்துவதற்காக அவர் களை ரகசியமாகக் கண்காணிக்க பிரிட்டிஷ் வேவு பார்த்தது. சேலம் ஆலைகளில் இருந்த திறமையான சங்க நிர்வாகிகள் லோகண்டேயின் ஆட்களை மேற்குத் தொடர்ச்சிக் காடுகளில் வைத்துச் சந்தித்தனர். அதாவது, திருவாங்கூர் சமஸ்தானத்து சங்க நிர்வாகிகள் கூடுவதற்கும் இதுதான் பொருத்தமான இடம். இன்னொரு பக்கம், ஜமீன்கள் கொடுத்த துப்பின்படி பழனிமலை பூராவும் இப்படி ரகசியச் சந்திப்புகள் நிகழ்ந்தன. மிஷனுக்கு ஃபீலே வந்ததுகூட இங்கிருக்கும் ஜெஸூத் தேவாலயங்கள் கிளர்ச்சிக்காரர்களுக்கு உதவுவதாகக் கிடைத்த செய்தியை உறுதிப்படுத்தத்தான். ஃபீலேவுடனான உரையாடலிலும் அது தென்பட்டது. அதற்குத் தன்னுடைய பதிலை மறைமுகமாக அளித்ததில்லாமல், பிரிட்ஷார்களின் பிரக்ஞையில் அது விழாதவாறு நீட்ஷன் பார்த்துக்கொண்ட போதும் காலை விடிவதற்குள் அச்செய்தி அவர்களைச் சென்றடைந்தது. கூதிர்காலக் குளிர் மெல்ல ஊடுருவி உடலை நடுங்கச் செய்வதுபோலப் புதிதாக வெளியிலிருந்த வந்த சலனம் அவரது மனோதிம்மப் பரிசோதனைகளில் முடிவுகளை மாற்றத் துவங்கின.

நீட்ஷன் அடுத்த சில நாட்களில் பிரிட்ஷார் ஒவ்வொரு வரையும் தத்தமது அறையிலிருந்து பிறிதொரு அறைக்கு இடம்பெயர்த்தார் (வெளிப்புறமாக திருப்பப்பட்ட அறைகளிலிருந்தவர்கள் உள்புற அறைகளுக்கும், உள்புறம் இருந்தவர்கள் வெளிப்புற அறைகளுக்குமாக). அப்போதைக்கு அதுதான் சரியானதாகப்பட்டது. கட்டட அறைகளின் அமைப்பு அலைக்கழியும் எண்ணங்களைக் கொஞ்ச காலத்துக்காவது மாற்றும் என்று நம்பினார்.

யாளிகள் மேற்கை அடைந்ததற்கு அடுத்தநாள்

1

சூறைக்காற்று வீசியடங்கியதற்கு மறுநாள் காலையில் நூலக அறையிலிருந்து காணாமல் போன நூல்களைத் தேடிச்சலித்து கிடைக்கவில்லை என்று திரும்பியவர்களிடம் எமிலி இப்படிக் கேட்டாள், "இரவோடியிரவாக நூல்களை ஏன் ஆப்ரஹாமே எடுத்து எறிந்துவிட்டு சந்தேகம் வராமலிருக்க சன்னல் கொண்டியை நீக்கி அலங்கோலமாகத் தெரியும்படி செய்திருக்கக் கூடாது?" அவர்கள் அவளைச் சட்டை செய்யவே இல்லை. எமிலியின் கேள்விக்கு முன்பே, ஆப்ரஹாம் கூறிய மிஷன் கட்டடத்தின் கதை அதைக் கேட்டவர்களின் நம்பிக்கையின் ஆழத்தில் போய் விழுந்துவிட்டது. காரணம் மிஷன் கட்டடத்தின் கதையை சைகை மொழியில் காட்டுவதற்கு முன்பே அவன் மேலும் சொன்னது;

உங்களுக்கெல்லாம் ஒரு கட்டடத்தின் சரீர அமைப்பை எந்த அளவுக்கு அனுமானிக்க முடியும் என்பது எனக்குத் தெரியாது. ஆனால், என்னைப் போன்று, அதாவது புராதனக் கட்டடங்களுக்கு உள்ளிருக்கும் ஆயிரம் வருடத்துக் கதைகளை, தினமும் புதியவர்களுக்கு நடித்துக்காட்டும் கூத்தாடிகளுக்கு ரொம்பச் சாதாரணம். ஓர்ச்சாவில் பங்காவாலாக்களாக மாறியது வம்சத்திலேயே எங்கள் தலைமுறை மட்டும்தான். என் அப்பா படிக்கவில்லை. இருந்தும், அவருக்குப் பதினொரு மொழிகள் தெரியும். எல்லாப் பறங்கி மொழியிலும் இரண்டொரு சொற்களாவது அவர் பேசிவிடுவார். அவரின் பன்மொழி

மகாத்மியத்தை அறியாதவர்களே இல்லை. துபாஷியாகக் கிடைத்த பணியையும் மறுத்துவிட்டதாக ஊருக்குள் அவருக்குப் பெருமை உண்டு.

என்னோடு பிறந்தவர்கள் பதிமூன்று பேர். எல்லோருமே அரண்மனைக் கூத்தாடிகள். பால்ய வயதிலிருந்தே மந்திர உச்சாடனம்போல அரண்மனையின் ஏழு பரம்பரைக் கதையையும் ஒரு சொல்கூட குறைந்துவிடாமல் தினமும் புத்திக்குள் புகுத்தி வளர்க்கப்பட்டோம். நடுநித்திரையில் எழுப்பினாலும் நிகழ்த்திக்காட்டும் பாண்டித்தியம் அத்தனை பேருக்கும் கைகூடிற்று. அதாவது, வரலாற்றைச் சொல்வதென்பது எங்கள் குல வழக்கமென்றும், அது எங்கள் வழியாக மட்டுமே சொல்லப்பட வேண்டுமென்றும் அதைக் கூத்துக்கட்டி – அவர்களாகக் கொடுத்தாலொழிய – யாசகம் பெறுவது மகாதவறு, ஒருபோதும் அதை ஏட்டில் எழுதி வைக்கக்கூடாதென எங்கள் பாட்டனாருக்கு மன்னர் வம்ஸத்துக் கடைசிச் சத்திரியனொருவன் சத்யம் செய்து வாங்கிக்கொண்டதாகத் தாத்தா கூறுவார்.

ஆனால், சத்தியத்தை வெகு நாட்களுக்கு அப்படிக் காப்பாற்றி வைக்க முடியவில்லை. குலநாசம் என் அப்பாவி லிருந்து தொடங்கிற்று. எங்கள் பரம்பரையில் பத்துத் தலைமுறைவரை குடும்பத்துக்கு ஒரேயோர் ஆண்பிள்ளை மட்டும் தான், ஏனையவர்கள் பெண் பிள்ளைகள். இதில் என் அப்பாவுக்கு மட்டும் என்னுடன் சேர்த்து பதிமூன்று மகன்கள். வெறும் ஆண்பிள்ளைகள் மட்டுமே கொண்ட குலம் அந்தத் தலைமுறையுடன் வீழ்ந்து நாசமாகிவிடுமென ஒரு சொலவடை உண்டு. அதன் பிறகு இனவிருத்தி மட்டும் தான் நிகழும், குலத்தின் ஆன்மா, பெருமிதம், சுமந்த கம்பீரம் எதுவும் எஞ்சாது என்பார்கள். அது உண்மை தான்.

ஓர்ச்சா பழமையான கிராமம். சதுர்புஜி கல்லறையோடு சேர்த்து மொத்தம் ஆறு பழைய அரண்மனைகள். ஊருக்குள் யாரும் பிழைக்க வழியில்லாத அளவுக்குப் பாறை நிலம். நாங்கள் பதிமூன்று பேரும் அரண்மனைக்கு இருவர் எனப் பிரிந்திருப்போம். எங்களை மீறி வேறு யாரும் அரண்மனை வரலாற்றைக் கூத்துக்கட்ட முடியாது. அதற்காகத்தான் இத்தனை பேரை உன் அப்பன் பெற்று வைத்திருக்கிறான் என ஊர்க்காரர்கள் மெச்சுவதுண்டு. சமஸ்தானத்தை ஆண்ட பறங்கியர்களும் அவர்களின் உறவினர்களும் அரண்மனையை அடிக்கடி சுற்றிப் பார்க்க வருவார்கள். ஆனால், தனியாக யாரும் கட்டடங்களின் உச்சிகளைப் பார்த்துத் திரும்ப முடியாதளவு சிக்கலாகவும் குறுகலான பாதைகளைக் கொண்டது. திருகிய படிக்கட்டுகளில் ஏறியிறங்குவதற்குள் நிறைய கிளைப் பாதைகள் இடைவெட்டி வழிபிறழச் செய்துவிடும். அந்நியர்கள்

அரண்மனைக்குள் அவ்வளவு சாதாரணமாகப் பிரவேசித்து விடாதவாறு கட்டப்பட்ட அமைப்பு. இதெல்லாம் ஒருவிதக் கணக்கு. எளிமையாகவும் போய்த் திரும்ப முடியும். ஆனால், அந்தச் சாவியை யாரிடமும் நாங்கள் காட்டியதில்லை. அதுபோல அரண்மனையிலிருந்த அறைகளைப் பற்றிச் சில விசித்திரக் கதைகளை நாங்களாகவே கேட்பவர்களை ஆச்சர்யமும் அதிர்ச்சிக்கும் உட்படுத்தும் வகையில் கூற விழைந்தோம். உண்மையில் பணம் பெறுவதற்காக இல்லை. வேறு எதற்கென நீங்கள் கேட்கலாம். சம்பாத்தியத்துக்கு அப்போது ஒன்றும் குறையில்லை.

பிறகு, பொய் வரலாறு எதற்கு? இந்திய நிலத்தின் எல்லா ராஜபுத்திரர்களுக்கும் கதை ஒன்றே. ஒன்று அழிவு, இன்னொன்று வெளியேற்றம். இது இரண்டைத் தவிர புதிதாக வேறு எதுவுமிருக்காது. பறங்கியர்களுக்கும் இது நன்றாகத் தெரியும். நாங்கள் கூறுவதற்கு வெறுமனே செவி கொடுக்கிறார்களே தவிர அவர்களின் புத்தி தேடுவது, எங்களிடம் இருக்கும் மந்திரச்சாவியைத்தான். அதாவது, அரண்மனையில் விசித்திர சரீரத்தின் ஆத்ம வழியைக் கண்டுபிடிப்பது. அதற்காக அரண்மனையின் கட்டடக்கலை வடிவமைப்பை மீளமீள நோக்குவார்கள். அவர்களுக்கு உள்ளே நுழைந்து திரிய வேண்டும். அதன் திருகலான சிடுக்குகளில் சிக்கி மீளும் லயத்தைக் கற்க வேண்டும். முடிச்சைத் தொட்டு வெளியேறும்போது அடைகிற கிளர்ச்சியை ரசித்தார்கள். இந்திய நிலமும் ராஜபுத்திரர்களின் அரண்மனைச் சித்திரங்களும் அவர்களை அவ்வளவு சீக்கிரத்தில் விடுவிக்கவில்லை. கட்டடத்தின் சுவர்களில் தீட்டப்பட்ட சித்திரங்கள் வெறுமனே அழகுக்காக அல்ல என்று அவர்களுக்குப் புரிய வெகு நாட்கள் ஆனது.

கட்டடத்தின் சூக்குமத்தைக் கணிக்க என் மூத்த பரம்பரையில் யாருக்கும் அறிவு போதவில்லை. இந்தப் புதிர்வட்டத்துக்குள் மேலும் கிறங்கடிக்கச் சில பொய்க் கதைகள் தேவையாகின. அதைத்தான் நாங்கள் பதிமூன்று பேரும் செய்தோம். கோபுரத்தின் ஒவ்வோர் உச்சிக்கும் ஒவ்வொரு கதை உருவானது. சிதைந்த அறைகளுக்குச் சில இரவுகளைச் சொன்னோம். தாமரைக் குளத்துக்குள் சிருங்காரக் காட்சிகளைத் தீட்டினோம். இடிந்த சிறைமாடத்திற்கு வக்கிரத் தண்டனைகளை விவரித்தோம். ராணியின் அறைகள் பலநூறு ஆண்களின் பெயர்களாக மாறின. பாதாளத் தடத்துக்குள் பொக்கிஷங்களைப் புதைத்தோம். இவையெல்லாமே பணம் பறிப்பதற்கென எண்ண வேண்டாம். இல்லவே இல்லை. அப்படி சிருஷ்டிக்கையில் நாங்களுமே அப்படைப்பூக்கத்தை அனுமதித்தோம் என்பதுதான் உண்மை. தினமும் பொழுதுகள் கற்பனைகளாக விடிந்தன.

எல்லாம் நன்றாகப் போய்க்கொண்டிருந்தது. ஆனால், பொய்க் கதைகள் எங்களை விடுவதாக இல்லை. ஒருவரை யொருவர் மிஞ்சிவிடும் அளவுக்கு அரண்மனைகள் எங்கள் கற்பனைகளில் விருட்சமானது. வரலாறு இப்படித்தான் எழுதப்படுவதாகச் சொல்லிச் சிரித்துக்கொள்வோம். மன்னர் வம்சத்து சாபம் எங்கள் வித்துகளில் விழுந்ததோ என்னவோ பதினொரு பேருக்கும், திருமணமாகிப் பிறந்ததெல்லாம் புத்தி சுவாதீனமில்லாத பிள்ளைகள். ஒன்று இரண்டல்ல, மொத்தம் இருபத்தி எட்டு. அத்தனையும் பெண் குழந்தைகள். பயந்துபோய்க் கடைசி இரண்டு பேர் திருமணம் வேண்டாமென முடிவெடுத்ததில் நானும் ஒருவன். ஊர்ச்சனங்கள் எங்கள் குலத்தைப் பார்த்து அஞ்சி அகன்றனர். மழைத் தவளைகள்போல அத்தனை குழந்தைகளும் என்ன மொழி என்றே புரியாத பாஷையில் கத்திக்கொண்டிருக்கும். எந்நேரமும் சத்திரியர் களின் கண்ணீர்போல வாயிலிருந்து கோழை வழியும். நா குழறி இருபத்தியெட்டுப் பெட்டைகள் கத்துவதுதான் வம்சத்தின் உண்மைக் கதையென்று இன்று எங்கள் மொத்த குலமும் நாசமான பின்பு நாங்கள் கேட்டுக்கொண்டிருக்கிறோம். அப்படித்தான் இந்த மிஷன் கட்டடத்துக்கும் ஒரு கதை இருப்பதை, ஓர்ச்சாபோல இந்தியா முழுக்க இருக்கும் அரண்மனைகளைச் சுற்றிச் சலித்த பறங்கியர் ஒருவர், இயற்கைக்கு ஒவ்வாத சிரமசாத்தியங்களைக் கட்டடத்தின் சரீரத்தில் பரிசோதித்திருப்பதாக, விலாசம் தேடி செண்பகனூருக்கு வந்தன்று சுருட்டு குடோனிலிருந்த ஒரு வயதான மேஸ்திரி என்னிடம் கூறினார். அந்தக் கதை ஃபாதர் நீட்ஷனைத் தவிர உங்கள் யாருக்கும் தெரியாது.

ஆப்ரஹாம் தன் பூர்வக்கதையை முடித்து மிஷன் கதையைக் கூத்துக்கட்டத் துவங்கிய நடுசாமத்தில் அதை முடிக்கும் வரைக்கும் அத்தனை பேரும் (நீட்ஷன் மற்றும் சிலர் உறங்கிவிட்டிருந்தனர்) பிரக்ஞையின்றி அமர்ந்திருந்தனர். கணப்பு மூட்டுவதற்கு இருந்த விறகுகள் தீர்ந்துவிட்டிருந்தன. அவர்கள் கணித்தபடி இரண்டு நாட்களுக்கான கணப்புக்கு விறகு போதவில்லை. இனி விடியும்வரைக்கு ஒற்றை விறகு மட்டும்தான் கைவசம். ஆனால் அடுத்த இரண்டு சாமத்துக்குப் போதாது. மிஷனுக்கு வெளியே அடுப்பங்கரையிலிருந்து எடுத்து வர யாரும் செல்லத் தயாரில்லை. காரணம், காற்றின் வேகம் அதிகரிக்கத் துவங்கியிருந்த சமயம் அது. அதோடு கதவைத் திறப்பது அவ்வளவு சுலபமில்லை. அப்படியே திறந்தாலும் அடிக்கும் வேகத்துக்கு எதிரே நிற்பவர்கள் மலைக்கப்பால் தூக்கியெறியப்படுவார்கள் என நஞ்சுண்டன் கிழவர் எச்சரித்தார். இன்னொருபுறம் ஆப்ரஹாமின் கூத்து நாடகமும் (அவன் அப்படித்தான் நடித்து சைகையுடன்

கதையைச் சொன்னான்) ஒற்றை மெழுகு வெளிச்சம் சுவர்மீது நிகழும் அசைவுகளும் பாவனைகளும் அதன் ராட்ஷச நிழலுருவம் தரும் மிரட்சியும் ரசனையும் யாரையும் இருந்த இடத்தைவிட்டு அகல விடவில்லை.

ஆப்ரஹாம் அவர்களிடம் பையில் வைத்திருந்த தன் குடும்பப் புகைப்படத்தை எடுத்துக் காட்டினான். பதிமூன்று மகன்களுடன் சிலருக்கு அருகில் மனைவிகளும் (சோளி உடையில் முக்காடிட்டுக் கழுத்து நிறைய குண்டு மாலைகள், நாசி நடுவில் பெரிய வளையம்) கைகளில் பெண் குழந்தைகளுடன் நிற்க, பெரிய தலைப்பாகையுடன் கிழவர் ஒருவர் சூட் அணிந்து நடுவில் அமர்ந்திருந்தார். ஒவ்வொருவரும் அதை வாங்கிப் பார்த்து அதில் இருந்த பெண் குழந்தைகளைக் கண்டு முணுமுணுத்தனர். கேமராவைப் பார்க்கக் கூச்சப்படும் பெண்களைப் போலவே ஆப்ரஹாம் இளைஞனாக ஓரத்தில் நின்றுகொண்டிருந்தான்.

2

இதே புகைப்படத்தைத்தான் ஆப்ரஹாம் மிஷனுக்கு வந்த அன்று எமிலியிடம் காட்டித் தன்னைப் பற்றி அறிமுகப் படுத்திக்கொண்டான். எமிலி அவனிடம் பிற விவரங்களைக் கேட்டதற்கு பெற்றவர்கள் பெயர் மரிலால் – சிந்திபாய் என எழுதியிருந்த குறிப்புச்சீட்டைக் காட்டினான். அவனுடைய பெயருக்கும் அவர்களதற்கும் பொருந்தவே இல்லை. “என்ன பெயர் இப்படி?” எமிலி சாடையாகக் கேட்டாள். ஆப்ரஹாம் லிங்கன் புகைப்படத்தைப் பையிலிருந்து எடுத்துக் காட்டி அவரது நினைவாக துரை வைத்தார் என்று சைகை செய்தான். அந்தப் புகைப்படம் மிகவும் பத்திரமாக ஒரு சிறிய பேழைக்குள் இருந்தது. அருகில் இருந்த பிரிட்டிஷார்களும் சிரித்தனர். அப்போதுதான் அவர்களும் கவனித்தார்கள், ஆப்ராஹாமுக்கு மீசையில்லாமல் வெறும் தாடி மட்டும் லிங்கனைப் போல, முன் மண்டையில் தலைமுடி இல்லை, துரைகள் அணியும் சூட் உடை. புதிய பெயரைச் சூட்டிக்கொள்வது எனக்கும் பிடித்திருந்தது என்று அவனது மொழியில் விவரித்தான். அவள் சைகை காட்டி “உண்மையான பெயர் என்ன?” என்றாள். ஆப்ரஹாம், இனி எதற்கு என்று தலைக்குமேல் விரலை உயர்த்தி பிரிட்ஷார்களைப் பார்த்து மறுபடியும் சிரித்தான். அவர்கள் எமிலியிடம், “முகவமைப்பும் பெயருக்கு ஏற்ற மாதிரி இருக்கிறது விடுங்கள்” என்று பலமாகச் சிரித்தார்கள். “உண்மையான பெயர் வேண்டுமே” தலையில் விரலால் கோடிட்டு, “ஃபாதர் கேட்பார் என்ன சொல்வீர்கள்?”

எனக்கு இது பிடித்திருக்கிறது. உங்களுக்குப் பிடிக்க வில்லையா? சரி. உங்களுடைய உண்மையான பெயர்

இதுதானா? என்று அவளது மார்பிலிருந்த சிறிய பெயர் அட்டையைக் காட்டிக் கேட்டான். அந்தக் கேள்வியை எமிலி எதிர்பார்க்கவில்லை. "ஆமாம்" என்று சற்று தயங்கி, "கிறிஸ்தவத்துக்கு மாறியதற்குப் பிறகு சூட்டியது" என சைகையில் நெஞ்சில் சிலுவையிட்டாள். அவன் சட்டென எதையோ கண்டடைந்ததுபோல, அதற்கு முன்பு? என்றான் எமிலி எதுவும் பேசவில்லை.

3

கன்னங்கரிய சிறுமியாக, ஆனால் பால் மணம் நுகராத துரதிர்ஷ்டியாக மங்களூரின் மிலாகிரிஸ் தேவாலயத்துக்கு வந்து சேர்ந்தபோது தன்னுடைய ஊர், பெயர் என எதுவும் அவளுக்கு அப்போது சொல்லத் தெரியவில்லை. குழந்தையிலிருந்து அவளை வளர்த்த கிழவியொன்று இறந்துபோனதும் இரவோடிரவாக யாரோ அங்கு அவளை விட்டுச் சென்றுவிட்டார்கள். தேவாலய முகப்பில் நின்ற கிறிஸ்துவின் சிலுவையுரு அவளுக்கு அதிசயமும் குழப்பமுமாகத் தோன்றிற்று. எங்கு சுற்றினாலும் அதன் முன்னால் ஒவ்வொரு பொழுதும் அர்த்தம் புரியாமல் விழி பிரமித்திருப்பாள். சிலகணம் அவ்வுருவம் தன்னை உற்று நோக்குவதுபோல் இருக்கும். அதொரு வகையான சடங்குபோலவும், எங்கோ அதன் பாடல் கேட்பதுபோலவும் தோன்ற, ஒருமுறை ஆலயத்துள் சென்று பார்க்க வேண்டுமென நினைத்தாள். அகல விரிந்த கூடத்தினுள் வெளியே பார்த்த ரத்தமும் காயமுமாக அதே உருவச்சிலை இருந்தது. அதன் கீழ், தவறவிட்ட அரவணைப்பைக் கைகளிலும் மடியிலும் மீண்டும் ஏந்த ஏங்கியபடி, பால்முகம் பொங்க தவித்து நிற்கும் ஒருத்தியின் சிலை. அவள் தவிப்படங்க இறுதி நினைவாக, வரமாகத் தன் குருதி தோய்ந்த உருவத்தைப் பலி தருகிறான் காயம் பட்டவன். அதைப் பெற்றுத் தன் கருப்பைமீது வைத்துக் கொள்கிறாள்.

இங்ஙனம் அங்கு இருந்த உருக்களின் பாவனைகள் அச்சிறுமியைத் தினம் அழைத்து வந்தன. அதற்கும் அவளுக்குமான துவந்தம் அந்த இடத்தில்தான் ஆரம்பித்தது.

மிலாகிரிஸில் இருந்த டாரன்ஃபெர்க்மன்ஸ் – சிரின் ஃபெர்க்மன்ஸ் என்கிற போர்ச்சுகல் தம்பதி அவளைத் தத்தெடுத்து 'எமிலி' என்று பெயரிட்டனர். ஃபெர்க்மன்ஸ் தம்பதிகளுக்கு எமிலியுடன் சேர்த்து நான்கு தத்துப் பிள்ளைகள் (மற்ற மூவரும் ஆண் குழந்தைகள்). அதில் அவள் மட்டும்தான் இந்நிலத்துக்குரியவள். தம்பதிகளுக்கு அப்போதே எழுபது, எண்பது வயதிருக்கும். அதனால், மூத்தவன்தான் எமிலியை அன்பாகப் பார்த்துக்கொண்டான். எந்நேரமும் குஞ்சு பொரித்த கோழியாக அருகிலே வைத்துக்கொண்டான். எமிலிக்கும் அவன்மேல் பிரியம். இப்புதிய அரவணைப்பு

வாய்த்தற்குப் பின்பு, ஆறு அகவை வரை அவளுடனே ஒட்டிக்கொண்டிருந்த மலந்தியை எப்போது கைதுறந்தாளென எமிலிக்கு அதன்பிறகு நினைவிலில்லை. அன்றிலிருந்து இருபது வருடங்கள் எமிலி தன்னை இறைத் தொண்டில் இணைத்துக்கொண்டு அப்பா அம்மாவின் கடைசிக்காலம் வரை மங்களூர் தேவாலயத்திலேயே இருந்துவிட்டாள். அப்போது மூத்தவனுக்கு நாற்பது கடந்திருந்தது. இரண்டு சகோதரர்களும் பிரிட்டிஷின் அதிகாரிகளாக மதராஸ் மாகாணத்துக்கும் மத்திய மாகாணத்துக்கும் பணிவுயர்வில் சென்றுவிட்டனர். மூத்தவன் ஜெர்மனிலுள்ள புனித பவுல் ஆலயத்துக்குத் தன்னுடன் இறைப்பணியாற்ற எமிலியை அழைத்தான். ஆனால், எமிலிக்கு விருப்பமில்லை. இந்நிலத்தில் இறைத்தொண்டு புரியவே தயாராக இருந்தாள். இளைய சகோதரர்கள் மூலம் நீட்ஷன் பற்றிக் கேள்விப்பட்டு அவரைப் பார்ப்பதற்காக எமிலி ஒத்தல்காமந்த் கிளம்பி வந்தாள்.

ஒத்தல்காமந்த்தில்தான் எமிலி முதன் முதலில் நீட்ஷனைச் சந்தித்தாள். அப்போது நீட்ஷன் கிதியோன் மிஷன் கட்டடத்தைக் கண்டு பிடித்திருக்கவில்லை. நூல் பற்றிய சிந்தனை பூரண வடிவத்தை அடைந்திருந்த சமயம். அடர்காடுகள் பூராவும் சுற்றியலைந்து திரும்பிய தருணம். ஒத்தல்காமந்தில் இருந்த பழைய மார்ஷல் பங்களாவில் பிரிட்டிஷ் அதிகாரிகளிடம் தனக்கான உதவியைக் கோரி, கூட்டமொன்றை ஏற்பாடு செய்திருந்தார். அங்குதான் எமிலி நீட்ஷனைப் பார்க்க வந்தாள்.

விரிந்திருக்கும் பச்சை மலை முகடுகளில் காளான்களாக நிறைய பிரிட்டிஷ் கட்டடங்கள் முளைத்திருந்தன. அன்று மார்ஷல் பங்களா முழுக்க வண்ண மெழுகு விளக்குகள் எரிய செல்லோவின் இசையுடன் தண்ணீருக்குள் பாடும் த்வனியில் ஒருவன் பாடிக்கொண்டிருந்தான். இசை நின்று நகரும் இடத்திலெல்லாம் மாடத்தில் அமர்ந்திருக்கும் புறாக்கள் முனகுவது கேட்டது. ராணுவ உடைகளில் சிலர் மேற்றிராணிகளுடன் வந்திருந்தனர். இன்னொரு பக்கம் சிலர் வரையாட்டை உரித்து, நெருப்பில் வாட்டிக்கொண்டிருந்தார்கள். பெருங்கூட்டத்தின் நடுவே கனிந்த பழம்போல் தெரிந்தது நீட்ஷனின் உருவம். எமிலியின் வருகையை அவர் ரொம்பவே எதிர்பார்த்திருக்க வேண்டும். விடியலின் முதல் பறவைபோல அந்தத் தளர்ந்த விழிகள் துள்ளின. எமிலிக்கும் மருத்துவராகவும் குருமாராகவும் இரட்டை மனிதனொருவருடன் இருக்கப்போகும் விசித்திர அனுபவத்தை ஏந்தப்போகும் ஆர்வம். பிரிட்டிஷ் ஊழியர்களை எமிலியிடம் அறிமுகப்படுத்தினார். பனி கரைவதுபோன்று மென்மையாகப்புன்னகைத்தனர்.அங்கிருந்தஎவருமேஅவளுடைய பிரசன்னத்தை ஆச்சர்யமாகப் பார்க்கவில்லையென்பது ஆறுதலாகப் பட்டது.

அன்றிரவே நீட்ஷனிடம் தனது பால்ய கதைகளையும் இறைப்பயணத்தையும் எமிலி கூறினாள். “எப்போதாவது இந்தப்புதிய வாழ்வு பற்றிக் கவலை ஏற்பட்டிருக்கிறதா?” நீட்ஷன் அப்படியொரு கேள்வியைக் கேட்பாரென்று எதிர்பார்க்க வில்லை. “இல்லை ஒருபோதுமில்லை” என்றாள். ஆனால், ஏன் அப்படிக் கேட்கிறீர்கள் எனக்கேட்கத் தோன்றியது. “என்ன உணர முடிகிறது கிறிஸ்துவின் முன்னால்?”

“அதை சரியாகச் சொல்லத் தெரியவில்லை. ஆனால், நான் கேட்ட கதைகள் எல்லாமும் ஒருகட்டத்தில் முடிந்த நிலையில் உலகின் கடைசி மனிதன் வந்துநிற்கும் தோற்றம் அது” என்றாள். நீட்ஷன் புன்னகைத்தார். ஷூபர்டின் இசையை இசைத்துக்கொண்டிருந்தனர். அது, அவர் அதிகம் கேட்டும் இசைத்துணுக்கெனச் சுட்டிக்காட்டினார். பிறகு, இருவரும் வெவ்வேறு விசயங்களைப் பேசிக்கொண்டிருந்தனர். அங்கிருந்து கிளம்புவதற்கு முன் எமிலியிடம் விவிலியத்தைக் கொடுத்து, “இதில் இதுவரை அர்த்தப்படுத்தப்படாத கதைகள் இன்னும் நிறைய உள்ளன. தத்துவங்களும் மருத்துவக் குறிப்புகளும்கூட. ஆனால், நாம் ஒருபோதும் அதற்குள் நுழைந்ததில்லை.” எமிலி ஆச்சர்யமாகப் பார்த்தாள். அவர் தொடர்ந்து பேசினார், “நெபுகத்நேசரின் கனவுகளுக்குத் தானியல் அளித்த விளக்கங்களுண்டு, சவுலுக்கும் தாவீதுக்குமான சம்பாஷனை களில் மருத்துவக் குறிப்புகள் உள்ளன.” நீட்ஷன் தன் பேச்சை ஒரு கணம் நிறுத்தி, “ஏன் விவிலியக் கதை முழுவதும் ஒரு பொய்யாக இருக்கக்கூடாதென நாம் ஒருநாளும் நினைகக வில்லை? காரணம். அவை தொன்மக்கதைகள். தொன்மத்தின்மீது நமக்கு ஏற்பட்டிருக்கும் நம்பிக்கை. அந்த நம்பிக்கை பிறப்பிலேயே மரபுடன் ஒட்டியது. அதுதான் இவ்வளவு நீண்ட கதைகளை நம்மை நம்பும்படி செய்கிறது. தொன்மத்தின்மீதான பிடிப்பில்தான் மனிதக் கலாச்சாரம் தன் இருப்பை வைத்திருக்கிறது.” எமிலி அமைதியாகக் கேட்டுக்கொண்டிருந்தாள். நீட்ஷன் தொடர்ந்தார், “கிறிஸ்து உயிர்த்தெழும் நிகழ்வு மட்டும் எழுதப்படாமல் இருந்தால் கிறிஸ்தவர்களின் வரலாறு எப்படி இருந்திருக்கும் எனக் கற்பனை செய்து பார்க்க முடியவில்லை. அது கடவுள் என்பதற்காக எழுதப்பட்ட புனைவாக இருக்கலாம் இல்லையா?”

எமிலி அதற்கு, “இல்லை. கடவுள் என்பதற்காக இல்லை. அதொரு சடங்கு. உயிர்த்தெழுவதற்கான சடங்கு. ஏன் கிறிஸ்து உயிர்த்தெழுந்ததும்கூட ஒருவித சடங்கால் நிகழ்ந்திருக்கக் கூடாது?” என்றாள். நீட்ஷன் அவளை உற்று நோக்கி உள்ளுக்குள் அலைபாயும் எண்ணங்கள் மேவ, “அந்தச் சடங்கை யார் செய்திருப்பார்கள்?” என அவசரமாகக் கேட்டார்.

“வேறு யார்? பழங்குடிகள்தான்” நீர் சொட்டி முடிப்பது போல் அவள் நிறுத்தினாள்.

நீட்ஷன் முகமலர்ந்து, "யார் பழங்குடிகள்? புரியவில்லை" கிட்டத்தட்ட பதில் கிடைத்த மகிழ்வை வெளிக்காட்டாமல் கேட்டார். எமிலி சொன்னாள், "கிறிஸ்துவே ஒரு பழங்குடி யினத்தவனாக இருக்கக்கூடாதா? அவரைச் சார்ந்தவர்களைப் பழங்குடியினமாகப் பார்த்தால் என்ன?"

சட்டென பதில் வேறெங்கோ போனதாக நீட்ஷனின் முகம் காட்டியது. "இது உன்னுடைய கற்பனையாக வேண்டு மானால் இருக்கலாம் எமிலி. அதற்கான எந்தத் தடயமும் விவிலியத்திலோ வேறெந்த சபை நூலிலோ இல்லையே?" எமிலி பேச சற்று தயங்கிவிட்டுத் தொடர்ந்தாள், "எந்தத் தடயமும் இருக்க வேண்டாம். அதைத் தேடுவதும் தேவையில்லை. இதுவரை கூறப்பட்ட கதைகளெல்லாம் தடயங்களைச் சாட்சிக்காக அழைத்துக்கொண்டதா? அல்லது நீங்கள்தான் தடயங்களை எழுதியவர்களிடமும் சொல்பவர்களிடமும் கோரினீர்களா? இயேசுவைச் சிலுவையில் அறைவதே ஒரு விதத்தில் பூர்வக்குடிச் சடங்குதான். அதாவது, பூர்வக்குடியினத்தின் புனிதச் சடங்குமுறையால் அதன் மூதந்தையை அவர்கள் அறைகிறார்கள். ஏன் கிறிஸ்துவைச் சவப்பெட்டியிலோ எரியூட்டியோ அல்லது கில்லட்போன்றதொரு கருவியில் தலை துண்டித்தோ கொல்ல முடிவெடுக்கவில்லை?"

அவள் கேட்டதற்கு நீட்ஷனிடம் பதில் இல்லை. ஒருவேளை, நீட்ஷனுக்கு பதில் தெரிந்திருந்தாலும் அவளைப் பேச வைப்பதில்தான் ஆர்வம். இந்நிலத்தில் இப்படியொரு பெண்ணைச் சந்தித்தற்காக வேண்டுமானால் அவர் அமைதியாக இருந்திருக்கலாம். அதன்பிறகு, எமிலியுடன் இருந்த எட்டு வருடங் களும் இப்படியான முடிவுறா கேள்விகளும் கூடவே அலைந்தன.

அவருடைய உளத்தத்துவ நூல் பற்றி அவள் ஒருநாளும் கேட்டதில்லை. அதற்கான உழைப்பு நீட்ஷனை அட்டையாக உறிஞ்சிக்கொண்டிருப்பதை மட்டும் எமிலியால் பிரத்யட்சமாகப் பார்க்க முடிந்தது. முப்பொழுதும் நூல் பற்றிய சிந்தனையிலே இருந்தார். உறங்குவதும் எழுவதும் எப்போதெனத் தெரியாது. அறைக்குள் மெழுகு எரிந்து முடித்ததைக்கூடக் கவனிக்காமல் இருட்டுக்குள் ஒருகையில் மைக்குப்பியைப் பிடித்தபடி எழுதிக் கொண்டிருப்பார். சிலசமயங்களில் சிந்தனையும் கற்பனையும் பிரவகிக்கும் வேகத்தில் தீயில் தலைமுடி பொசுங்கிக் குமைந்து விடுவதும் உண்டு. முதல் சந்திப்பில் கேட்ட அவளது கேள்விதான் ஊதிப் பெருகிப் பன்மடங்காக அவளைச் சுற்றிக்கொண்டிருந்தன. திடீரென சாமத்தில் எமிலியை எழுப்பி நூலில் துளிர்த்த எண்ணத் தையும் பாஷ்யத்தையும் சொல்லி அலமலந்துகொள்வார். அன்றைக்குப் பூராவும் அந்த வரிகளோ சொல்லோ முகத்தில் பூரிப்பையும் இளமையையும் அளித்துவிடும். இவ்விதம் நூலில் இருக்கும் நிறைய சொற்களையும் வாக்கியங்களையும் அர்த்தம் புரியாதபோதும் அவளும் அறிந்திருந்தாள்.

குறிப்பு நான்கு
சதிக் கோட்பாடுகள்

1

1871இல் இலையுதிர் பருவத்தில் நீட்ஷன் தன் வாழ்வின் மறக்கவியலாத நண்பர் எர்னஸ்ட் ப்ரூக்கைச் சந்திக்கையில் ப்ரூக் தன் இளம் மாணவர்கள் சூழ வியன்னாவில் அவர்கள் எப்போதும் சந்திக்கும் ஸ்டீபன் கதீட்ரல் அருகிலுள்ள காபி ஹவுஸில் இருந்தார். அதன்பிறகு, ப்ரூக்கை வாழ்நாளில் சந்திக்கவேயில்லையென்றாலும் பழுத்த நினைவுகளையும் ஆறாத ரணங்களையும் சில சொற்களையும் மூட்டையாகக் கட்டி முதுகில் சுமந்தபடி இறக்கி வைக்க முடியாமல் நீட்ஷன் அலைந்து திரிந்தார் என்றுதான் சொல்ல வேண்டும். அன்று, ப்ரூக்குடன் பேசிக்கொண்டிருந்த இருபது இளைஞர்களும் அவரது மாணவர்கள். அவர்களின் இளமை அவவளவு கூர்மையாகவும் பொறாமை கொள்ள வைக்கும் பாசாங்கில்லாத முக அழகையும் பெற்றிருந்தது. முளைவிடும் அறிவுக்கான கலை. எந்த பதில்களிலும் திருப்தியடையாத வேகம். நீட்ஷனுக்கு ஒருகணம் தன் இளமைக் காலத்தை எண்ணி வருத்தம். கொஞ்ச காலமாகவே ப்ரூக்குக்கும் தனக்கும் நடுவில் தென்படும் இதுபோன்ற இளமைத் தோற்றங்கள் அவரை அலைக்கழித்தன. ப்ரூக்குக்கும் நீட்ஷனுக்குமான நட்பு இருபது வருடங்களைக் கொண்டது.

2

பிரன்ஸ் ஷூபர்ட்டின் இருபத்தி ஐந்தாவது நினைவு தினத்தையொட்டி ‘பர்க்’ அரங்கில் நிகழ்ந்த ஆன்டினியோவின் இசை நிகழ்ச்சியில் இருவரும் பார்வையாளராக அருகருகே அமர்ந்ததுதான் கல்லூரிக்கு வெளியே அவர்களுக்கு ஏற்பட்ட

முதல் சந்திப்பு. சில மணித்துளிகள் இருவரும் பரஸ்பரம் விசாரிப்புகளைப் பரிமாறிக்கொண்டார்கள் அவ்வளவுதான். ஒரே கல்லூரியில் மருத்துவம் படித்து முடித்திருந்தாலும் இருவரும் அவ்வளவாகப் பேசிக்கொண்டது கிடையாது. வழக்கமாக இசைக்கப்படும் நினைவேந்தல் சிம்பொனி முடிந்ததும் ஷூபர்ட்டின் இறப்புக்குப் பின்பு சேகரித்த இசைக்குறிப்புகள் வாசிக்கப்பட்டன. நீட்ஷனின் விருப்பமான இசைக் கலைஞர் ஷூபர்ட். ஆனால், ப்ரூக் நிகழ்ச்சியை ரசிக்கவில்லை. அமர்ந்திருந்த மூன்று மணிநேரமும் கோட்டில் வைத்திருந்த கையடக்க நூல் ஒன்றைப் புரட்டுவதிலும் சில கணிதச் சமன்பாடுகளைப் போல எதையோ கிறுக்குவதிலும் நேரத்தைக் கழித்தான்.

நிகழ்ச்சியின் நிறைவில் ஆன்டினியோ, "ஷூபர்டின் மீட்டப்படாத இசைக் குறிப்புகள் இன்னும் தேடத் தேடத் தன் இருப்பை மேலும் ஒளித்துக்கொள்கிறது. இசையின் இயல்பு அது. மேலும், எல்லாக் குறிப்புகளும் முழுமையானவை அல்ல. அதில் இருக்கும் துண்டான ஒவ்வொன்றும் மற்றொரு இசைக்கோர்வைக்கான துவக்கம். உண்மையில், ஷூபர்ட் அதைப் பிறிதொன்றுக்காக எழுதிப் பத்திரப்படுத்திருக்கலாம். தருணமும் சம்பவமும் தர்க்கமும்தான் அதைப் பூரணத்துவ மாக்கும். மாறாக, அவற்றை எடுத்து உலகின் முன் விடுதலை செய்வது என்பது, மன்னிக்கவும் விடுதலை என்னும் வார்த்தை எவ்வளவு கோரமானது. இங்கு, விடுதலை செய்வதென்பது நாம் அந்தப் படைப்பாளிக்குச் செய்யும் பாவமாகக் கருதுகிறேன்" என்று சொல்லி முடித்தார். கிட்டத்தட்ட அரங்கம் நிசப்தத்துக்கும் சட்டென அழுதுவிடும் விளிம்புக்கும் வந்துவிட்டது.

ப்ரூக்கைத் தொடர்ந்து நீட்ஷனும் எழுந்து வெளியே வந்தான். நகர முடியாத அளவுக்கு அரங்கம் நிறைந்த கூட்டம். கைக்குட்டையால் அழுகையைத் துடைத்தபடி பலரும் களையாமல் வராந்தாவில் நின்றதில் நீட்ஷனால் ப்ரூக்கை நெரிசலுக்குள் பின்தொடர முடியவில்லை. வெளியே வந்தால்போதுமென ஆயிற்று. தெற்கு வாசலில் வெளியே லாகன் பால்கனியைக் கடக்கையில் சட்டென ஒரு பேச்சு அவரை நிறுத்தியதும் நீட்ஷன் அங்கேயே நின்றான். ராபர்ட் ஷூமன் என்கிற இசைக் கலைஞர் சமீபத்தில் தற்கொலை செய்து கொண்டதைப் பற்றிய விவாதம். அவர்களிடம், "நண்பர்களே ராபரட் ஷூமன் பற்றி பேசுகிறீர்களென நினைக்கிறேன். அவர் எப்போது இறந்தார்?" நீட்ஷன் கவலையாகக் கேட்டதற்கு, "மூன்று வருடங்கள் இருக்கும்" என ஒருவன் பதிலளித்தான். "அது சாதாரண இறப்பல்ல தற்கொலை" என்றான் இன்னொருவன்.

நீட்ஷனின் இடையீட்டை பொருட்படுத்தாமல் விவாதத்தைத் தொடர்ந்தனர். அப்போது ப்ரூக் எங்கிருந்தோ வந்து சேர்ந்தான். நீட்ஷனைக் கண்டதும் ஆச்சர்யமாகப் புருவத்தை உயர்த்தித் தலையசைப்புடன் புன்னகைத்தான். "ஷூமன் ஒருமுறை இதே போன்று ஷூபர்டின் நினைவு தின இசை நிகழ்ச்சிக்கு வந்திருக்கிறார்" யாரும் நீட்ஷன் பேசியதைக் கேட்டதுபோலவே தெரியவில்லை. அவர்களுடைய விவாதம், "ஷூமனைக் கடைசிக் காலத்தில் பீடித்திருந்த மனநோய், அவனை அச்சிறுவயதில் (31) துண்டுதுண்டாக வெட்டியெறிந்துவிட்டது", "இசை ரசிகர்கள் அதையும் இசையின் ஒரு மகோன்னதம் என்பார்கள்", "அதுகூட இசையின் ஒரு குறிப்புப் பகுதிதான்", "ஆமாம் பீத்தோவனின் ஒன்பதாவது சிம்பொனியை அவன் வேறொரு அலைவில் இசைத்துப் பார்த்திருக்க வேண்டும்", "பிரக்ஞையிலிருந்து நழுவிய குறிப்புகளுக்காக அப்படி அவன் அலைந்துகொண் டிருந்தான்." இப்படிப் போய்க்கொண்டிருந்தது.

அங்கு நின்ற ஐந்து நிமிடத்தில் அவர்கள் இசையைப் பற்றிப் பேசக்கூடியவர்கள் இல்லை, ஷூமனின் மனநோயும் அவனை அனுமதித்திருந்த மனநோய் விடுதியும்தான் அவர்கள் கூடியதற்குக் காரணம். மருத்துவர் என்கிற தகுதி இருந்தாலுமே அவர்களுடைய விவாதத்தில் சற்று வினயத்துடனே பங்கெடுக்க வேண்டியிருந்தது நீட்ஷனால்.

"ஷூமனை இரண்டாகப் பிளந்த அந்தத் தற்செயல் சம்பவம் என்னவாக இருக்கலாம் என்பதைவிட அது எவ்விதம் அவன் ஆழ்மனத்தில் விழுந்திருக்கலாம்? அல்லது அதன் புற அழுத்தத்தை ஷூமன் ஏன் பிரக்ஞையின்றி உள்ளே வைத்துக் கொள்ள அனுமதித்தார்?" நீட்ஷனிடம் முதலில் பேசிய இளைஞன் கேட்டான்.

ப்ரூக் அதற்கு அழுத்தமாக இப்படிக் கூறினான், "நண்பர்களே, நீங்கள் முதலில் அது நிகழ்வா அல்லது விபத்தா என்பதைத் தெளிவுபடுத்திக்கொண்டு விவாதத்தைத் தொடங்குங்கள். ஏனெனில், இரண்டுக்கும் நிறைய வித்தியாசம் உண்டு. எல்லா நிகழ்வுகளும் விபத்துகளாக மாறுவதில்லை."

சட்டென இன்னொருவர் இடைமறித்து, "ப்ரூக் நீங்கள் சொல்வது இன்னொரு விவாதத்துக்கான துவக்கம். இங்கு ஷூமனுக்கு ஏற்பட்ட விபத்தைக் கண்டுபிடிப்போம்." ப்ரூக் சட்டெனச் சலிப்படைந்தவனாக முகத்தை நீட்ஷன் பக்கம் திருப்பிக்கொண்டான்.

"விபத்தை அறிந்தே அதை ஏற்றுக்கொண்டிருக்கலாம். அதொரு சிந்தனை, சொல், கேள்வி இப்படி எதுவாகவும்

இருக்கலாம். அதன்மேல் எழுப்பப்படும் கேள்விகள் அவற்றைக் குழப்பப் புள்ளிக்குக் கொண்டுசேர்த்திருக்கும். அதாவது, ஒரு கேள்விக்கு ஆயிரம் பதில்களைச் சொல்லிப்பார்ப்பது. எழுந்த அத்தனை கேள்விகளுக்கும் கோடிக்கணக்கான பதில்கள். இது சாடிஸத்தன்மை. தன்னால் எத்தனைவிதமான பதில்களையும் உருவாக்க முடியும் என்கிற ஆழ்மன விருப்பம். அந்த ஆசைதான் கேள்வியை உருவாக்கி அனுபவித்துக்கொள்கிறது." அங்கிருந்த ஒருவர் கூறியது நீட்ஷனுக்குச் சரியாகப்பட்டது. அவர் ஒரு பேராசிரியர்போல் இருந்தார்.

உடனே ப்ரூக் அதை மறுத்து, "பிளவுக்கான காரணம் நிச்சயம் தற்செயலான சம்பவமாக இருக்க முடியாது. ஏனெனில், தற்செயல் சம்பவங்கள் உண்டாக்கும் அதிர்வுகள் புற அழுத்தத்தை மட்டும் பாதிக்கும். தண்ணீர் பரப்பில் நிகழும் அதிர்வுபோல, வட்டங்கள்போல. கணநேரத் தடுமாற்றம், நிச்சயம் புள்ளியின் தொடக்கம் விதையாக விழுந்திருக்கும். அறிந்துகொள்ள முடியாத அளவு ஆரோக்கியமான செயலூக்கங்களினூடே அது வளர்ந்துகொண்டிருக்கும். மனதின் நல்விஷயங்கள், படைப்புத்திறன்கள், உற்சாகங்கள் என அத்தனையினூடே அதுவும், கிட்டத்தட்ட அவற்றை ஒட்டிக்கொண்டு ஒட்டுண்ணியாக செழித்து வளர்ந்திக்கலாம்." ப்ரூக் சொன்னதை அத்தனைபேரும் மறுத்தனர்.

பேராசிரியர், "அவன் சொல்வதை நற்பயிர்களினூடே வளர்ந்துகொண்டிருக்கும் விஷக்கொடி அல்லது களைச்செடி களாக அர்த்தப்படுத்திக் கொள்ளலாம்" என்றார். நீட்ஷன் தானும் அப்படியே புரிந்துகொண்டதாக ஆமோதித்தான். அங்கிருந்த ஒரு ஜெஸூத் பாதிரியார், "அந்நோயை டார்வினின் சொல்லை வைத்து விவாதத்திலிருந்து ப்ரூக் தப்பிக்கிறார்" என்றார், "எப்படியென்றால், ஒட்டுண்ணிகள் வாழ்ந்துகொண் டிருக்கும் இருப்பை இன்னொன்றின் உயிர் என்றே தெரியாமல், அது வளரத் துவங்கும்போது இதுவும் வளர ஆரம்பிக்கும். ஆக, அது செல் வடிவத்திலே வந்து சேர்ந்திருக்க வேண்டும்" என விளக்கினார். விவாதம் இதே புள்ளியில் மாறி மாறிப் பேசப்பட்டது. பிறகு, டார்வினின் கோட்பாடுகளை மறுத்துப்பேச ஆரம்பித்தார்கள். ஒருகட்டத்தில் ப்ரூக், "போதும் பேச்சை விடுங்கள். குரங்குக்குக் காயம் வருவதுபோலத்தான் மனநோய்" என்றான். ப்ரூக் அப்படிப் பேசுவானென யாரும் எதிர்பார்க்கவில்லை, நீட்ஷனும்தான். எல்லோரையும் சீண்டியது போல் இருந்தது அதன் தொனி. சட்டென அந்த இடம் அமைதியானது. பேராசிரியர் கிளம்புவதாகச் சொல்லி

விடைபெற்றார். மற்றவர்களும் நகர்ந்ததில் நீட்ஷன், ப்ரூக் மட்டும் இருந்தனர். இதுதான் அவர்கள் சந்தித்த முதல் நிகழ்வு.

3

அன்றிலிருந்து பர்க் அரங்கத்தின் கிழக்கில் கின்ஸ்கி அரசக் குடும்பத்தின் பாரம்பரிய மாளிகையின் முன் இருவரும் தினமும் சந்தித்து மணிக்கணக்காகப் பேசிக்கொள்ள ஆரம்பித்தார்கள். வடக்கில் வால்டோர் சாலை வழியாக பீத்தோவன் தங்கியிருந்த பாரன் பாஸ்க்வாலைட் வீடுவரை நடந்து பின் திரும்புவதுவரை உரையாடல் நீளும். "குரங்குக் காயத்தால்" துண்டித்த விவாதம் இருவரையும் ஐந்து வருடங்கள் பேசுவதற்கான கதைகளைத் தூண்டிவிட்டது. முதன் முதலில் தற்செயலாக நிகழ்ந்த அவர்களின் சந்திக்கும் இடம், நான்கு வருடங்களுக்குப் பிறகு மாறியபோது, "இந்த இடத்தைவிட்டு இன்னோர் இடமும் சந்திக்கும் நேரமும் இதற்கு நேர்மாறாக அமையும்வரை, 1856இன் 25 ஜூலை மாலைப் பொழுது நீண்டுகொண்டேதான் இருக்கப்போகிறது" என்று நீட்ஷன் கூறியதை ப்ரூக் பின்னாளில்தான் அவதானித்தான். அவர்களுக்குக் காலச்சுழற்சி பற்றிய பிரக்ஞையில்லை. அதன்படி அவர்களுடைய நட்பின் இருபது வருடங்கள் என்பது மூன்று நாட்கள் மட்டுமே.

ப்ரூக் மருத்துவம் முடித்ததும் பகுதிநேரப் பேராசிரிய ராகப் பணியாற்றத் தொடங்கினான். நீட்ஷன், கார்ல் பிளாட் தெருவில் யூதருக்குச் சொந்தமான மருத்துவமனையில் மருத்துவராக வேலை பார்த்தான். அவன் தங்கியிருந்த டி தெர்சன் விடுதியிலிருந்து கார்ல்பிளாட் தெருவில் இருக்கும் மருத்துவமனைக்கு வருவதற்குமுன் அவர்கள் எப்போதும் சந்திக்கும் இடத்துக்கு வந்து ப்ரூக்கைப் பார்த்து வால்டோர் சாலை – பாரன் பாக்ஸ்வாலைட் வரை பேசிவிட்டுக் கிளம்புவது வாடிக்கை. இந்த இடைப்பட்ட பிரயாணங்கள் நீட்ஷனின் மூன்றுமணி நேரத்தை விழுங்கிவிடும்.

இவ்விதமாகச் சிலமாதங்கள் போனது. பிறகு, நீட்ஷனின் விடுதி மேலாளருக்கும் ஜெஸூத் பாதிரியார் ஒருவருக்கும் நடந்த ஒப்பந்தச் சிக்கலில் விடுதி ஜெஸூத்துக்குக் கைமாற அங்கிருந்தவர்கள் எல்லோரும் விரட்டப்பட்டார்கள். நீட்ஷனும் இடம் கிடைக்காமல் அல்லாடி பிறகு, பணிபுரியும் மருத்துவமனையிலே தங்க முடிவெடுத்தான். இது ப்ரூக்கைச் சந்தித்து அளவளாவும் பரவசத்தை இன்னும் அதிகமாக்கியது. இன்னொரு பக்கம் தொலைவும் காலமும் பாதியாகக் குறைந்ததில் பேச அடுக்கி வைத்திருப்பவை சரிந்துவிட்டதில் கொஞ்சம்

தூயன்

வருத்தம்தான். ப்ரூக்குக்கு இதுபோல எந்தச் சிக்கலுமில்லை. பல்கலைக்கழகத்திலிருந்து நேராகக் கிளம்பி பார்க் அரங்குக்கு கூண்டுவண்டி பிடித்து வந்துவிடுவான். கூடவே ஆஸ்டிரியன் தேசிய நூலகத்திலிருந்து புத்தகம் ஒன்றை எடுத்து வருவான். அரசுக்கு எதிராக 1848 அக்டோபரில் நடந்த புரட்சியில் நூலகம் சேதமடைந்ததற்குப் பின்பு நூலகத்துக்குள் பொதுமக்களுக்கு அனுமதி மறுத்த சமயம் அது. அரசாங்கப் பதக்கம் வைத்திருப்பவர்கள், பாரம்பரியக் குடும்பத்தைச் சேர்ந்தவர்களுக்கு மட்டும் நுழைய தளர்வு உண்டு. நூலை நீட்ஷன்தான் முதலில் வாங்கி வாசிப்பான். பிறகு, இருவரும் அது குறித்து விவாதிப்பார்கள்.

நூலின் ஒவ்வொரு வரியையும் விவாதித்துத் திரும்ப எழுதிப் பார்ப்பார்கள். அதாவது, ஆசிரியரின் முதல் வரியிலிருந்து அந்நூல் அவரின் சிந்தனைகளை எவ்வளவு தூரம் சிதறடிக்காமல் கொண்டு செல்கிறது அல்லது அதன் தடுமாறல்கள் எங்கு, எப்படி நிகழ்கின்றன? ஒரே எண்ணம்தான், ஒரே உந்துதல்தான் அச்சிந்தனையைத் தூண்டியிருக்கிறதா? அது உண்மையில் பிரதியில் சொல்லப்பட்டதற்கு ஒத்திசைவானதுதானா அல்லது அவற்றைப் பிரதிபலிக்கிற பிறிதொன்றா அல்லது நேரெதிரானதா? உதாரணமாக ஒன்று, சிந்தனையில் புறச் சூழலால் சலனமடையாத ஆழ்மனமானது அரசியல் சீர்குலைவால் கட்டவிழ்கிற சமூகமனதுக்காக எழுப்பப்படும்போது பிரதியாகிற அதன் பிரதிபலிப்பு. இரண்டாவது, சமூக மனதுக்கும் தனி மனதுக்குமான இடைவெளியை டார்வினின் குதிரைக்கும் புல்லுக்குமான பரிணாமத்துடன் பொருத்திப் பார்ப்பது. சுருக்கமாக, ஒரு பிரதியில் எல்லாப் பக்கங்களிலும் அதன் சிந்தனை ஒரே சீராக இருப்பதில்லை, அது எழுதப்பட்ட கண நேரத்திலிருந்து முடிவதற்குள் ஆயிரக்கணக்கான எண்ண அதிர்வுகளால் அனுபவங்களால் புறச் சூழல்களால் சுயத்தின் பாவனைகளால் தூலவுடலின் உபாதைகளால்கூட பின்னி இறுக்கப்பட்டு அதன் தாய் மனதின் அத்தனை தர்க்கங்களுக்கும் பதில் சொல்லத்தான் எழுதப்படுகிறதே தவிர தூண்டிவிட்ட புறச் சூழலுக்காக இல்லை. கிட்டத்தட்ட இசைக்குறிப்புகள்போல.

தன்னிடம் நீட்ஷன் நட்பானதற்குக் காரணம் என ப்ரூக் நினைத்தது, பிரம்மாண்டமான ஆஸ்டிரியன் தேசிய நூலகத்திலிருந்து வாசிக்கக் கொண்டுவரும் அரிதான புத்தகங்கள். குறிப்பாக, முல்லர் எழுதிய 'குளிர்காலப்பயணம்' கவிதை நூலுக்கு ஷூபர்ட்டின் இடையீட்டு விளக்கமும் அதை இசைக்கோவையாக்கிய பதிப்புதான் எனத் தெரியும்.

நண்பன் விரும்பியதை முதல் நாளே நூலகத்திலிருந்து ப்ரூக் எடுத்து வைத்துவிட்டான். இருந்தும், நீட்ஷனின் ஆர்வத்தை அணையவிடாமல் வைத்து, தான் வாசிக்க வேண்டியவற்றின்மேல் தர்க்க உரையாடல்களைப் பயன்படுத்தும் சுயநல எண்ணமும் ஒரு காரணம். இது நீட்ஷனுக்குக் கடைசிவரை தெரியாது. அதோடு ஒவ்வொரு சந்திப்பிலும் ப்ரூக் கொண்டுவரும் நூல் அதைப் பற்றிய எண்ணத்தை ஏற்படுத்தவே இல்லை. இப்படியாக விவாதம் நூலின் ஒரு பக்கத்தைக்கூடக் கடந்து விடாமல் அதனுள்ளே சுற்ற வைத்தது. அதன்படி அந்த நீண்ட ஒரு நாளில் புத்தகம் பாதியை அல்லது முக்கால்பகுதியை மட்டும் முடித்திருக்கும். ஆக, அந்த நீண்ட மூன்று நாட்களில் (இருபது வருடத்தில்) ஐந்து புத்தகங்கள் மட்டும் வாசித்திருந்தார்கள்.

4

மெல்ல மெல்ல நீட்ஷன் ப்ரூக்கைவிட தனக்கு முன்பாக வைக்கப்படும் பிரதியில் அல்லது பேசப்படும் சொற்களில் பொதிந்திருக்கும் உட்கிடை எந்த நோக்கத்தோடு வெளிப்பட்டது, எத்தனை நாட்கள் அது ஆசிரியரின் உலகத்துக்குள் காத்திருந்தது, சொற்றொடரில் கோர்க்கும் முன்பு எவ்வளவு முறை தீட்டப் பட்டிருக்கும். காலம், வெளிப்பட்ட சூழல், உச்சரித்த விதம், பிறபாவங்கள், பிரிதி என்றால் முன்னாலுள்ள சொற்களுக்கான ஓசை, பேச்சில் என்றால் உடலின் தூல அசைவுகள். இப்படி மொத்தக் கூறையும் கணநேரத்தில் தொகுத்து, சொல்லுக்கான ஆதாரத்தை ப்ரூக் கண்டுபிடித்துவிடும் சில கணங்களுக்கு முன்பே தொட்டுவிடும் சாத்தியங்களை நீட்ஷன் பெற்றிருந்தான். ப்ரூக்கைவிட பிரதிகளை வாசிக்கும், மனிதர்களை நோக்கியறியும் கூர்மை சற்று அதிகமாகவே கைகூடிற்று.

ஒருகட்டத்தில், பிரதியின் அர்த்தம் அதில் சொல்லப் பட்டிருப்பது அல்ல என்கிற புரிதலில் இருவரும் இருவேறு முடிவுகளுக்கு வந்தனர். ப்ரூக்கின் வாதம் விவாதிக்க தர்க்கபூர்வமானதாகவே இருந்தாலும் வாதத்தின் தணலில் தாக்குப்பிடிக்குமளவு தன் தரப்பு நியாயங்களைக் கொண்டிருக்க வில்லை. மையத்தில் நிற்காமல் விலகி நழுவும்படிதான் இருந்தது. காரணம், விவாதிக்கப்படும் விசயம் அல்லது பிரதியின் இன்னோர் அர்த்தம், சொல்லப்படாமல் மறைக்கப்பட்ட கூற்று இவ்விரண்டும் ப்ரூக்கை வந்தடைவதற்கு ஒருகணத்துக்கு முன்பே நீட்ஷனுக்குத் தெரிந்துவிடும். நீட்ஷன், "அது என்ன?" எனக் கேட்கும் கேள்வியாகவும், ப்ரூக் தாமதமாகக் கண்டடைந்த அர்த்தத்தைக் கூறும் பதிலாகவும் மாறிவிட்டிருந்தான். நண்பனின் சம்பந்தமில்லாத பதிலைக் கேட்டு நீட்ஷன் புன்னகைக்கும்போது

தூயன்

ப்ரூக்கின் வெற்று வாதம் தன்னை நியாயப்படுத்திக் காப்பாற்ற அர்த்தமற்ற தர்க்கங்களைக் கூறிப் பரபரக்கும்.

இங்ஙனம் இரண்டாவது நாள் முடிந்தது. முதல்நாள் அறுபடுவதற்குக் காரணம் ப்ரூக்குக்கு வியன்னா பல்கலைக்கழகத்தில் கிடைத்த பேராசிரியர் பணி. சட்டென சூழல்மீதான பிரக்ஞை மாறவும் சந்திக்கும் இடத்தை விட்டுத்தர வேண்டியிருந்தது. ஆழ்ந்த மதியத் தூக்கத்திலிருந்து விழிப்பதுபோல அது அன்றைய பொழுதா அடுத்தநாளா என விளங்காத குழப்பம். அப்போதுதான் 1856இன் 25 ஜூலை இவ்வளவுதூரம் நீண்டுகொண்டிருந்ததை இருவரும் அவதானித்தனர். இரண்டாவதுநாள் முடிவதற்குக் காரணம், சந்திப்பு நிகழும் பார்க் சதுக்கத்தில் மிகப்பெரிய அரங்கைக் கட்ட அரசாங்கம் திட்டமிட்டது. இதற்காக வெவ்வேறு நாடுகளிலிருந்து ஆயிரக்கணக்கான ஒப்பந்தக் கூலியாட்கள் கொண்டுவரப்பட்டு சதுக்கத்தைச் சுற்றி கூடாரங்களில் தங்கியிருந்தனர்.

மூன்றாம் நாள் சந்திப்பு நிகழத் துவங்கியதிலிருந்தே ப்ரூக்கும் நீட்ஷனும் தங்களின் அன்றாடத்தின் வெவ்வேறு செயல்களின்மேல் பயணித்துக்கொண்டிருந்தனர். கிட்டத் தட்ட எதிரெதிராக. நீட்ஷனுக்கு ஐம்பது வயதைத் தொட இரண்டு வருடங்களும், ப்ரூக்குக்கு ஐம்பதைத்தாண்டி இரண்டு வருடங்களும் கடந்திருந்தன. நீட்ஷன் இறையியலை முடிப்பதற்குள் (அதையும் ப்ரூக் சொல்லித்தான் படித்தார்) ப்ரூக்கின் மூன்று திருமணங்களும் தோல்வியில் முடிந்துவிட்டன. அதற்காக ப்ரூக் பெரிதாக அலட்டிக்கொள்ளவில்லை. உலகில் எல்லா உயிர்களின் இருப்புக்கும் பிழைத்திருக்கவும் வழி உண்டு. அதை அதனதனிடத்தில் கண்டுபிடித்துக்கொள்வதுதான் சரி என்கிற கொள்கை அவனுக்கு உண்டு.

5

ப்ரூக்கின் திருமண வாழ்க்கைத் தோல்விக்கு வித்தியாசமான காரணம் உண்டு. உண்மையில், மூன்று பெண்களும் அவனிடம் அளப்பரிய அன்புடன் ப்ரூக்கின் முன் குழந்தையாகத்தான் கிடந்தார்கள். எப்போதும் அவன் கைகளன்றி இவ்வுலகைக் கடக்க முடியாது என்கிற குருட்டு நிலை, ஒரேமாதிரியாக மூன்று பெண்களிடமும் இருந்தது. ஆனால், ப்ரூக் குழந்தையாக மாற ஒருபோதும் அவனுடைய உலகம் அனுமதிக்கவில்லை. “என்னிடமிருந்து விலகி இருக்கும் வரை அவர்கள் அப்படியில்லை நீட்ஷன். எப்போது என் அருகே நெருங்குகிறார்களோ அப்போது அவர்களின் மொத்தச் சிந்தனையையும் இழந்துவிடுகிறார்கள்.

வெறும் ஜடமாக மாறிவிடுகிறார்கள். அவர்களால் சிந்திக்க முடியவில்லை. எந்த விசயத்துக்கும் முடிவெடுக்கத் தெரியாமல் போகிறது. மனநலம்குன்றியவர்கள் போல, அடுத்த அடி எடுப்பதற்கு அச்சம். நானும் பார்த்துவிட்டேன், மூன்று முறையும் இதேதான் நடக்கிறது. ஆனால், அவர்கள் இதற்கெல்லாம் காரணம் நான்தான் என்கிறார்கள். அவர்களுக்குப் புரிவதில்லை, ஒருவரின் அறிவுடன் ஒட்டிக்கொண்டு இன்னொருவர் பயணிக்கையில் இயல்பாகத் தம் சுயசிந்தனைகளை எங்கோ தொலைத்துவிடுகிறார்கள். தொலைத்தது வேறெங்கும் கிடையாதே, அவர்களிடம்தானே. தேடிக்கொள்ளட்டும்.”

இந்தச் சமயத்தில் நீட்ஷனை இரண்டு பிரச்சனைகள் பின்தொடர்ந்தன. ப்ரூக்கிடம் தன்னால் எந்த நோயாளியையும் குணப்படுத்த முடியவில்லை என்றான். ப்ரூக் அதைச் சற்றும் எதிர்பார்க்கவில்லை. மற்ற மருத்துவர்களைப் போல துறைசார்ந்த அறிவு குறைவென்றாலும் நீட்ஷனுக்கு நுட்பமான அறிதல் உண்டு. ஆனால், அதற்கு நீட்ஷன் கூறிய காரணம், “என்னால் அவர்கள் உடலைப் பார்க்க முடியவில்லை. அவர்கள் கூறும் வலியை உணர்வதற்குப் பதிலாக அவர்களுடைய சொற்களின் ஊடாக நோயாளியின் கடந்த காலத்துக்குள் பயணிக்கிறேன். அது மிகப்பெரிய சிக்கல்களையும் அவிழா முடிச்சுகளையும் காட்டுகின்றன. ஒவ்வொருவரிடமும் புதிரான வரைபடம் ஒன்று உள்ளது ப்ரூக். உன்னால் நம்ப முடிகிறதா? ஆமாம். அவர்களிடம் பேசுவதன் மூலம் அதனாழத்துள் செல்ல முடியும். யாருமே தங்களை அதனுள் நுழைத்துப் பார்க்க நினைப்பதில்லை. அச்சப்படுகிறார்கள். சாதாரண பௌதிக உடல் தொந்தரவுகள் அதை மறைத்துவிடுகிறது அல்லது மறைத்துக்கொள்கிறார்கள். நான் அவர்களினுடைய இருப்பின் சிக்கலை நீக்க வேண்டும் என்கிறார்கள். என்னால் இதைத் தெளிவுபடுத்திக்கொள்ள முடியவில்லை. தவறான சிகிச்சையை அளிக்கிறேன் என்கிறார்கள். மருந்துகளால் அவர்களைக் குணப்படுத்த இயலவில்லை. உண்மையில், எனக்கும் மருந்துக்கூறுகள் மறந்துவிட்டன. நான் என்ன செய்யப்போகிறேன் என்று குழப்பமாக இருக்கிறது. நண்பனே என்னைக் காப்பாற்று. இனி வாழ்வதற்கான தொழில் எப்படி எனக்கு உதவும்? இருப்பைத் தொலைத்துவிட்டு எதை வைத்துப் பிழைப்பேன்? உண்மையில் நான் என்ன செய்ய வேண்டும்? சொல்.” நீட்ஷன் ப்ரூக்கின் கைகளைப் பிடித்துக்கொண்டு அழுதான்.

இரண்டாவது பிரச்சனை, இது ப்ரூக்குக்கு முன்பே தெரியும். அதாவது நீட்ஷனால் யார் சொல்வதையும் சட்டென நம்ப முடிவதில்லை. இன்னும் சரியாகச் சொல்வதென்றால் நம்புவதற்கு

அவர்கள் கூறியது சரிதானா என்கிற 'பரிசோதனை'யைப் பிரக்ஞை சதா சோதித்துக்கொண்டே இருக்கிறது. இது சில சமயங்கள் அழகான சில பொய்களை அல்லது செயற்கை யான ஜோடனைகளை ரசிக்கவிடுவதில்லை. மியூசியத்தில் வைக்கப்பட்ட ஆயுதங்கள் அத்தனையும் உண்மையில் தொன்மையானதல்ல, அவை நிஜத்தின் மாதிரிகள். நீட்ஷனின் இம்மாதிரியான சந்தேகத்துக்கு ப்ரூக் கூறியது, "நண்பா இந்த விழிப்புநிலை உன்னை ஒருபோதும் அதை அனுபவிக்க அனுமதிக்காது." உண்மைதான், நீட்ஷனின் விழித்துக் கொண்டிருக்கும் நரம்புகளால் எதையும் காணமுடியவில்லை. இந்தப்பிரச்சனைகளிலிருந்து தன்னைக் காப்பாற்ற நீட்ஷனுக்கு அப்போது எந்த வழியும் புலப்படாமல் நண்பனிடம் தானும் ஒரு மனநோயாளியாக மாறிவிடுகிறேனோ எனப் புலம்பிக்கொண்டிருந்தான். "ஷூமன்போல திடீரென ஒருநாள் நானும் என்னுடைய புதிர் வரைபடத்தைத் தேடிச்செல்லப் போகிறேன். அது என்னைத் திருப்பி அனுப்பாது. அல்லது நானே அதனுள்ளிருந்து வெளியேறும் வழி தெரிந்தும் அதைத்தொலைத்துவிட்டு அமர்ந்துகொள்வேன்."

குழப்பங்களால் துவண்டுவிட்டிருந்த நீட்ஷனைத் தற்போதைக்கு எல்லாப் பிரச்சனைகளிலிருந்து மீட்க இறையியலுக்குள் நுழைப்பதுதான் சரியென ப்ரூக் முடிவெடுத்தான். குருமாராக ஆவதென்பது, நீட்ஷன் பிறப்பதற்கு முன்பே விதிக்கப்பட்ட அவனது தந்தையின் விருப்பம். அவர் ஒரு நெஸ்டோரியன். அந்தக்குழு மூலமாகத் தன் தீவிரமான சிந்தனைகளை முன்வைத்தவர். நீட்ஷனுடன் பிறந்தவர்கள் நான்குபேரும் குருமார்கள்தான்.

ப்ரூக்கின் முடிவு சரியாகவும் அமைந்தது. ஐந்து வருடங் களில் விவிலியத்தின் கதைகளும் கிறிஸ்துவின் வாழ்க்கையும் மட்டுமே நீட்ஷனின் எண்ணங்களை வியாபித்தன. இந்த இடைப்பட்ட காலத்தில் நீட்ஷனை ப்ரூக் தன் அருகே வைத்துக்கொண்டு அன்றாடச் செலவுகளைக் கவனித்தபடி பார்த்துக்கொண்டான். எந்நேரமும் ப்ரூக்கின் அண்மையில் கைகளைப் பற்றிக்கொண்டு குழந்தைபோல மாறிவிட்டிருந்தான். அதன்படி இருவரின் மூன்று நாள் சந்திப்புகள் முடிந்தது. ஐந்துவருட முடிவில் நீட்ஷனுக்குப் பழைய தொந்தரவுகள் முற்றிலும் அழிந்துபோயிற்று. உலகத்தின்எல்லாச் செயல்களும் மன்னிக்கப்படுவதாகப் பார்க்கவும், நெறிதவறியோரை மீட்பதைப் பற்றிப் பேசவும், அன்புகூர்வதை மட்டுமே கேட்கவுமாக அபிப்ராயம் மாறியது. உலகம் பளீரெனக் கண்முன் துலங்கிய தாக நீட்ஷனும் கூறினான்.

எல்லாம் சரியாகப் போய்க்கொண்டிருந்தது. நீட்ஷன் தன் குருமார்களுடன் ஸ்டீபன் கதீட்ரலில் இறைப்பணியாற்றத் துவங்கினான். ஒருநாள் தந்தையின் உடல் பலவீனம் பற்றி அவசர அழைப்பு வந்தது. ப்ரூக்கையும் அழைத்துக்கொண்டு சொந்த ஊருக்கு நீட்ஷன் கிளம்பினான். நீண்டகாலமாக நோய்ப் படுக்கையில் இருந்தவரை இறப்பதற்குச் சில கணங்கள், பிரக்ஞை இருக்கையிலேயே சந்தித்துப் பேசிவிட்ட திருப்தியுடன் விண்ணுலகத் திருப்பலிகளையும் நடத்திவிட்டு, இருவரும் தத்தம் பணிக்குத் திரும்பினர். அடுத்தநாளே ப்ரூக் இயல்புநிலைக்கு வந்துவிட்டான். மூன்று நாட்கள் கடந்திருக்கும், திடீரென காலையில் ப்ரூக்கின் பணியிடத்திற்கு கிளம்பிச் சென்ற நீட்ஷன், நோய்ப்படுக்கையில் இருந்த அப்பா என்னைக் கண்டதும் அருகில் அழைத்து முணுமுணுத்த சில சொற்கள் மிகப் பெரிய ஆகிருதியாக வளர்ந்து என்னை உறங்கவிடாமல் அச்சமூட்டுவதாகச் சொன்னான்.

ப்ரூக், "என்ன?" என்றதற்கு, "நான் அவர் முன் நின்றபோது ஏதோ கூற என் மேலுடையின் விளிம்பை இழுத்து செவியருகே, காற்றில் கரைந்த மென்குரலால், "இப்போது நலமாக இருக்கிறாயா?" என்று அப்பா கேட்டார். நான் "ஆமாம்" என்றேன். "நீ கிறிஸ்துவுக்கு ஊழியம் செய்யப் படிக்கச் செல்லும்வரை நன்றாக இளமையாக இருந்தாய்" அதற்கு நான், "ஏன் இப்போதும் நன்றாகத்தானே இருக்கிறேன். இளமையாகவே உணர்கிறேனே" என்றதற்கு, "இல்லை என்னைவிட நீ இப்போது நோயிலும் வயதிலும் பத்து வருடங்கள் முதியவனாகத் தெரிகிறாய்" என்றார்.

6

எமிலியும் இதைச் சாதாரணமாகத்தான் கேட்டுக்கொண்டிருந்தாள். ஒருகணம் நீட்ஷன் நிறுத்தியதற்கு, "அதற்கு என்ன அர்த்தம்?" என்றாள்.

"என்னைவிட நோயிலும் வயதிலும் பத்து வருடங்கள் முதியவனாகத் தெரிகிறாய் என்பதைக் கேட்டதும் ஒன்றிரண்டு கணங்கள் யோசித்துவிட்டு ப்ரூக் பலமாகச் சிரித்தான். அந்தச் சிலகணங்களுக்குள் அது என்னவென்று எப்படி அவன் கண்டுபிடித்திருப்பான்? அர்த்தம் விளங்கியிருக்குமா? நான் அவன் சிரிப்பு அடங்குவரை காத்திருந்தேன். "பொதுவாக இறப்பவர்களுக்குப் பிரக்ஞை கலைந்துபோயிருக்கும். அதாவது நிலம், காலம், நினைவுகள் எல்லாம் சரிந்து கனவு கண்டுகொண்டிருப்பதுபோல இருப்பார்கள். அப்போது அவர்களுக்கு இரண்டு விதமான தோற்றப்பிழைகள் ஏற்படுவது உண்டு. ஒன்று தான் சந்திக்க விரும்பும் கடைசி நபர் முதன்முதலில்

பார்த்த குழந்தைத் தோற்றத்தில் இருப்பது அல்லது பின்னாளில் சாகப்போகும் தருவாயில் இருக்கும் அவர்களது இறுதி உருவத்தைப் போல. இந்த இரண்டும் கற்பனை வடிவில் அவர்களுக்குத் தோன்றலாம்" என்றான்.

"ஆக, நான் எனது கடைசிக் காலத் தோற்றத்துடன் அவர்முன் தெரிந்திருப்பேனா?" ப்ரூக்கிடம் நீட்ஷன் இப்படி கேட்டதற்கு,

"நிச்சயமாக. அதுதான்." என்றான். "ஆனால், வியப்பு என்னவென்றால் இரண்டாவது தோற்றம் எல்லோருக்கும் ஏற்படாது. ஆயிரத்தில் அல்லது லட்சத்தில் சிலருக்கு." என்று அவன் பேச ஆரம்பித்தான். நான் அவன் பேசுவதையே பார்த்துக்கொண்டிருந்தேன். "நான் சிரித்ததற்குக் காரணம் நீ அவரைவிட நோயுடன் கிடக்கப்போவதாகச் சொன்னது" என்றான். அப்போது ப்ரூக்குடன் சேர்ந்து நானும் சிரித்தேன்.

எங்களுக்குச் சிரிப்பதற்குப் பெரிய காரணங்கள் இருப்பதாகத் தோன்றவில்லை. பிறகு, இருவரும் அவரவர் வேலைகளில் மும்முரமாகிவிட்டோம். என்னைவிட ப்ரூக்தான் நேரமில்லாமல் ஆராய்ச்சிக்கும் கல்லூரிக்கும் நடுவில் உழன்றுகொண்டிருந்தான். உளவியலிலும் நரம்பியலிலும் நிறைய புத்தகங்கள் எழுதி முடித்திருந்தான். சந்திக்கும் போதெல்லாம் 'உயிர்த் தத்துவவாதம்' குறித்த எங்களது பழைய விவாதம் திரும்பத் திரும்ப ஒரே புள்ளியிலே சென்று முடியும். இனி அது பற்றிப் பேசி அவனைத் தொந்தரவு செய்ய விரும்பாமல் என்னுடனேயே வைத்துக்கொண்டேன். நீண்ட கடல் பயணத்தை அனுபவித்துக் கடந்து வந்ததுபோல அவனுடன் இருந்த எனது இருபது வருடங்கள் அப்பால் அகன்றன.

ஆனால், நான் மட்டும் மரணப்படுக்கையில் இருந்த அப்பாவினுடைய கடைசி நாளின் அந்தியைவிட்டு விடுபட இயலாமல் அதன் நீட்சியில் நின்றுகொண்டிருந்தேன். கடைசிச் சொற்களை மறுபடி மறுபடி அவர் உச்சரிக்கிறார். நான் ப்ரூக்கிடம் அர்த்தம் கேட்கிறேன். அவனும் அதே விளக்கத்தை அளிக்கிறான். "என்னைவிட நோயிலும் வயதிலும் பத்து வருடங்கள் முதியவனாகத் தெரிகிறாய்" என்பதை சதா என் செவிகள் கேட்டுக்கொண்டேயிருந்தன. விவிலியத்தின் எல்லாக் கதைகளிலும் யாராவதொருவர் இதே வரிகளை உச்சரித்துவிட்டு மறைகிறார்கள். முதிவராகவும் நோயுடனும் யார் என்முன் வந்தாலும் இவ்வரிகள்தான் நாவில் எழும். நோய் என்பது வயதை அதிகப்படுத்திக் காட்டக்கூடியது. அதாவது, ஒருவர் இளமையாக இருந்தாலும் நோயுடன் இருந்தால் பூச்சியரித்த

இளஞ்செடிபோலமுதிர்ந்து தெரிவார். நான் எப்படி இருக்கிறேன். கண்ணாடி முன்னின்று பார்த்துக்கொண்டேன். வித்தியாசம் தெரியவில்லை. தாடியிலும் மீசையிலும் நரைத்த சில முடிகளும் வட்டக்கண்ணாடியுடன் அப்படியே இருக்கிறேன். இழுத்துச் சீவப்பட்ட தலைமுடி மட்டும்தான் புதியது. இல்லை நான் வெறும் பௌதிக உடலைப் பார்க்கிறேன். ஆனால், என்னால் அதுவரை மட்டும்தான் நோக்க முடிகிறது.

"பத்து வருடங்கள் முதியவன்" என்பது பத்து வருடங்களுக்கு முந்தைய தோற்றத்திலிருந்து தொடங்க வேண்டும். நான் என்ன செய்துகொண்டிருந்தேன்? மனநோயாளிபோல காகித ஏட்டில் வெறும் சொற்களுடன் ஏதாவது கிறுக்கிக்கொண்டே இருந்தேன். அவ்வளவுதான். அப்போது இளமையாக இருக்க வாய்ப்பில்லை. உண்மையில், அப்போதெல்லாம் பைத்தியமாக, உடல் பற்றிய பிரக்ஞையின்றி அலைந்தேன். ஆக, இதை இவ்வளவு ஆழமாக ஆராயத் தேவையில்லை ப்ரூக் கூறியதுபோல என் இறுதிக்காட்சியின் தோற்றம்.

என்னால் இதை ஒரு முடிவுக்குக் கொண்டுவந்துவிட முடியவில்லை. ப்ரூக்கிடம் லஜ்ஜையுடன் மறுபடியும் காணமற்போன ஆடாக நிற்கவேண்டுமா? அவனுக்கு அனுப்பக் கூடாத கடிதம் ஒன்றில் இவை அத்தனையையும் எழுதத் துவங்கினேன்.

நோய் என்பதை உடலுடனும் வயதென்பதை மனதுடனும் (கண்ணுக்குத் தெரியாமல் அது உயர்கிறது) பொருத்துவதை மாற்றிப் பார்த்தேன். முதலில், நோய் மனதுடனும் வயது உடலுடனும். நோயாளி மனதால் தாக்கப்படுகிறான். வயது உடலில் ஏற்படுகிறது. இதில் சரியான முடிவுகள் கிடைக்க வில்லை. பிறகு, நோயையும் வயதையும் உடலுடன் வைத்துப் பார்த்தேன். அதுவும் சரியாக அமையவில்லை. கடைசியாக, இரண்டையும் மனதுடன் பொருத்தினால் ஒன்றையொன்று தலைவிகித முறையில் இருப்பது தெளிவாயிற்று. ஒன்று மாறினால் இன்னொன்றும் மாறும். இரண்டும் ஒரே புள்ளி. அது உடலுக்கு வெளியே மிதக்கும் பிரக்ஞையற்ற வெளி.

கடிதத்தைக் கிட்டத்தட்ட முடிக்கும் இடத்துக்கு வந்துவிட்டேன். அதுதான் முடிவா? எனத் தெரியவில்லை ஆனால், எழுத எழுத எனக்குள் ஆறுதலடைகிறது. உள்ளம் மலர்வதை உணர்கிறேன். ஒருநிலையில் மீட்கப்பட்டுவிட்டேன் என்று தோன்றுகையில் இதைப் போன்றொரு வரி சட்டென எங்கிருந்தோ வந்து விழுந்தது. "உங்கள் ஊரில் கற்ற எல்லா வற்றையும் அழித்திட முடியும். ஆனால், எங்களூரில் அப்படிக்

தூயன்

கிடையாது." இது யார் கூறியது. நினைவிலில்லை. என் அப்பாவா ? இல்லை அவரைப் போல ஒருவர். முகாம் ஒன்றில் நான் மருத்துவராகப் பணியாற்றியபோது அவரைச் சந்தித்திருக்கிறேன். அவரே என்னிடம் கூறினார். மெல்லிய புன்னகையுடன். மின்னல்போல என்னை அது வெட்டி விலகியது. வயதானவர். தனக்கு எந்தச்சிகிச்சையும் தேவையில்லை என்று என் கரங்களை நீக்கிவிட்டு எழுந்தவர். நன்றாக நினைவிருக்கிறது. ஆமாம், அவர் ஒப்பந்தக் கூலியாள். "வேறெதற்காக முகாமிற்கு வந்தீர்கள்?" நான் கேட்டேன். "நாங்கள் விரும்பவில்லை, அவர்களாக அழைத்துவந்தார்கள்." மண்ணை அள்ளிக்கையில் பிசைந்தவாறே கூறினார். அவரது ஆங்கிலம் உடைந்து இருந்தாலும் என்னால் புரிந்துகொள்ள முடிந்தது. அசாதாரணமாகத் தத்துவங்கள் பிறக்கும் தருணத்திற்கு மொழி தேவையில்லையே.

"எதற்காக அப்படிக் கூறினீர்கள்?" நான் கேட்டேன்.

"நீங்கள் இப்போது கேட்கவில்லையா எப்படி உங்களைக் குணப்படுத்திக்கொள்வீர்கள் என அதற்குத்தான்?"

"ஆமாம்?"

"நாங்கள் கற்றதெல்லாம் எங்களுக்கு ஒவ்வொரு தருணத்தி லும் சொல்லிக்கொடுத்துக்கொண்டே இருக்கும் என்றேன். அதற்கு நீங்கள் "வாழ்க்கையில் எப்போதாவது ஏதும் நேரும் என முன்கூட்டியே உங்களுக்குத் தெரியுமா என்றீர்கள்"

நான், "ஆமாம் அதுதான் கேட்டேன். நீங்கள் அதற்கு ஏன் இப்படிக் கூறினீர்கள்?"

"இல்லை துரை. அதற்கு முன் நான் ஒன்று சொன்னேன். நாங்கள் கற்பதென்பது கற்றுக்கொள்ளும் முறையோ அவசியமோ கட்டாயமோ இல்லை. அது நிலம் முழுக்கத் தகிக்கும் வெப்பம்போல பாதம் வழி உள்ளே பரவுவது. உடல் எப்போதெல்லாம் வெப்பமிழக்கிறதோ அப்போது அது தன்னை வெளிப்படுத்தி உஷ்ணப்படுத்திக்கொள்ளும். அவ்வளவுதான். இப்போது அதுதான் நிகழ்கிறது."

"பிறகு ஏன் அப்படி" என்று நான் முடிப்பதற்குள் அவர், "மறந்துவிடாதா என்றீர்கள். அதற்குத்தான் இப்படிப் பதில் சொன்னேன்" என்றார் இந்தியாவிலிருந்து ஒப்பந்தக் கூலிக்காக அழைத்துவரப்பட்ட அந்தக் கருத்த கிழவர்.

சட்டென நான் மேசையைவிட்டெழுந்து "கிழவரே ஐயா... கிழவரே" என்று கூச்சலிட்டேன். மேசைமீது காகிதங்களும் மையும் எழுத்தாணிகளும் தவிர வேறு யாரும்

கிடையாது. இருட்டிவிட்டிருந்ததால் அதுவும் கண்களுக்கு உடனே புலனாகவில்லை. தூக்கக் கலக்கத்திலிருந்து உலுக்கப்பட்டவன்போல கைநழுவிய கனவைப் பற்றுபவனாக அப்படிக் கத்தியிருக்கிறேன். ஏன் இந்த வரிகள் இப்போது நினைவுக்கு வர வேண்டும்? அந்தக் கிழவர் உண்மையில் என்னைச் சந்தித்தாரா? அல்லது கற்பனையா? விளங்கவில்லை. உதித்த அவ்வரிகளைக் காகிதத்தில் எழுதிக்கொண்டேன். என் தந்தையின் கடைசிச் சொற்களுக்கும் இவ்வரிகளுக்கும் தொடர்பிருக்கலாம். என்னால் தந்தையின் கடைசிச் சொற்களுக்குள் நுழைய முடியவில்லை. முன்புபோல அவற்றை உடைத்து அறிவது அசாத்தியம். கிழவர் குறிப்பிட்டதுபோல நான் எதையோ மறந்துவிட்டேன். சொற்களுக்குள் நுழையும் சாவி தொலைந்துவிட்டது அல்லது வைத்த இடத்தை மறந்துவிட்டேனா?

"ஐயா நீங்கள் கூறியது சரிதான். நான் மறந்துவிட்டேன். கிழவரே கிழவரே . . . என்று அலறியதற்குக் காரணம் புரிந்துவிட்டது" மீண்டும் இருட்டுக்குள் அர்த்தமில்லாமல் அவ்வுருவத்தைத் தேடினேன். தந்தையின் இறுதிச் சொற் களைத் திறக்கும் சாவி கிழவரின் வரிகள். நாம் எதையோ தேடியலையும்போது சம்பந்தமில்லாமல் ஒன்று பார்வையில் வந்து படுமே அது மாதிரி. நான் கற்றறிந்தவற்றை எப்படி மறந்தேன்? எது அவற்றை முற்றிலும் அழித்தது? நண்பா ப்ரூக், நீ கூறேன். அவை எங்கு போயின? கிழவர் சொல்வது உண்மைதானா? உன்னால் நிரூபிக்க முடியுமா? பத்து வருடத்துக்கு முன்பு நான் இளமையாக இருந்ததை நீ கவனித்தாயா? அல்லது இப்போது நான் இறந்தபோனஎன் தந்தையைவிட மூப்பாகியிருக்கிறேனா? இருந்தால் ஏன் நீ சொல்லவில்லை? ஏன் மறைத்தாய் நண்பா? பதில் சொல். உன்னால் மட்டும்தான் முடியும். உன்னைவிட எனக்கு வேறு யார் இருக்கிறார்?

நான் மேசை முன் சரிந்து விட்டேன். காகிதங்களைக் கண்ணீர் நனைத்துவிட்டது. சில நாழிகை கழித்துத் திடுக்கிட்டு எழுந்தேன். அதற்குள் விடிந்து விட்டிருந்தது. விளக்கில் என் தலைமுடி பொசுங்கியிருக்க வேண்டும். இடம் முழுக்கத் தீய்ந்த வாடை. எழுதிய காகிதங்களை அள்ளித் தோல் முடிப்பில் போட்டுக்கொண்டு யாரிடமும் சொல்லாமல் இரண்டொரு நாளில் அங்கிருந்து கிளம்பிவிட்டேன். முதல் வேலையாக பர்க் அரங்கப் பணிக்காக இந்தியாவிலிருந்து வந்த ஒப்பந்தக் கூலியாட்களை முகாம்களில் விசாரித்தேன். வயதானவர்கள் எல்லோருமே என் மனதில் பதிந்ருந்த அதே உருவத்துடன் ஒத்திருந்தனர். கருத்த தேகமும் பெரிய மீசையும் முண்டாசு கட்டிய தலைப்பாகையும் அத்தனை பேருக்கும் பொருத்தம்.

என்னிடம் பேசிய முதியவரை அடையாளம் காண முடியவில்லை. அச்சத்துடன் சரிந்துபோனேன். அங்கு நின்றவர்கள் என்னை ஏற்கெனவே பார்த்த நினைவுடனே புன்னகைத்தனர். தேடிச்சலித்துவிட்டு அங்கிருந்து கிளம்பிவிட்டேன்.

கிழவரும் என் தந்தையும் கூறியது ஒன்றேயொன்றுதான். பத்துவருடங்களுக்கு முன்பு நான் கற்ற அத்தனையையும் இப்போது இழந்துவிட்டேன். என்னிடமிருந்து மறைத்து விட்டார்கள். திருடிவிட்டார்கள். கீழைச் சிந்தனையுலகில் அப்படியில்லை. அவர்களிடமிருந்து அழிப்பதும் மறைப்பதும் ஒருபோதும் நடக்காது. ஏனெனில், அவர்கள் அதைக் கற்பதில்லை. விருப்பத்துடனும் விருப்பமில்லாமலும் அவர்களறியாமலேயே அறிந்துகொள்கிறார்கள். அனுபவிக்கிறார்கள். அது உஷ்ணம். வெப்ப நிலங்களில் மட்டும் இருக்கும் தகிப்பு. புலன் முழுக்கப் பரவியிருக்கும். எப்போதெல்லாம் உடல் சில்லிட்டு எழுகிறதோ அக்கணம் அது தன் இருப்பைத் தகவமைக்கும். கிழவர் சொன்னது அதுதான். என் தந்தை என்னை மூப்புடன் நோயாளியாக எல்லாவற்றையும் இழந்த உடலைத்தான் பார்த்திருக்கிறார். என்னிடமிருந்து அவற்றை அழித்தது யார்? வேறுயாராக இருக்க முடியும், நண்பன் எர்னஸ்ட் ப்ரூக் தவிர.

7

ஸ்டீபன் கதீட்ரல் அருகிலுள்ள காபி ஹவுசில் நீட்ஷன் கடைசியாக ப்ரூக்கைச் சந்திக்கையில் ப்ரூக்கின் மாணவர்களில் சிலர் உளவியல் துறையில் புதிய ஆய்வுகளை நிகழ்த்தி யிருப்பதாகப் பேராசிரியர் பிரின்டானோ பெருமைப்பட்டுக் கொண்டார். அன்று அதொரு கொண்டாட்டத் தருணம். மேலும், ஆய்வுகள் பற்றிப் பேராசிரியர் தொடர்ந்து பேசியபோதும் நீட்ஷன் அதைக் கேட்கும் மனநிலையில் இல்லை. அதோடு அவர்கள் விவாதிப்பதும் நீட்ஷன் புரிந்துகொள்வதும் வெகு தூரத்திலிருந்தன. தன்னால் இனியும் பிறரது சொற்களுக்குள் நுழைய முடியும் என்கிற நம்பிக்கை நீட்ஷனுக்கு இல்லை. அவ்விடத்தில் வெறுமனே விரல்களைக் கோத்தபடி புன்னகை யுடன் உடலை நிலத்தில் இறுகப் பற்றிகொண்டு அமர்ந்திருப்பது அவமானமாகப் பட்டது. உடனே எழுந்து செல்வது சரியாக இருக்காது. சட்டென அத்தனை கண்களும் தன்மீதுதான் விழும். அமைதியாக இருப்பது தவிர வேறு வழியில்லை நீட்ஷனுக்கு. ப்ரூக்கை அத்தனைபேர் மத்தியிலும் வைத்து, "நோயிலும் வயதிலும் அப்பாவைவிடப் பத்து வருடங்கள் மூப்பாகத் தெரிகிறேனா சொல்" என்றுகேட்டுவிடும் நோக்கில்தான் நீட்ஷன் அங்கு வந்திருந்தார். நிச்சயம் அன்றுகூறிய அதே பதிலைத்தான்

ப்ரூக் மறுபடியும் சொல்வார். அதன்பிறகு அவமானப்படுவது ப்ரூக் அல்ல தான்தானென நீட்ஷனுக்குத் தெரியும்.

“ஏன் அமைதியாக இருக்கிறாய்?” பேராசிரியர் டிரின்டானோ கேட்டார்.

ஒன்றுமில்லை எனத் தலையாட்டிவிட்டு திடீரென்று டிரின்டானோவிடம் திரும்பி, “நான் இந்தியா செல்ல விரும்புகிறேன்” என்றார்.

“எதற்கு?” டிரின்டானோ ஆச்சர்யத்துடன் கேட்டார்.

“மருத்துவப் பணிக்காக.”

டிரின்டானோ சிரித்தார். “கிறிஸ்துவின் புகழ் பாட என்று நினைத்துவிட்டேன்” என்றதுடன், “ஏனெனில் தலைமைக் குருமார்களின் கட்டளைப்படி பாதிரிகளும் சமயபோதகர்களும் கீழைநாடுகளுக்கு ஒப்பந்தக் கூலியாட்களைப்போல கப்பலில் கிளம்பிச் செல்கிறார்கள் என்கிற பேச்சு அடிபடுகிறது” என்று சொல்லி மீண்டும் சிரித்தார்.

நீட்ஷனுக்கு ஒப்பந்தக் கூலிக் கிழவனின் நினைவு வந்தது. அந்த வரிகளைச் சொல்லலாமா என்றுகூடத் தோன்றிற்று. ஆனால், அமைதியாக இருந்துவிட்டார். ஒருவேளை டிரின்டானோ கிழவரைப் பற்றிக் கேட்டால் எங்கு, எப்போது, யார் என்ன, என்பதெல்லாம் தெரியாமல் கிழவர் கூறியதை மட்டும் உளறி வைப்பதைவிட சொல்லாமல் இருப்பது நல்லது.

உண்மையில், நீட்ஷனிடம் அப்போது எந்தத் திட்டமுமில்லை. டிரின்டானோதான் அவரை மானுடவியலாளர் சிலருடன் அறிமுகம் செய்து இந்தியா செல்லும் விருப்பத்தைச் செயல்படுத்தினார். குழுவுக்கும் மருத்துவர் ஒருவர் தேவைப் படவே நீட்ஷனைப் பெற்றுக்கொண்டதும் அதே வருடத்தில் இறுதியில் இத்தாலி வழியாகக் குழு பயணத்தைத் துவக்கிற்று. நான்கு மாதக் கடல்பயணம் கழித்து, மர்மகோவாவை அடைவதற்குள் நீட்ஷனும் குழுவில் இருந்த மற்றொருவரும் (தொல்லியலாளர்) யூதர்கள் என்பதால் தனிமைப்படுத்தப் பட்டுப் பின்பு நிரந்தரமாக விலக்கி வைக்கப்பட்டனர். பயணக் காலத்திலேயே நீட்ஷன் இதை உணர்ந்திருந்தார். ஒருவகையில் அத்தனிமையும் அவசியமாகத்தான் பட்டது அவருக்கு.

நிலத்தில் இறங்கியதும் தன்னுடைய பாதைகள் எங்கெல்லாம் செல்ல வேண்டுமென உத்தேசமாகக் கணித்திருந்தார். மனதில் கற்பனை செய்திருந்ததுக்கும் நிஜத்துக்கும் நிறைய வித்தியாசங்கள். இந்தியாவில் ஒவ்வொரு நிலப்பகுதிக்கும்

தனித்தனி நிறங்கள். அதன் பிரதிபலிப்பில்தான் அந்நிலத்தின்மீது இருக்கும் கோட்டைகளும் மனிதர்களின் உடலமைப்புகளும் இருக்கின்றன என எண்ணினார். ஒவ்வொரு நிலங்களாக நுழைந்து வெளியேறிய ஆறுவருடத்தில் அவரிடம் இருந்த மருத்துவரும் குருமாரும் தொலைந்துபோனார்கள். முடிவில் நீட்ஷன் அறிந்துகொண்டது, இந்நிலக்குடிகளைப் பொறுத்த வரை தான் தொலைத்த அவ்விருவரும் (மருத்துவர், குருமார்) என்றைக்குமே கடல் தாண்டி இவர்களுக்குத் தேவைப்படப் போவதில்லை. அதோடு, இந்திய நிலத்தில் நடக்க ஆரம்பித்ததுமே நீட்ஷன் பழைய துடிப்புடனும் உத்வேகத்துடனும் இளம் மாணவனாக மாறி, இவ்வளவுகாலம் சுமந்துதிரிந்த கிழட்டுவுருவம் கொஞ்சம் கொஞ்சமாக வெளியேறியதாக உணர்ந்துவிட்டார். உடல் இளைத்து வயது பத்துவருடங்கள் குறைந்ததுபோல் ஆனது. தூலமான இம்மாற்றங்கள் மனதிலும் பிரதிபலித்தன. அக்கணமே அதுவரை துருத்திக்கொண்டிருந்த அப்பாவின் இறுதி வாசகம் கை நழுவியது. உடலுக்குள் புதிய ஆத்மா புகுந்ததுபோல மாறிற்று. உடனே மீண்டும் தன் பழைய நினைவுகள் கிளர்ந்தெழத் துவங்கின. காலம் மாயவித்தைக்காரனாகப் பத்துவருடங்களுக்கு முந்தைய இடத்தில் நிறுத்தியதாக, மறுபடியும் அதே செயல்களையும் பரிசோதனைகளையும் அனுபவங்களையும் இப்புதிய வாழ்க்கைக்குள் ஏன் மறுமுறை செய்து பார்க்கக்கூடாது? கிழவரின் வரிகளைப் பிடித்துக் கொண்டு நீட்ஷன் அதைத் தேடிக் கிளம்பினார்.

8

இந்நிலத்தில் பதினாறு வருடங்கள் எமிலியுடன் சேர்ந்து கேசரித்த தரவுகளை எழுதி முடிக்க நீட்ஷனுக்கு இரண்டு வருடங்கள் பிடித்தன. நீட்ஷனே பலநாட்கள் தன்னுடைய பரிசோதனைகளுக்கான கட்டடத்தைத் தேடுவதாகச் சொல்லிக் கிளம்பிவிடுவார். சில சந்தர்ப்பங்களில் எமிலியும் சேர்ந்துகொள்வாள். எழுதிக்கொண்டிருக்கும் நூலின் அளவு, வடிவம், சித்திரங்கள், குறிப்புகள், கதைகள், பாடல்கள் அத்தனையையும் எமிலியிடம் நீட்ஷன் கூறினார். மேலும், மேற்கில் அப்போது அடிபடத் துவங்கிய மனவியல் சாரம் எதுவும் நிச்சயம் பலூன்போல வண்ணங்களில் மிதப்பதைத் தவிர வேறொன்றையும் செய்யாது என உறுதியாக நம்பினார். கூடவே, "தத்துவ உளவியல், அறிவியல் முறை உளவியலைப் பிடித்துக்கொண்டு மிதக்கிறது. அறிவியல்முறையும் விஞ்ஞானமும் மிகச் சீக்கிரத்தில் மதிப்பிழந்துபோகும். நாளுக்கு நாள் அதன் தோற்றம் மாறிக்கொண்டே இருக்கக்கூடியது."

அவர் பேசிக்கொண்டிருக்கும் எதுவும் எமிலிக்குப் புரியாது. எமிலிக்கு நீட்ஷன் அவர்கள் நின்றுகொண்டிருந்த மலையுச்சியைச் சுற்றிக்காட்டினார். கண்ணுக்கெட்டியவரை மடிப்பு மடிப்புகளாகப் பச்சைநிற விரிப்பு. அப்பால் மேகமூட்டம் கலையக் கலைய இன்னும் நிறைய அப்படித் தெரிகின்றன. ஒரு பறவை விர்ரென ஆழத்தில் விழுந்து மறைந்தது. மேலும் சொன்னார், ஆழம் எப்போதும் பேரமைதி கொண்டதாகவே இருக்கிறது. அதன் சப்தமின்மையை இன்னொரு சப்தமின்மை யால் மட்டுமே தொட முடியும். சொற்களற்ற வெளி. நீட்ஷன் தன் நூல் முழுவதிலும் இக்கேள்விகளை வெவ்வேறு இடங்களில் பரிசோதித்தார். அவர் சொன்னார், “புதிய சிந்தனையானது ஒரு கோட்பாட்டை நிறுவுவதற்கு எடுத்துக் கொள்ளும் காரண காரியத்திலெல்லாம் அதற்கான பதில்களைத்தான் முன் வைக்கிறது. பதில்கள் மூலமாக அது தன்னைக் காப்பாற்றிக்கொள்கிறது. அறிவொளிக்காலம் அப்படியொரு பதில்களின் குவியலுக்குள் விளைந்தவையே. அவற்றுக்குத் தெரியும். மனித எண்ணம் முடிவற்ற காலத்தைக் கொண்டதென. எண்ணங்களின் இருப்பு காலாதீதமானது. அதை ஒரு புள்ளியில் தொட்டு நிறுத்துவது சாத்தியமில்லை. அதனால்தான், இத்தனை பதில்களால் ஒரு கோட்பாடு உருவாகிறது. சிந்தனை எழுப்பும் கேள்விகளுக்கான பதில்களைக் கோட்பாடு தன்னைச் சுற்றி வைத்திருக்கும். நான் கூறியதுபோலப் பதில்களை அரணாக்கிக்கொள்வதுதான் அதன் சாமர்த்தியம். புத்தொளிக்காலம் இதையே செய்திருக்கிறது. சிந்தனை வெறும் கேள்வியை மட்டும் ஏற்படுத்தினால் போதும், மெழுகுவர்த்தியையும் தீக்குச்சியையும் கையளிப்பதுபோல. சிறு வெளிச்சத்தை மட்டும்.”

இருவரும் இப்படி உரையாடியபடி மேற்குத் தொடர்ச்சி மலைக்காடு பூராவும் அலைந்துதிரிந்தார்கள். எமிலிக்கு அலையும் தடம் முடிவே இல்லாமல் நீள வேண்டும். நீட்ஷனுடனான தனிமையும், தொட்டுவிலகியபடி வரும் எண்ணங்களின் அலைக்கழிப்பும், பணிவிடை தரும் திருப்தியும் அக்கறையும், அடைகாக்கும் பறவைபோலப் பற்றும் பதற்றமும் அவளை ஏகாந்தத்தில் திளைக்கச்செய்தது. உள்ளங்கையில் நீர்க்குமிழியை நழுவியும் பிடித்தும் உருட்டிவிட்டு அனுபவிக்கும் சந்தோஷ மான நீர்த்தாவரமாக.

சின்னஞ்சிறுமியாக ஃபெர்க்மன்ஸ் தம்பதியிடம் வந்து சேர்ந்த சிலநாட்கள் இவ்விதமாகத்தான் எமிலி இருந்தாள். ஒன்றும் புரியாமல் இரவுகளில் அழத் தோன்றும். காரணம் இருக்காது. மேரி சிரின் அவளைத் தேற்றி அணைத்துக்கொண்டதும்

துடிப்பு அடங்கிவிடும். வெகுநாள் கழித்துத்தான் அதன் அர்த்தம் விளங்கிற்று. பிறகு, தோன்றும்போதெல்லாம் சிரின் நின்றுகொண்டிருக்கையில் அருகில் சென்று அவள் தன்னைக் கோதி ஒருகணம் அணைத்து விலக்கவோ அல்லது இவளே வெறுமனே சிரினின் விரல்களைப் பிடித்தபடி சமையலை வேடிக்கைப் பார்த்தவாறு நிற்கவோ பிடிக்கும். இன்னொரு கை தேவையாகும்போது, இவள் விடாமல் பற்றிக்கொண்டிருப் பதைக் கவனித்து சிரின் புன்னகைப்பாள். சிரின் விரல்கள் பறவையிறகுபோல் இருக்கும். இளஞ்சூடான குருதியைத் தொடும் உணர்வு. அல்லியைப் பிடித்து விரிப்பதுபோல விரல்களைக் குவித்து விளையாடுவாள். சிரினின் சரீரம் சவப்பேழைக்கு உள்ளிருந்தபோதுகூட அப்படித்தான் வருடிக்கொண்டு அவ்விரல்களுக்கு மட்டும் உயிரிருப்பதாகக் கற்பனை செய்தாள். அதன்பிறகு, பல வருடங்கள் கழித்து அப்படியோருணர்வு நீட்ஷனிடம் இருந்தது. ஏனெனில், அப்படிப்பட்ட ஆண் ஆத்மாவை அவள் உணர்ந்ததில்லை.

அதாவது, ஆண்கள் நான்கு விதமான ஆத்மாக்களைக் கொண்டிருப்பார்கள். ஒன்று, எல்லோரிடமும் வெளிப்படக் கூடிய ஆணின் சுயாத்மா. ஏற்கெனவே இருப்பதைவிட இன்னும் கூடுதலாக. அந்த ஆத்மாக்களால் இன்னொரு ஆணைப் புரிந்துகொள்ள, உணர, விரும்ப முடியுமே தவிர வேறெதையும் உள்ளார அறிய முடியாது. அவர்கள் போரை விரும்புவார்கள், கண்ணாடிகளை ரசிப்பார்கள், விலங்கில் குதிரை பிடிக்கும். சிற்பங்களைக் கண்டு கிளர்ச்சியடைவார்கள். (நெப்போலியன்களைப் போல, துறவிகள், அரசர்கள் என.)

இரண்டாவது, ஆத்மாவுடன் இருக்கும் பெண் ஆத்மா. அதாவது, பெண்ணுக்குரிய அத்தனை குணவிஷேசங்களையும் கொண்டது. இது, பெண் பிறிதொரு பெண்ணை அறிவதைவிட அதிகம் அறிந்துவைத்திருக்கும். இசையை விரும்பும், ஓவியங்களில் பரிச்சயம் இருக்கும், மலைகளை விரும்பும். அந்த ஆத்மாக்களுக்குள் மழை தூறிக்கொண்டே இருக்கும். காற்றிருக்காது, வெப்பம் அறவே உணராது. பறவைகளைக் கொஞ்சும். (சோரன் கிர்க்கார்ட்போல.)

மூன்றாவது, குழந்தைகளுடையது. அதாவது, இயல்பிலே அவ்விரண்டாம் ஆத்மா குழந்தைமையிலிருந்து விடுபடாமல் இருக்கும். சட்டெனக் கோபம் மூளும். எல்லோரையும் எதிர்க்கும். சிரிப்பதைத் தவிர வேறு எந்தச் சொல்லும் வசமிருக்காது. எல்லோரையும் பார்த்துப் புன்னகைப்பது. அணில்போல பிரக்ஞை வான் நோக்கியும் பிற புலன்கள் பூமியிலுமாக ஓடிக்கொண்டிருக்கும். அவர்கள் அதிசயங்களைக் காணப்

பண்ணக்கூடியவர்கள். உலகம் அவர்களுக்கு அறவே பிடிக்காமல் போகும். கிறிஸ்துபோல. புத்தர்போல. பீத்தோவன்போல.

நான்காவது வகை உண்டு, ஆனால் அரிதாக இருக்கலாம். தூலவுடல் மட்டும்தான் ஆண், உள்ளிருக்கும் இரு ஆத்மாக்களில் ஒன்று பெண்ணாகவும் மற்றொன்று குழந்தையாகவும். அதாவது, பெண் ஆத்மா பிறிதொன்றைக் குழந்தையாக மாற்றி விடும். காரணம் அது ரசிக்க, விரும்ப, அழ, புன்னகைக்க இந்த உலகத்தில் எதுவுமில்லை என்பதால். அதன் இருப்பு கடவுளின் இருப்பைவிட அபூர்வமானது. எமிலி இவ்வகை ஆத்மாக்களில் நிச்சயம் இரண்டாவதைத்தான் நீட்ஷனிடம் கண்டிருப்பாள். பிரதேசங்கள் முழுக்கச் சுற்றி அலைகையில் நீட்ஷனிடம் அதைச் சொல்லியும்விட்டாள். “உங்களுடைய ஆத்மா எப்போதும் என்னிடம் இருக்கிறது. நான் சதா உங்களுடன் பேசிக்கொண்டிருக்கிறேன். ஒவ்வொரு கணத்தையும் பரிமாறுகிறேன். சிரின் இறந்து பலவருடங்களுக்கு நான் அவள் ஆத்மாவை வைத்திருந்ததுபோல.” நீட்ஷன் உள்ளங்கையால் அவள் தலையைத் தொட்டுப் புன்னகைப்பார்.

9

கிதியோன் மிஷனைக் கண்டுபிடிக்க இருவருக்கும் பதினொரு மாதங்கள் ஆனது. எமிலி வந்ததற்குப் பிறகு நீட்ஷனின் அன்றாட வேலைகள் ஒருபோதும் அவளில்லாமல் பூர்த்தியானதில்லை. பரிசோதனைக்கான தயாரிப்புகள், மிஷனைச் செயலூக்க மாக்குவது, ஆட்களைத் தேர்வுசெய்தது என எல்லாவற்றையும் அவளே நிறைவேற்றினாள். ஆனால், தன்னுடைய பொக்கிஷமான நீட்ஷனுடன் பயணித்த இக்காலம் முழுவதும் இன்னொருவர் கையில் அம்புவாங்கிய பறவையாகப் படுத்திருக்குமென அவள் எதிர்பார்க்கவில்லை.

1. பூனி

பெண் தன் முழு அன்பையும் தரத் தயாராகவே இருக்கிறாள். அதைப் பூரணமாகப் பெற்றுக்கொள்ளும் திடம் வாங்கும் பிறிதொன்றிடம் கிடையாது. அதாவது, பிறிதொன்றால் அதை முழுமையாக ஏற்கும் அமைப்பு இயற்கையாகவே அவ்வுயிர்க்கு வாய்க்கப் பெற்றிருக்கவில்லை. ஆண் (ஒரு பரிதாபமான பிறவி) அன்பைச் சுயத்தில் அடங்கிய உணர்வுகளில் (ஆசை, கோபம், அதிகாரம்.) ஒன்றாகப் பார்க்கிறான். மாறாக, பெண் அன்பிலிருந்தே அத்தனையையும் உருவகிக் கிறாள். ஆண் தூலத்திலிருந்து சூட்சமத்தைக் கற்பனை செய்வதில், கற்பனையை அறியமுடியாத ஒரு மாயக் கருவியாக வைத்துக்கொள்கிறான் என்றால் பெண்ணிடம் அது கிடையாது. அவளால் இரண்டுக்கும் இடையில் ஊடுபாய முடியும். அவளுக்குத் தூலமும் சூட்சுமமும் ஒருசேர நிகழும். காரணம் ஆண் வளர்க்கப்படு கிறான். பெண் தன்னை வளர்த்துக்கொள்கிறாள்.

அதனால்தான், பெண்ணின் அன்பை முழுவதாகப் பெற்றுக்கொள்ள மிகப் பெரிய சூழ்ச்சிகள் வரலாற்றில் நிகழ்ந்திருக்கின்றன. அப்படித்தான் இருக்கும் என ஆப்ரஹாம் எண்ணினான்.

ஒவ்வொரு நாளும் அந்திப் பொழுதில் சூரியன் நெற்றிக்கு எதிரில் இருக்கையில் (சிலசமயம் மேகம் மறைத்து அடையாளம் அனுமானமாகத்தான் இருக்கும்) இருவரும் கண்ணாடிக்குள் நுழைவார்கள். தங்களுக்கான வேலைகளை முடித்துவிட்டு அதற்குள் தயாராகிவிட வேண்டும். நேரத்தைத் தவறவிட்டால் பிறகு அடுத்த நாள் தான். சில சமயங்களில் பேசிக்கொண்டிருக்கையில் அந்தி

சாய்ந்து வெறும் நிழலுருவம் மட்டும் தெரியும். அவளுடைய சமிக்ஞைகள் தெளிவில்லாமல் அதன் அழகான நிருத்தியங் களைக் காணமுடியாது என்றாலும் வெறுமே அவளுடைய பிரசன்னத்தை மட்டும் கண்ணாடிக்குள் நிறுத்திக்கொண்டு நான் சொல்வது புரிகிறதா உனக்கு என்பதற்கு ஆமாமெனத் தலையசைத்தபடி நிற்பான்.

சந்திப்பு தவறிய நாட்கள் நின்று போன கடிகாரமாகப் பொழுதுகள்மாதிரி அப்படியே நகராமல் துடித்துக்கொண் டிருக்கும். அந்தியன்றிப் பிற பொழுதுகளில் கண்ணாடி முன் நிற்கக்கூடாதென அவந்திகை எச்சரித்திருந்தாள். அதாவது, இருவரில் யார் கண்ணாடியைப் பார்த்து நின்றாலும் அது யாருக்கேனும் சந்தேகத்தைக் கொடுத்துவிடும். ஆனால், அவனைப் பொறுத்தவரை அப்படி ஓராள் மட்டும் பிரதி பிம்பமற்ற கண்ணாடியை நோக்கும்போது அதொரு பொருள், இரண்டடிச் சட்டம், ரஸம் தடவிய வஸ்து, அந்தரங்கத் திரை, செயலிழந்த மந்திரக்கோல், வெறும் விளையாட்டுப் பொருள், யாரோ வேண்டாமென்று எறிந்திருக்கலாம் இப்படிப் பலவித எண்ணங்களில் தன்னைக் காட்டி மனதில் வைத்திருக்கும் மாயத்தன்மையை மங்கச் செய்யக்கூடும் என்கிற அச்சம் ஆப்ரஹாம்க்கு இருந்தது. அது உண்மையில் மாயத்தன்மையானதா?

ஆமாம். அன்றலர்ந்த மலர்களை அறியும் வண்டுகளைப் போன்றது. அதுபற்றி அவந்திகையிடம் கேட்டதற்கு, அவள், கண்ணாடியில் அப்படியொரு தவிப்பை ஒருநாளும் தான் உணரவில்லை என்று பதில் கூறியதோடு அல்லாமல் ஒருவேளை நான் அதைக் கடந்திருப்பேனோ தெரியவில்லை. ஏனெனில், என்னைப் பொறுத்தவரை அன்பு ஆண், பெண் கடந்தது. அதை மற்றவற்றில் பார்ப்பதுதான் சரி. இந்த உடல் மிகச் சாதாரணமான படைப்பு ஆப்ரஹாம். மன்னிக்கவும் என் உடல் பற்றிய அபிலாஷை உனக்கு ஏற்படாதிருந்தால் நான் சொல்வதைப் பொருட்படுத்து. ஏனென்றால், பலமுறை வெறும் உடலால் மட்டுமே நான் தீண்டப்பட்டிருக்கிறேன். எப்போதுமே என் மனம் அன்பின் லயத்தில் இணைந்ததில்லை. அல்லது பிணைக்கும் வழியை என்னை நெருங்கிய ஆத்மா அறியவில்லை. நானாக அதை ஏற்றுக்கொண்ட பாவனையைச் சூடிக்கொள்வேன். அவ்வளவுதான். சில சமயங்கள் சூட்சமமாக யாருமற்ற தருணங்களில் அந்தப் பாவனையை அணிவதும் உண்டு. நானாக விரும்பினாலொழிய அதை அணிய முடியாது. அக்கணம் இடமும் சப்தமும் உருவமும் வேறொன்றாகிவிடும். அது எப்படியென அதிசயித்திருக்கிறேன். கற்பனைகள் களவுத்தனமானவை. அவந்திகை சிரித்தாள்.

அவன் உடனே குறுக்கிட்டு, கற்பனைகள் எல்லோருக்கும் ஏற்படுவதில்லை. சதா அன்பில் திளைத்திருப்பவர்களாலேயே அது இருக்கிறது. மயில் தன் பீலிகளைக் கழித்துக்கொள்வதுபோல அது எங்காவது தன் அழகான இருப்பைக் காட்டி நகர்கிறது. அத்தனைமீதும் காதலாக உருகுவதற்கும் பிரதிபலிக்கும் பிறிதொன்றின்மீது காதல்கொள்வதற்கும் வித்தியாசம் நிறைய உண்டு. நோவும் நெஞ்சம் இரண்டாவதில்தான் உள்ளது. அலர்தலைப்போலக் கூம்புதலும் அழகு என்றான். ஆனால், அவன் சைகைகளை அவள் புரிந்துகொண்டாளா என்று தெரிய வில்லை இருந்தாலும், வேறொரு பதிலைக் கூறினாள். அன்பு அசாத்யமானதையெல்லாம் சாதித்துவிடும். பிரபஞ்சத்தின் புராதனமான ஒன்று. இன்னும் தன் காலத்தை உறைய வைத்தபடி எத்தனை யுகங்களுக்குமான நிறத்தையும் தன்மீது ஏற்றிக்கொள்ளாமல் அப்படியே இருக்கிறது. சிலசமயம் அதொரு மிருகம்போல, பறவைபோல, சிங்கம்போல அல்லது இது மூன்றும் கலந்ததாகக்கூட இருக்குமென எண்ணியிருக்கிறேன். சட்டென மனம் காதல் வயப்பட்டதும் அது தன் எஜமானன் முன் மண்டியிடுகிறது. வாரியணைத்துக்கொள்கிறது. தூக்கிப் பறக்கிறது, ஏங்க ஏங்க அது தன் ஆகிருதியை மீட்டிக்கொள்கிறது. பின்பு, சட்டெனத் தன் கற்பனைகளைக் களைத்துவிட்டு ஒரு பூனையாக மாறி நிற்கிறது. மனம் கூம்பி வீழ்ந்ததும் சொட்டிய குருதியை நக்கிவிட்டு நகர்ந்துவிடுகிறது.

அவந்திகை தன் கடந்த கால வாழ்வின் அனுபவங்களி லிருந்து அன்பைப் புராதனமான பயங்கர மிருகமாகக் கற்பனை செய்திருந்தாள். உடல் ஒரு சாதாரணப் படைப்பு என்று சொன்னதும் அதுவே. அன்பின் உயிர்ப்பே அது செல்லச் செல்ல அடையாமல் தன் இருப்பைக் கானல் நீராகக் காட்டி ஏமாற்றிக்கொண்டே இருப்பதில்தான் இருக்கிறது. நிறைமதி போல அப்பால் நின்றபடி ஏக்கத்துடன் கூடவே நகர்வதில் உண்டு. தன் முன் இறைந்து நிற்கும் பிம்பத்தைக் கண்டு அவந்திகை அஞ்சினாள். ஒவ்வொரு நாளும் கண்ணாடிக்குள் நுழையும்போதெல்லாம் அக்கணத்தைச் சீந்தாமல் விலகிக் கொண்டாள். ஆனால், ஆப்ரஹாம் கண்ணாடியைவிட்டு வெளியேறும்போது மந்தகாசமான உணர்வுடன் கற்பனையில் அலைந்தான். அவனுக்குத் தெரியும் அவந்திகை மறுப்பதும் விளக்கமளிப்பதும் தன்னைக் காப்பாற்றிக்கொள்ளும் பாவனைகள்தான் என. இது அவள் கூறாத வேறொன்று. பிறிதொரு வகை பாவனை. அவற்றை 'நான்' என்பது அணிந்து கொள்கிறது. 'நான்' அவளை விடுதலையடையச் செய்வதில்லை. அவளும் நடுக்கத்துடன், பலவீனத்துடன் அந்த 'நானை' பற்றிக்

கொண்டிருக்கிறாள். நான் விடுபடாமல் அன்பு சாத்தியமே இல்லை.

ஆக, 'நான்' பூரணமாகக் களைந்து நிற்பதுதான் அன்பைப் பெறத் தகுதியான இடம். அவன் தயாரான அதே தருணத்தில் மிஷனில் அவந்திகையுடன் சுற்றிய வெண் – சாம்பல் நிறப் பூனை ஒன்றும் தயாரானது.

அந்தப் பூனைக்குப் பூனி என்று அவந்திகை பெயரிட்டிருந்தாள். அவனுடைய மொழியில் அதொரு புதிய சொல். பூனி தன்னை அதிகமாக விரும்புகிறதென அவந்திகைக்குத் தெரியும் என்றாலும் பூனியின் தயாரிப்புகளையும் திட்டங்களையும் அவள் அறிந்திருக்கவில்லை. முன்பே கூறியதுபோல அஃறிணைகளுக்கும் 'பெற்றுக்கொள்ளும்' திராணியில்லை. அது தெரிந்துதான் பெண் அவற்றைக் கொஞ்சிக்கொண்டேயிருக்கிறாள். பாவம்.

ஆப்ரஹாம் முதன் முதலில் அவந்திகையைப் பார்த்ததிலிருந்து கண்ணாடிக்குள் தினம் பேசிக்கொள்வதுவரை எப்போதெல்லாம் சந்திப்பு நிகழ்கிறதோ அப்போதெல்லாம் பூனையும் உடன் இருக்கிறது. வெகு அரிதாகவே (பூசை சமயத்திலோ சாப்பாட்டுக் கூடத்திலோ) இருவருக்கும் நடுவே பூனை இருந்ததில்லை. அப்போது இருவருக்கும் நடுவே நிறையபேர் இருப்பார்கள். ஆக, தனிமைத் தருணங்களில், சிலசமயம் கண்ணாடியிலும்கூட, அவந்திகையை மட்டுமின்றி, அவன் பூனியையும் சேர்த்தே சந்தித்தான்.

அவந்திகையை இரண்டாம் தளத்திலிருந்து பங்கா இழுத்தவாறு பார்த்த முதல் நாள் பூனி அவளுடைய தொடைக்கு நடுவில் உடலை நீட்டிக்கொண்டு கதகதப்பாகப் படுத்திருந்தது. அல்லது அதுதான் அவனை முதலில் பார்த்துவிட்டு அவளுக்குக் காண்பித்திருக்க வேண்டும். மியாவ் என்றபோது அவள் அண்ணாந்தாள். "நான் வருவதற்கு முன்பே மிஷனில் இது சுற்றிக்கொண்டிருந்தது. இதுபோல இன்னும் இரண்டு இருந்தன. எலித் தொல்லைக்காக வளர்க்கிறார்கள். ஆனால், இதுமட்டும் என்னிடம் வந்து எப்படியோ ஒட்டிக்கொண்டது." அவள் சொல்வதுபோல பூனி அவளுடன் ஒட்டிக்கொண்டதற்குப் பிறகு மற்ற இரண்டையும் எப்போதாவதுதான் சந்திக்கும்.

பூனிக்கு அவந்திகையைப் பிடிப்பதற்கு மூன்று காரணங்கள் இருந்தன. ஒன்று, மிஷன் அளிக்கும் கோதுமை ப்ரட்டும் பாலும் தினமும் பூனிக்கு வைத்தாள். அங்கு இருந்த அத்தனை பேருக்கும் அது தினமும் பரிமாறப்பட்டது. அவந்திகைக்கு

அதுபோன்ற உணவுகள் பிடிக்காது.முதலில்சில நாட்கள் வேண்டாமென்று பூனிக்கு வீசியவள் பின்பு தட்டில் பிசைந்து வைத்தாள்(பிசைந்துகொண்டே இருக்கையில் பூனி தவிப்பில் முனங்கும்) இது பூனியின் பசிசார்ந்த தேவை.

இரண்டாவது, கண்ணாடியை நோக்கியபடி சித்திரத்தை வரைவது. பிறகு, மரப்பலகையைச் செதுக்குவது இந்த இரண்டில், முதலில் கண்ணாடியை வைத்துக்கொண்டு அவள் அமர்ந்ததும்,“அது என்ன?” என்று பூனியும் எட்டி நிற்கும். சிலசமயம் இங்கும் அங்கும் தாவித் தாவி நடுவே குதித்து ஆர்ப்பாட்டம் செய்யும். அடுத்ததாக, சிந்தியிருக்கும் மரப்பலகைச் சீவல்களுடன் விளையாடும். உருட்டியும் விரித்தும் சமயங்களில் மீசையில் மாட்டிக்கொண்டு ஓடும். இந்த இரண்டும் பூனிக்கு விளையாட்டு சார்ந்த விஷயம்.

மூன்றாவது, அவந்திகைமீதிருக்கும் வாசனை. அவள் உடலின் அந்தரங்க மணம். எல்லாப் பெண்களும் அப்படி வாசனையைக் கொண்டிருப்பதில்லை. வாத்சாயனர் கூறுவதுபோல் எவள் ஒருத்தியிடம் அது வெளிப்படுகிறதோ அவள் உலகின் அத்தனை சுகந்தங்களால் ஆனவள். பூனி அறிந்த சுகந்தம், அவந்திகையின் உள்ளங்கைகளுக்கு உள்ளிருக்கலாம்– அடிக்கடி அவள் பூனியின் முகத்தைப் பிடிப்பாள், மார்பின் நடுவில் இருக்கலாம் – கீழே இறங்கும்போது தூக்கிவைத்து நடப்பாள், இரண்டு பாதங்களில் இருக்கலாம் – படுக்கும்போது பூனியை உயரத் தூக்கியெறிந்து விளையாடுவாள், மடியில் இருக்கலாம் – சித்திர வேலையின்போது நடுவில் வைத்துக் கொள்வாள், மூச்சுவிடும் சுவாசத்தில் இருக்கலாம் – குளித்துவிட்டு வந்ததும் ஈரத்துடன் பூனியை இறுக்கி முகத்தில் முத்தமிடுவாள். இவற்றில் எதில் பூனி அதை உணர்ந்ததென்று தெரியவில்லை. அல்லது ஒவ்வோர் இடத்திலும் வெவ்வேறு வாசனைகளை அது அறிந்திருக்கலாம். இது பூனியின் உணர்ச்சி சார்ந்த மூன்றாவது.

அவந்திகையை இரண்டாம் முறையாகப் பார்த்தபோது அவளும் பூனியும் வராந்தாவில் நடந்து சென்றார்கள். ராணியைப் போல அவந்திகை முன்னால் நடக்க பூனி வாலைத் தூக்கியபடி பாதங்களில் எதையோ கவனித்துக்கொண்டு பின்னால் ஓடியது. ஒருவேளை பூனிக்குப் பாதங்கள் பிடித்திருக்கலாம். விளையாட எதுவும் சிக்காத சமயத்தில் அப்படி வெளியே தெரியும் கெண்டைக் கால் சதையைக் கவ்விப் பிடித்து விடுவது லாவகத்துடன் கீழே விழுந்தெழும்.

கால்களைக் கவ்வி விளையாடிக்கொண்டிருந்த பூனியிடம் கண்ணாடிக்குள்ளிருக்கும் ஆப்ரஹாமைக் காட்டியபோது பூனி பயந்துதான்போனது. சிலகணங்கள் பார்த்துவிட்டுச்

சட்டெனச் செவிமடல்களைப் பின்னால் சுருக்கிக் கத்தியபடி பிடியிலிருந்து தாவி மறைந்தது. "அது உன்னைப் பார்த்துப் பயப்படுகிறது" என்று சைகை காட்டினாள். தூரத்தில் ஒரு மரத்தில் மட்டும் கதவு இருப்பதாகவும் அதனுள்ளிருந்து உருவம் தலை நீட்டுவதாகவும் நினைத்துப் பயந்திருக்கலாம். மரத்தைத் தேடிப் போயிருக்குமென அவளும் தூரத்திச்சென்றாள். அது அறைக்கு வெளியே வந்து நின்றுகொண்டிருந்தது. அள்ளியெடுத்து மார்போடணைத்துச் சமாதானம் செய்தாள். பிறகு, அதுபோல என்றைக்குமே கண்ணாடிக்குள் பூனியைத்தூக்கிக் காட்டியதில்லை. ஆனால், அவந்திகை ஜன்னலைத் திறந்து கண்ணாடிக்குள் நுழைந்ததும் பூனி அறையைவிட்டு வெளியே போய்விடும், எட்டிப்பார்த்தபடி சிலசமயம் மெல்லச் சப்தமெழுப்பும் அல்லது அமைதியாக அவர்கள் பேசுவதைப் பார்த்துக்கொண்டிருக்கும்.

பூனி மிகப்பெரிய தந்திரவாதி. அவந்திகை கண்ணாடிக்குள் செல்லத்துவங்கியதற்குப் பிறகு, பூனிக்குக் கிடைத்த அவளுடைய நெருக்கம் ஏமாற்றத்தை அளித்திருக்கலாம். அல்லது அவளது வாசனை தினமும் வெறும் நான்கடிக் கண்ணாடிச் சட்டத்தின் முன் கரைந்துகொண்டிருப்பது ஆத்திரத்தை உண்டாக்கிருக்க வேண்டும். ஆப்ரஹாம் கண்ணாடிக்குள் வந்ததும் மடியிலிருந்து பூனியை இறக்கிவிட்டு(சிலசமயம் அவசரத்தில் கட்டிலில் தூக்கிப்போட்டு) ஓடுவாள். ஆனால், பூனி அவள் மடியை விட்டு நகராது. நகங்களால் ஆடை நூலைப் பிடித்துத் தொங்கும். சிக்கிய முள்ளை எடுக்கும் நேர்த்தியுடன் அகற்றுவதற்குள் நாலைந்து நூல்கள் நகத்தோடு வந்துவிடும். பதிலுக்கு அவள் பாதத்தில் சின்னக் கீறலைக் கொடுத்தனுப்பும். அவந்திகைக்கு இதெல்லாம் பூனியின் கோபமெனத் தெரியாது. தூக்கி வீசியதும் கட்டிலிலோ தரையிலோ விழுந்ததும் மியாவ் என அவள் திசையை நோக்கிக்கத்திவிட்டு நகராமல் மெல்ல முன்னங்காலை எடுத்துவைக்கும். முதுகெலும்பு புடைத்து வால் அலைபோல எழுந்து மடிந்திருக்கும். மிஷனில் பன்றிக்கறி சமைக்கும்போதுதான் அப்படி உடலை வைத்துக்கொண்டு அடுப்படியை வலம்வருவதுண்டு. அதாவது, நல்ல பசி இருக்க வேண்டும் அப்போது தனக்குப் பிடித்தமான சுவையை உடல் முழுக்க நிறைத்துக்கொள்ளும் வேட்கை. ஆனால், இங்கு, பூனி நடந்துகொண்டதற்குக் காரணம், பொதுவாக மிருகங்கள் ஒரேவிதமான உடலசைவை இரு நேரெதிர் உணர்வுகளுக்கு வெளிப்படுத்தும். ஆக, அவந்திகையின் விலகல் பூனிக்கு உடல் முழுவதுமிருந்து அவளது வாசனை வெளியேறுகிற இயக்கமாக இருக்கலாம். இன்னொன்று, பூனிக்குப் பிடிக்காத, வெறுக்கக்கூடிய ஒன்று சேய்மையில் நிகழ்கிறது.

நாளாக ஆக பூனியால் கண்ணாடியுலகை ஏற்றுக்கொள்ள முடியவில்லை. குட்டிபோட்டதுபோல அறைக்குள் அலைந்தது. சாப்பாட்டுத் தட்டையும் பால் கிண்ணத்தையும் உருட்டிச் சப்தம் எழுப்பியது. அவந்திகையை வெறித்துக்கொண்டு சாத்தப்பட்ட கதவருகே அமர்ந்திருந்தது. அவள் பேசிமுடித்து வந்து அள்ளி எடுக்கும்போது தரையிலிருந்து தன் பிடியைத் தளர்த்தாமல் 'விடு' என விரல்களைக் கடித்தது. கதவைத் திறந்ததும் கோபமாக அறையைவிட்டு வெளியேறியது. இதே பூனிதான் பின்னாளில் அவந்திகை கண்ணாடிக்குள் மறைத்து வைத்திருந்த ஆப்ரஹாமை எமிலியிடம் காட்டிக்கொடுக்க யத்தனிக்கையில் பாவம் அவந்திகை மாட்டிக்கொண்டாள்.

2. காலக்கணிதம்

பூனியைக் கட்டிலில் போட்டுவிட்டு அவந்திகை கண்ணாடிக்குள் நுழைந்த பிறகு ஆப்ரஹாமுடன் பேசத் துவங்கிவிட்டாள்.

"அக்காகிதங்கள் பூச்சியரித்துப் பழுப்பேறியிருந்தன. முழுதாக விரித்தால் கிழிந்துவிடும். பிறகு, எதுயெது எதனெதன் தலை வால் எனத் தெரியாமல் குழப்பும். கட்டிலில் அமர்ந்து கொண்டு என்ன செய்வதெனப் புரியாமல் மடியில் வைத்திருந்தேன்."

அவனுக்கு அந்த சமிக்ஞைகள் புரியவில்லை. திவான் அலுவலகத்திலிருந்து எடுத்து வந்த காகிதங்களைப் பற்றிக் கூறுகிறாள் எனக் கண்டுபிடித்தான், "அவை பறக்க எத்தனித்தன. மென் அதிர்வுக்குக்கூடச் சிணுங்கின. அழுத்திப் பிடிக்கவும் அச்சம். மடிப்புகளை விரித்து அதன்மேல் பூதக்கண்ணாடியை வைத்து வாசித்தால் நிச்சயம் கிழியும், அதனால், படித்தபடியே பிரதியெடுத்துவிடுவதுதான் சரியெனப் பூதக்கண்ணாடியுடன் நோட்டும் தேவைப்பட்டது. விரித்த ஒரு துண்டுக் காகிதமே அவ்வட்டக் கண்ணாடி அளவுக்குள்தான் இருந்தது. மெல்ல அதன் விளிம்பிலிருந்து கண்ணாடியை நகர்த்த, பூச்சிபோல எழுத்துகள் மேலே மிதந்துவரத் துவங்கின. எது எதனெதன் தொடர்ச்சி, எண்கள் எதற்காக அதில் குறிப்பிடப்பட்டுள்ளன, யார் யாருக்காக எழுதியது? அப்பா அதை வைத்து என்ன செய்ய முயன்றார், எல்லாவற்றுக்கும் மேல் ஏன் அது அப்படி நுணுக்கி எழுதப்பட்டது என்பதுதான் பிரக்ஞையில் துருத்திக் கொண்டிருந்தது. முதலில் அதன் விசித்திரத்திலிருந்து விடுபட வேண்டும். அப்போதுதான் குறிப்புகளைக் கவனிக்க முடியும். அவ்வளவு சின்னஞ்சிறிய இடத்துக்குள்ளிருந்தவற்றை இரண்டு பக்கத்துக்கு மேல் எழுத வேண்டியிருந்தது. அத்தனையும் எண்கள். எங்கோ ஆழத்தில் உறங்கிக்கிடக்கும் இரட்டைத்

தலை உயிரிபோல அவை நினைவுகளைத் திசைமீளச் செய்தன. ஆமாம், என்றோ சந்தித்த குழப்பம். எண்ணச் சிடுக்குகளிலிருந்து விடுபடாத பிடிமானம். பத்திரப்படுத்தி வைத்திருந்த கனவுத் திறவுகோலைத் தவறவிட்ட பதற்றம். கால்கள் நீரில் கிடப்பதுபோல மரத்திருந்தன. அந்த எண்களை மெல்ல உள்ளுக்குள் சொல்லிப்பார்த்தால், ஆமாம் ஏதோவொன்று விடுபடுகிறது. நெஞ்சை அழுத்தி எழுகிறது. துக்கமா? சந்தோஷமா? பிரக்ஞையின்றி உதடுகள் அவற்றை முணுமுணுப்பதை உற்றுக்கேட்க முடிகிறது.

ஆமாம், அது என்னுடைய எண்கள். நான்தான். அய்யோ எனது ரகசியங்கள். நான் யாரிடமும் சொல்லிவைக்காமல் விட்டவை. என்னிடமிருந்து உதிர்ந்த முதல் உதிரம். என்னுடைய மாயக்குதிரைகள். கனவுகளுக்குள் பல்லாயிரம் தொலைவு பயணம்போன இறக்கைக் குதிரைகள். எனக்குத் திக்கென்றிருந்தது. எத்தனை தடவை அந்த எண்களை வைத்துக்கொண்டு காலமற்ற வெளிக்குள் நுழைந்து வெளியேறியிருப்பேன். அப்பாவிடம் மட்டும் சொன்னது. அவரைத் தவிர வேறு யாருக்கும் தெரியாது. "அவர்தான் என்னை மீளமீள அச்சிறு நுரைமேல் அமர்த்திப் பறக்கவிட்டார். யார் கண்ணிலும் படாமல் கல்லூரியில் சுவர் வெடிப்புக்குள்ளும் புல்லின் அடித்தண்டுக்குள்ளும் ஒளிந்து திரிந்தேன். ஒவ்வொன்றாக வாசிக்க உடல் சிலிர்த்து சிலிர்த்து அயர்ந்தது. இழந்த நொடிகளுக்குள் மறுபடியும் பிறப்பதுபோல. மார்பு மெல்ல மூச்சை விட்டு மலர்ந்தது. அடுத்தடுத்த காகிதங்களைப் பார்க்க மனம் வேகமெடுத்தது. இமைகள் மூடித்திறப்பதே பெரிய இறகுபோல கனத்தன. அவசரமாக அத்தனையையும் வாசித்து முடித்தேன்.

அதில் ஒன்றில் இப்படி இருந்தது: "காலக்கணக்கை முதன் முதலில் தொடங்கியது பெண்தான் என்று நீ சொன்னதுதான் என்னை மீளாத சிந்தனைக்குள் தள்ளிவிட்டது உத்திரியரே. என்னால் கற்பனைகூட செய்து பார்க்க முடியவில்லை. அப்படியொன்று நடந்திருக்குமா? உறுதியாகச் சொல்ல முடியாது. ஆனால், இருக்கலாம் என்கிற முடிவுக்குத்தான் இப்போது நான் வந்திருக்கிறேன். வானியல் சாஸ்திரங்களில் பாண்டித்தியம் உள்ளவர்களால் அது துவங்கப்பட்டிருக்கும் என்பதுதான் நம்பப்படுகிற உண்மை. அல்லது வரலாற்றை அறிய ஆரம்பித்த தேடலின் அளவீடுதானென இன்னொரு கூற்றும் உண்டு. இவற்றுக்கு அப்பால் அது வெறும் பெண்கள் நினைவுபடுத்திக்கொள்ள உருவாக்கியது என்பதுதான் என்னைத் தொந்தரவுபடுத்திவிட்டது. மாதம் பன்னிரண்டும்

வாரம் ஏழும் நாழிகை இருபத்தி நான்கும் நொடிகள் நூற்றி இருபதும் மொத்தமாக அவர்களின் விரல் எண்ணிக்கைக்குள் அடங்கியுள்ளன. உதிரப்போக்குத் துவங்கி முடியும் மூன்று நாட்கள்தான் முதன்முதலில் இந்தக் காலத்தை அளக்கத் துவங்கிய கருவி. நாழிகைகளாக வாரம் ஏழாக மாதம் பன்னிரண்டாக வருடமாக ஒரு வட்டத்துக்குள் பூர்த்தியாகிறது. எல்லாமே மூன்றின் பெருக்கக் குணங்களாக விரிகின்றன. உன்னுடைய கேள்வி காலாதீதமான நம்பிக்கைகளைக் கலைத்துவிட்டது உத்திரியரே. உமக்கு நன்றி. ஆனால், இது உனது சிந்தனை இல்லை என்பதையும் இதே கணக்கு எனக்குக் காட்டிவிட்டது. ஒரு பெண் இதை எழுதியிருப்பாள். நிச்சயமாக எனக்குத் தெரியும். கணக்குத் துவங்குமிடத்தில் உதாரணத்துக்குக் கொடுக்கப்பட்ட எண்கள் சில இருந்தன. அவை ஒரு நாளில் அந்திநேரத்தில் சரியாகக் குறிக்கப்பட்ட நாழிகை, நாள் (கிழமையும்), வாரம் (அந்த மாதத்தில் அது எத்தனையாவது) மற்றும் வருடம் (அந்த வருடத்தில் அது எத்தனையாவது மாதம் அதனுள் வாரம்) இருந்தன. இவை வெறும் உதாரணத்துக்கு எழுதப்பட்டவை அல்ல. அவள் தன் உதிரப்போக்குத் துவங்கியதைப் பற்றிக் குறித்தவை. அதிலிருந்து அந்த வாரம் மாதம் வருடம் என ஒவ்வொன்றையும் கணக்கிட்டுப் பார்த்திருக்கிறாள். எல்லாம் சரியாகச் சுழற்சியில் முடிந்து மூன்று நாள் எஞ்சுகிறது. கிடைத்த அந்த மந்திரச்சாவியை வைத்து மொத்தக் காலத்தையும் திறக்கிறாள். அதுவே அதில் நீ எழுதியிருந்த மூன்று எண்ணுக்கான அர்த்தம் (இதுதான் காரணமென அப்போது உனக்குத் தெரிந்திருக்குமா என்பதும் புதிர்தான்). இது யார் எழுதியிருக்கலாமென நான் தேடத் தேவையில்லை. ஒரு பெண்ணின் சிந்தனை என்பது மட்டும் எனக்குப் போதும். அவள் பெயரை நீ குறிப்பிடவில்லை. ஆக, சிந்தனையை உன்னுடையதாக்கிவிட்டாய். இத்தனையும் இந்தப் படாடோப வாழ்க்கைக்கும் போலி மரியாதைகளுக்கும்தான். மன்னர் குடும்பத்துடன் உன் வருங்காலச் சந்ததிகளை இணக்கமாக்கிக்கொள்ளும் ஆசை. ஆனால், நீ நினைத்தது எதுவும் நடக்காதுபோனது. நல்லது உன்னுடன் சேர்ந்து நீ திருடிய சிந்தனையும் அழியட்டும்" என்பதோடு அந்தக்குறிப்பு முடிந்தது. மேற்கொண்டு சில மிச்சமிருந்தன. அவை நிர்வாகம் சம்மந்தமான குறிப்புகள்.

கிடைத்த துண்டுக்காகிதங்களில் திவானின் குற்றச்சாட்டுக்கு உத்திரியரின் பதில் எதிலுமில்லை. அப்படி மறுத்திருந்தால் காலத்தின் நினைவுகளுக்கு எங்காவது எழுதிவிட்டுச் சென்றிருக்க வேண்டும். ஆக, திருட்டுப்பழியை அவர் மறுக்காமல் ஏற்றுக்

கொண்டிருக்கிறார். சம்பூரணம் சொன்னதுபோல அவரின் ஒட்டுமொத்தத் தூக்கத்தையும் அந்தச்சொல் உறிஞ்சிவிட்டதை உணர்ந்தும், அந்த நீண்ட பகல் பொழுதை வாழ்வின்மீது நிரந்தரமாகப் பரவவிட்டுக்கொண்டு காய்ச்சல்காரன் வெயிலில் காய்வதைப் போல அனுபவித்தும் கிடந்திருக்கிறார். உண்மைதான். அது அவராகவே அவருக்காக உருவாக்கிக் கொண்ட விதி. விடுபடுவதற்கான வழி இருந்தும் அவ்வழியில் செல்ல மறுத்து தன்னுடைய இடத்தை விட்டுக்கொடுக்கக் கூடாதென்கிற வைராக்யம். அதாவது, தன்னைச் சபித்துக் கொண்டிருந்த சொல்லிலிருந்து விடுபட உண்மையை விளக்கி சொஸைட்டிக்கு ஒரு கடிதத்தையோ அல்லது திவானிடம் ஒப்புக்கொள்ளும் பதிலையோ அல்லது திருடியவரிடமே அதைத் திருப்பி ஒப்படைத்தோ சாபத்திலிருந்து வெளியேறி யிருக்கலாம். உத்திரியர் இதில் எதையும் செய்யவில்லை. அவரே தண்டனையை முடிவுசெய்தார். குற்றத்துக்கான தண்டனையைக் குற்றவாளியே தேர்ந்தெடுப்பதும் குற்றம்தான்.

பிறகு, அதை என்ன செய்தீர்கள் என ஆப்ரஹாம் கையை ஆட்டிக் கேட்டான்

“இனி அத்துண்டுக் காகிதங்களை வைத்துக்கொண்டு என்ன செய்வது? தீயிட்டுக் கொளுத்திவிட்டேன். பதினைந்து வருடக் கனவு நொடியில் கருகருவென சுருண்டுபோனது. பங்களாவில் பூட்டிக்கிடந்து மேலறையில் இருந்த நூல்களை அரசுக்கும் அலமாரிகளை ஏலத்துக்கும் கொடுத்தது போக எஞ்சிய வாசிப்பு முக்காலி, பழைய மைக்குப்பிகள், இறகு எழுத்தாணி ஆகியவற்றை நான் கேட்டு எடுத்து வந்திருந்தேன். அத்தனையுடன் சேர்த்து இத்துண்டு காகிதங்களையும் எரித்துச் சாம்பாலாக்கினேன். அப்பாவின் பழைய வட்டக் கம்பியுடைய மூக்குக்கண்ணாடியை (தன்னுடையதைத் தொட்டுக்காட்டி) என் பார்வைக்குரியதாகச் சரிசெய்து அணிந்துகொண்டு வந்துவிட்டேன்.” சொல்லிமுடித்தபின் மறுபடியும் புன்னகைத்தாள். இந்தமுறை குழந்தைபோல் இருந்தாள்.

3. திருட்டு

திருட்டு என்பது சரியான சொல்லாக இருக்க முடியுமா என ஆப்ரஹாமால் ஒத்துக்கொள்ள முடியவில்லை. ஆனால், அவந்திகை கூறியபடி ஒருவரிடம் இருக்கும் பொருள் அல்லது சொல் அல்லது ஏன் கனவைக்கூட அல்லது தூலமோ அரூபமோ ஒரு வஸ்து அதை இன்னொருவர் எடுத்துக்கொள்கிறார் எனும்போது அதை வைத்திருப்பவர் அவராகப் பிறிதொருவருக்கு

அளிக்கும்வரை அது அவரது சொந்தம்தானே. உரிமையில்லாமல் ஒப்புதலில்லாமல் எடுப்பது நியாமில்லையே? இதைத்தான் அவந்திகை கேட்டாள். அவனால் மறுக்க முடியவில்லை.

பிறகென்ன உனக்குத் தயக்கம்? ஆப்ரஹாம் கேட்டான்.

அவனுக்குச் சரியாகச் சொல்லத் தெரியவில்லை. சில கணங்கள் நீண்டன. அவந்திகையே சில சமிக்ஞைகளைக் காட்டி அவனுடைய எண்ணங்களை அவதானிக்க யத்தனித்தாள். "உன்னுடைய தயக்கத்தை இப்படிப் புரிந்துகொள்கிறேன், அதாவது அவர் எனது தந்தை. நான் அவரிடமிருந்து உருவானவள். என்னுடைய ஆளுமையில் அவருக்கும் மறைமுகப் பங்குண்டு. எனது சொற்கள் அவராலேயே தொடங்கப் பட்டன. அதனால், அவர் தன் மகளிடமிருந்து எடுப்பதில் எந்த தவறுமில்லை, அதுதானே?"

ஆப்ரஹாம் தலையசைத்தான். கூடவே, அவர் தன்னைக் காப்பாற்றுவதென்பது சந்ததிகளையும் சேர்த்துதான். மேலும், குழப்பமான தருணத்தில் அது என்னவென்று புரியாமல்தானே நீ அதை அவரிடம் சொல்லிருக்கிறபோது அதற்கான தேவை அன்று ஏற்படவில்லை. அதோடு அந்தக் கணங்களில் உன்னை மேலும் குழப்பிவிடக்கூடாதென அதை உன்னிடமிருந்து அவர் பத்திரமாக இறக்கிவைத்திருக்கிறார் என அவளுடைய கருத்தை மேலும் விளக்கமாகச் சொல்லித் தலையைத் தொட்டுக்காட்டினான். சட்டென அவந்திகை குறுக்கிட்டு, "காப்பாற்றிய கடனுக்காக எடுத்துக்கொள்ளலாமா?" என உடனே குறுக்கிட்டாள். அந்தச் சீண்டலுக்கு அவன் புன்னகைத்துவிட்டு நெற்றியைக் கீறி மோவாயைத் தட்டினான். அதற்கு 'விதி அதுதான் என்றால் எடுத்துக்கொள்ளலாம்' என அர்த்தம்.

அவந்திகை நிறுத்தவில்லை. அவளுக்கு அதற்கான பதிலை அவனிடமிருந்து தெரிந்துகொள்ள வேண்டும். அவள் கேட்டாள், "எடுத்துக்கொள்வதில் விதிவிலக்களிக்க நீ சொல்லும் காரணம் இது, தந்தை – மகள் என்கிற இரத்த உறவா?" அவன் மௌனமாக இருந்தான். "மற்ற உறவுநிலைகள்மீது இதைப் பொருத்தினால் நிச்சயம் திருட்டில் வந்து முடியும். ஆக, தந்தை – குழந்தை உறவென்றால், குழந்தையினுடைய சுயத்தின்மீது தந்தை உரிமை கோரலாம் என்பதா? சிக்கல் அவ்வுரிமை என்கிற பதத்தின்மீதுதான். அது இந்தச் சமூகத்தால் கட்டப்பட்டது. உனக்கு இன்னும் தெளிவாகச் சொல்கிறேன். இதோ இங்கு நான் கூறியவற்றை நீ உன்னிடமே வைத்துக்கொள்ளும் வரை அது உனக்கு நானளித்தது. இன்னொருவரிடம் உன்னுடையதெனச்

சொன்ன பின்னால் அது திருட்டு. இல்லையா?" அவன் ஆமாம் என்று தலையசைத்தான். "பிறகு, ஏன் அப்பா எடுத்துக்கொள்வது மட்டும் திருட்டில்லை?"

இதற்கு அவன் ஒன்றை மட்டும் சொன்னான், திவானின் கடிதம் அதை உனக்குத் திருட்டு என்று கூறியதற்குப் பிறகே நீ அப்படி உணர்ந்திருப்பாய் என்றான். குழந்தை போன்ற அந்தக் கேள்விக்கு அவந்திகை சிரித்தவாறே, "அப்படியிருந்தால் சரி திவானின் கேள்விக்குப் பதில் என்ன?"

ஆப்ரஹாம் பொறுமையிழந்து போனான். சட்டெனக் கண்ணாடியின் குவி பிம்பத்துக்கு வெளியே நடந்தான். பிறகு, அவர் உன்னுடைய தந்தை உன்னைப் பெற்றெடுத்தவர். நீ கற்றதனைத்தும் அவரிடம்தான். அவர் எடுத்துக்கொள்வதில் தவறில்லை, காற்றில் தெறித்துவிழும் அவனது சைகைகளை அவளால் தொடர முடியவில்லை. பின் அவனே சற்று நிதானித்தான். அக்கணம் அந்த இடைவெளியில் அவனுக்கு ஒன்று தோன்றியது. நிறுத்தி நிதானமாக அதைத் தெரியப் படுத்தினான்.

நீ உன் அப்பாவிடம் அதைக் கையளிக்கவில்லை. அது பொருளோ சொல்லோ அவரிடம் வைத்திருக்கச் சொல்ல வில்லை. நீ நோய்வாய்ப் பட்டிருந்தாய், பிளவுண்டிருக்கையில் உன்னை மீட்கிறார் அவர். முள்ளை நீக்கிக் குணப்படுத்துகிறார். உனக்குமே அது முள் என்றுதான் தெரியும். அவருக்கும்கூட. குணமானதற்குப் பிறகும் அந்நோய்மை பற்றி நினைவில்லை உனக்கு. உன்னிடமிருந்து எடுத்தவை அவரிடம் ஏன் முழுமையான சித்திரத்துக்கு வந்திருக்கக் கூடாது? மீண்டும் உனக்களித்தால் மறுபடியும் மீளாநிலைக்குள் தள்ளிவிடும் அச்சமாக இருக்கலாம். சரி எடுத்த முள்ளை என்ன செய்வது, பழிதீர்க்கக் கிடைக்கும் எதிரியின் மனதுக்குள் செலுத்திப்பார்ப்பதைத் தவிர?

அவந்திகை இந்தப் பதிலை நிச்சயமாக எதிர்பார்க்க வில்லைதான். அவன் மேலும் சொன்னான், ஆனால் உன் அப்பாவுக்கு அது திருட்டில்லை என நிரூபிக்கத் தெரிய வில்லை. அவரும் உன்னைப் போலத் தன் குற்றம் என்றே எண்ணிக் கொண்டார். திருட்டு என்கிற சொல்லை நீக்கினாலொழிய இதற்குப் பதில் கிடைக்காது. நான் கூறியதும்கூட சரியான பதிலா தெரியாது என்று முடித்தான்.

அதற்கு அவந்திகை, "நான் கூறியபோது உனக்கு எவ்வளவு குழப்பமான சம்மதம் இருந்ததோ அப்படி இருக்கிறது எனக்கு."

ஆப்ரஹாம் கேட்டான், ஒருவேளை நடந்த எல்லாவற்றையும் அழித்து உனக்கென மாற்றிக்கொள்ள முடிந்தால் ஒரு மந்திரத்தைச்

செய்துகொள்வாயா? அவளுக்கு அந்தச் சைகைகள் முதலில் புரியவில்லை. அவன் கண்ணாடியைவிட்டு வெளியேறிச் சென்ற பின்புதான் அர்த்தம் அவளை வந்தடைந்தது. ஆனால், அப்போது அவந்திகைக்கும் என்ன செய்வதெனத் தெரியவில்லை. தற்காலிகமாக அந்த அழுத்தத்திலிருந்து விடுபடத்தான் முடிந்ததேயொழிய முழுவதுமாக மாற வழி கிடைக்கவில்லை. ஆப்ரஹாமினுடைய உலகத்துக்குள் நுழைந்தது, யாருக்கும் தெரியாத கண்ணாடியுலகம், அதற்குள் நடக்கும் சமிக்ஞைகள் அவளுக்குக் கிளர்ச்சியை அளித்தன. அது அவனுக்கும் தெரியும். அடுத்தடுத்தநாள் இந்த உரையாடலின் மிச்சங்கள் நீண்டன. அப்போது நீட்ஷனின் பரிசோதனைகளைப் பற்றி ஆப்ரஹாம் தன்னுடைய ஆர்வத்தையும் கேட்டுவைத்தான். "அதுவொன்றும் அவ்வளவு ரகசியமானதெல்லாம் கிடையாது. உளப்பரிசோதனை, தன்னுடைய நூல் பற்றிய ஆய்வை முடிக்கும் முன்பாகச் செய்துபார்க்கும் பயிற்சி என்பதைத் தவிர நம்மிடமிருந்து மறைக்குமளவு அவசியமில்லை" என்றாள். பிறகு, அவனிடம் அந்த நூலுக்காக அச்சுப்பலகையில் செதுக்கிய சித்திரங்களையும் காட்டினாள். ஆப்ரஹாமும் கண்ணாடிக்குள் தெரிந்த அந்தச் சிறு கிறுக்கல்களைக் கணநேர ஆச்சர்யத்துக்குப் பிறகு மறந்துவிட்டான்.

ஆனால், அடுத்த சில நாட்களில் தொடங்கிய உரையாடலின் கேள்விகளுக்குப் பதில் கிடைக்காமல் சந்திப்புகள் வெறுமனே மௌனமாகக் கரைந்தன. ஏதோவொரு தருணத்தில் இந்தக் கேள்விகளையெல்லாம் நீட்ஷனிடம் கேட்டுப் பார்க்கலாமே அவர் தனக்குத் தெரிந்த பதிலைக் கூற வாய்ப்பிருக்கிறதென ஆப்ரஹாம் ஆதுரத்துடன் கேட்டிருந்தான். அவந்திகைக்கு முதலில் கோபம்தான் வந்தது. என் பிரச்சனைக்கு யாரிடமும் தீர்வுகாண வேண்டிய அவசியமில்லை என்றாள். அதோடு, "எல்லோரிடமும் எல்லாவற்றையும் சொல்லிவிட முடியாது" கோபத்துடன் முடித்தாள்.

ஆப்ரஹாமும் அதன் பிறகு ஒன்றும் கூறவில்லை. இது நடந்து இரண்டொரு நாளில் சட்டென ஒரு கணத்தில் அவந்திகைக்கு நீட்ஷனின் நூலை எடுத்து வாசித்துப் பார்த்துவிட வேண்டும் என்கிற எண்ணம் உதித்தது. தன்னுடைய எல்லாக் குழப்பங்களுக்கும் தீர்வு ஏன் நீட்ஷனின் மனோ தத்துவவியலில் இருக்கக்கூடாது? வெகுநாட்களாக அந்த நூல்மீதான வேட்கை உள்ளே சுற்றிக்கொண்டிருந்ததற்கு இந்தச்சொல் ஆரமாக மாட்டியது. ஆப்ரஹாம் கேட்டதுமாதிரி 'ஒருவேளை நடந்த எல்லாவற்றையும் அழித்து உனக்கென மாற்றிக்கொள்ள முடிந்தால்'.

முதலில் இந்த யோசனை அவளைப் பயமுறுத்தவே செய்தது. ஏனெனில், நூலை நீட்ஷனுக்குத் தெரியாமல்தான் வாசிக்க முடியும். அது அவ்வளவு சுலபமில்லை. இன்னொரு பக்கம் அதற்குச் சரியான தருணம் இப்போதுபோல – ஜெஸூத் பாதிரிகளுக்கும் நீட்ஷனுக்கும் ஏற்பட்ட பிணக்கம் – மறுபடியும் அமையாது. ஒருவேளை வாசித்ததைக் கண்டுபிடித்து விட்டால். ஒன்று, அதுவரை நூலுக்கெனத் தயாரித்த சித்திரங்கள் ஏற்படுத்திய ஆர்வமெனச் சமாளிக்கலாம் அல்லது நானும் ஒருவகையில் உங்கள் உழைப்பில் கருவியாகியிருக்கிறேனே என்று உரிமையாகப் பேசிவிடலாம். இந்த இரண்டு பதில்களையும் அவந்திகை வைத்திருந்தாள்.

அவந்திகை நினைத்ததுபோலவே புதியதொரு சலனம் மிஷனைச் சூழத் துவங்கியிருந்தது. எதிர்பாராதவகையில் தொழிலாளர் ஆலைப் போராட்டம் நீட்ஷனை மேலும் சிக்கலில் மாட்டத்தான் வைத்தது. அதாவது, புரட்சிக்காரர் களுக்கு ஜெஸூத் தேவாலயங்களும் அமெரிக்கப் பாதிரிகளும் உதவிக்கொண்டிருந்தார்கள். ஒருகட்டத்தில் நீட்ஷனுக்கு அவர்கள்மீது கட்டுக்கடங்காத கோபம். புனித பீட்டர் தேவாலயத்துக்குள் நடந்த ரகசிய ஆலோசனைகள் நீட்ஷனுக்குத் தெரியவந்தன. சேவியர் என்கிற குருமார் நேரடியாக நீட்ஷனை வந்து சந்தித்தார். கிதியோன் கட்டடம் முன்பு ஜெஸூத்துக்குச் சொந்தமென்பதால் சிலநாட்களுக்கு அதன் தயவு தங்களுக்கு வேண்டும் என்பதுபோல மறைமுகமாக அழுத்தம் கொடுத்தார். நீட்ஷனால் மறுக்க முடியவில்லை. அவர்களின் நோக்கம் திருவாங்கூர் மற்றும் ராமநாதபுரம் சமஸ்தானத்துப் புரட்சிகாரர்களுடன் லோகண்டே ஆட்களைத் தனிமையில் சந்திக்கும் சந்தர்ப்பத்துக்காக. இன்னொரு பக்கம், லோகண்டேயே கோடைமலைக்கு வந்துவிட்டுத் திரும்பியதாக செய்திகள் உலவின. நீட்ஷனை இது சினமூட்டிற்று. பொறுத்துப்பார்த்தவர் கவர்னருக்கு இதுபற்றிக்கடிதம் எழுதி விட்டார். எமிலி வேண்டாம் என்றுதான் கூறினாள்.

"இல்லை எமிலி, உள்நாட்டு பிரச்சனையில் அவர்கள் எதற்கு மூக்கை நுழைக்கிறார்கள். ஜெஸூத்களுக்கே உரிய பிறவி குணம் இது. அவர்களைப் பற்றி உனக்குத் தெரியாது. கிறிஸ்து சிலுவையில் அறையப்படுவது உலகின் தீமைகளுக்கு எதிரான நன்மையின்பாடு எனவும்,மானுட அறத்துக்கு எதிரான மூர்க்கவுரை என்றும் நாம் நம்புகிறபோது, அது சாமான்யனினுடைய புரட்சியின் இன்னொரு வடிவமென அவர்கள் சிந்திப்பார்கள். அதாவது, அற்புதங்களில் லயித்திருப்பதல்ல அதன் தேவை

என்பது அவர்களுடைய கூற்று. ராபர்ட் போர்க்போல அல்ல இப்போதுள்ள கவர்னர். பிரச்சனையின் தீவிரத்தை அதன் போக்கிலே அடக்கும் வழி தெரிந்தவர்." எமிலி "அது தேவையில்லை என்றுதான்" சொன்னாள். நீட்ஷன் விடுவதாக யில்லை. கவர்னர் ஜான் ஹென்றிக்கு அன்றைக்கே கடிதம் எழுதினார். அவர் நினைத்ததுபோல தேவாலயங்களில் ரசகியமாகக் கூடுபவர்களைச் சிப்பாய்கள் சிறைபிடித்தார்கள். நிறைய ஜெஸூத் குருமார்கள் விசாரணைக்காக அழைத்துச் செல்லப்பட்டனர். கூடவே மெட்ராஸ் கவர்னர் அலுவலத்தில் இருந்த விசுவாசி ஒருவன் மூலம் கவர்னருக்குக் கடிதம் எழுதியது யார் என்பதும் அவர்களுக்குத் தெரிந்துபோனது. சிறையில் இருந்த ஜெஸூத் குருமார்கள் நீட்ஷனை ஊரிலிருந்து வெளியேற்ற மிஷன் கட்டடத்தின் ஒப்பந்தத்தை முடிக்கும்படி நேப்பியஸ் தலைமைக்குக் கடிதம் எழுதினார்கள். நீட்ஷனுக்குப் பிரச்சனை தலைமேல் விழுந்தது. ஒன்று, கட்டடத்துடனான இருப்பைப் பற்றிக்கொள்ள வேண்டும். இரண்டாவது, ஆரம்பித்து வைத்த கவர்னர் அலுவலகத்துடனான காரியத்துக்கு (பிரிட்டிஷ் நிரந்தரமாகத் தம் உளவாளிகளை கிதியோனில் இருக்கக் கேட்ட உதவிக்கு) மறுப்பு சொல்ல முடியாமல் ஒப்புக்கொள்வது – இந்த இரண்டையும் பிசகாமல் முடிக்க வேண்டும் என்கிற அழுத்தம் அவரைக் குழப்பத்திலாழ்த்தியது. சீக்கிரமாக ஆய்வையும் உளப்பகுப்பாய்வு நூலையும் முடித்துவிட்டு நாட்டைவிட்டுக் கிளம்பிவிட வேண்டும் என்கிற முடிவுக்கு வருவதைத் தவிர வேறு வழி புலப்படவில்லை.

குறிப்பு ஐந்து
இரண்டகம்

1

அடுத்த பதினொரு நாட்களுக்குள் நூலைப் பூர்த்தியாக்கும் வேலைகளில் நீட்ஷன் ஆயத்தமானார். நூலில் இடம்பெறக்கூடிய சித்திரங்களை முடிக்க அவந்திகையை முடுக்கிவிட்டார். மெட்ராஸ் பட்டணத்தில் இயங்கிய 'தியாலஜிகல் நூற்பாலை எந்திரசாலை'யில் நீட்ஷனின் நூலைப் பதிப்பிப்பதற்கென்றே தனி எந்திரத்தை ஒதுக்கித் தருவதாகப் பழைய நண்பர் ஒருவர் கடிதத்தில் தெரிவித்திருந்தார். மேலும், மெட்ராஸ்க்கு வடகிழக்கே மையம் கொண்டிருக்கும் புதிய புயல் சின்னத்தால் பட்டணத்துக்கு வருகிற தேதியை ஒருவாரத்துக்கு ஒத்தி போடும்படியும் அவர் கேட்டுக்கொண்டார். நீட்ஷனும் அதன்படி ஒருவாரம் பயணத்தை ஒதுக்கிவிட்டு மற்ற வேலைகளைச் செய்துகொண்டு அந்நாளுக்காகக் காத்திருந்தார். ஆனால், நண்பரின் கடிதம் கிடைத்த மறுநாளே காற்றழுத்தம் மெட்ராஸிலிருந்து நாகை சமுத்திரத்துக்கு இரண்டு கல் தொலைவில் நகர்ந்து அதே இடத்தில் காற்றழுத்தம் வலுக்கும் வரை மையத்தில் கனம் பெறத் துவங்கிற்று.

நண்பரின் கடிதம் வந்த ஐந்தாவது நாள் காற்றும் மழையும் கோடைமலையைச் சுற்றிக் கருகருவென தலைக்குமேல் சூழ்ந்து நின்றன. வழக்கமாக, தென்மேற்குப் பருவ மழையின்போதே அப்படியான முஸ்தீபுகள் வானில் தென்படும். ஆனால், இது கார்காலப் பருவமும் இல்லை, கோடையின் உஷ்ணமும் அவ்வளவுக்கு அதிகம் இல்லையென சனங்கள் புலம்பிக்கொண்டிருந்தனர். பகல் முழுக்க வானம் வெளுக்காமல் அந்திபோல எந்நேரமும் கருத்திருந்தது. காற்றில் குளிர் எப்போதையும்விடக் குறைவு.

வேலையாள் தேநீர் போட்டுக் கொண்டுவந்தாள். சன்னலையே வெறித்துக்கொண்டிருந்த நீட்ஷனை அழைத்து, "விஷக் காற்றுப் போல இருக்கிறது சன்னலைச் சாத்துங்கள்" என்று கேட்டுக்கொண்டாள். நீட்ஷன் திரும்பி அவளைப் பார்த்தபடி தேநீரை ஒரு மிடறு குடித்துவிட்டு "எமிலி எங்கே?" என்றார். அவள் தானும் காலையிலிருந்து எமிலியைப் பார்க்கவில்லையெனப் பதிலளித்தாள். பிறகு, "உள்ளே வெப்பம் அதிகமாகிவிட்டது. இருக்க முடியவில்லை. ஏன் இப்படி இருக்கிறது. எமிலி இந்நேரம் இதற்கு ஏதாவது காரணம் கூறுவாள்." நீட்ஷன் மறுபடியும் சன்னல் பக்கம் தேநீர் தம்ளரும் திரும்பினார்.

வேலையாள் சிரித்துக்கொண்டே, "எனக்கும் தெரியும் ஃபாதர். ஊழிக் காற்றென நினைக்கிறேன்" என்றாள். அதற்குச் 'சரி' என்பதுபோல நீட்ஷன் தலையசைத்தார். "ஆமாம், பாருங்கள். பறவை பூச்சிகளெல்லாம் சத்தமில்லாமல் அடங்கிவிட்டன. எனக்குத் தெரிந்து மலைக்காட்டுக்குள் இப்படி விடியலிலே இருள் மூண்டதில்லை. காற்று எங்கோ கடல் புரத்திலிருந்து ஊரைச் சுருட்டி அள்ளி வீசிக்கொண்டு மலையுச்சிக்கு வந்து ஆங்காரம் தீர்க்குமெனச் சொல்வார்கள். அதுதான் போல."

நீட்ஷன் தேநீரை முடித்து வைத்ததும் அவள் கூஜாவை மறுபடியும் கவிழ்த்தாள். பாதி ஊற்றுவதற்குள் போதுமெனச் சைகை செய்தார். தட்டிலிருந்த கோதுமை அப்பத்தைப் பிட்டு தேநீரில் நனைத்து சாப்பிட்டவாறே அவள் சொல்லப்போவதை உற்றுக்கவனித்தார்.

"ரொம்பக் காலத்துக்கு முன் இப்படி நடந்ததாக என் பாட்டி சொல்லியிருக்கிறாள். அன்றைக்கு நாள் பூராவும் இருண்டே கிடந்ததாம். காட்டுக்குள் யாருமே போகவில்லை. மலையடிவாரத்துக்காரர்களும் இங்கேயே தங்கிவிட்டார்கள். வானத்தில் சூரியன் இல்லை. கருகருவென மேகம் திரண்டெழுந்து வானத்தை நிறைத்திருப்பதைப் பார்த்துக்கொண்டிருக்கையில் மேற்கிலிருந்து கூட்டமாகக் காக்கைகள் கடந்திருக்கின்றன. காக்கைகள் அப்படிக் கூட்டமாகப் பறப்பதில்லை. எல்லாம் ஒருவித துர்சகுனமெனப் பேசிக்கொண்டிருக்கிறார்கள். நினைத்ததுபோலவே விடியலில்தான் வானம் வெளுத்திருக்கிறது. மெல்ல வெளிச்சம் துலங்கியபோது அதோ அந்தப் பக்கமிருக்கும் மேற்கு மலையுச்சியில் நிர்மலமான வானத்துக்கு அப்பால் சிறிய கருமேகம் ஒன்று தனியாகக் கீழிறங்கியிருக்கிறது. அது மட்டும் தணியாமல் அலைந்துகொண்டிருந்தது. அதுதான் கீழே ஊரைச்சுருட்டிவிட்டுவிட்டு அடங்க மலையேறி வந்திருக்கும். வேள்வித்தீயிலிருந்து எழுந்த தனித்த புகைபோல.

பிறகு, ஒரு குன்றின்மீது மோதி வீழ்ந்ததும்தான் சூரியன் எழுந்ததாம்."

அப்பத்தை முடித்ததும் வாயைத் துடைத்துவிட்டு "பிறகு?" என்றார். அவள் குழந்தை போன்ற சிணுங்கலுடன், "அவ்வளவுதான் ஃபாதர். நீங்கள் நம்பமாட்டீர்கள் என்று தெரியும். ஆனால், ஒன்று மட்டும் உண்மை. அதை நானே கண்ணால் பார்த்திருக்கி றேன். கீழே சமவெளியில் எந்தப் பெண்ணுக்காவது பித்தேறி விட்டால் மலையேறி வருவார்கள். மேற்கு உச்சியைப் பார்த்துக் கும்பிட்டபடி நாள் பூராவும் நிற்பார்கள். முதலில் ஆங்காரமாக ஆடுபவர்கள் பின் மெல்லத் தணிந்தடங்கிவிடுவதைப் பார்க்கலாம்."

நீட்ஷன் சிரித்தபடி, "மலைப் பிரதேசத்திற்குள் யார் வந்தாலும் மொத்த ஆன்மாவும் எடையிழந்து மிதக்க ஆரம்பித்து விடும் மகளே. இது எல்லோருக்கும் நடப்பதுதான். ஒவ்வொரு முறையும் நான் கீழே இறங்கும்போது மலையடிவாரத்தைத் தாண்டியதும் இந்தப் பேருணர்வு என்னிலிருந்து நழுவுவதை உணர்ந்திருக்கிறேன். புறங்கழுத்தைப் பிடித்து யாரோ தள்ளுவதுபோல" ஏப்பத்துடன் சொல்லி முடித்தார். பின்பு ஏதோ யோசனைக்குள் மூழ்கிவிட்டதுபோல முகம் மாறிற்று. அவள் புரிந்துகொண்டு தம்ளரையும் தட்டையும் அப்புறப்படுத்தி விட்டு வெளியேறினாள். நீட்ஷன் அவள் போவதையே பார்த்துக்கொண்டிருந்தார். ஒருகணம் அவள் போய்விட்டாளா அல்லது அறைக்குள் இருக்கிறாளா என்கிற அளவுக்கு இருள் வியாபித்துவிட்டது. வெகு நேரத்துக்குப் பின்னும் கண் இருட்டுக்குப் பழகவில்லை. பஞ்சடைத்ததுபோல வெளிச்சம் தொட்டும் விலகியும் அலைந்தது. மெல்ல எழுந்து அலமாரிக்குள்ளிருந்த பித்தளை சூஜா விளக்கை எடுத்தார். போர் வாளைப் பிடிப்பது போன்ற நல்ல கனம். போலந்து மன்னர் ஒருவர் பரிசளித்தது. அவர் நினைவாக நீட்ஷன் வைத்திருந்தார். கைப்பிடி மட்டும் மூன்றடி உயரம். அதனுள்ளே எண்ணெய் விடுவதற்கும் மேலே டிராகன் வாய் இருக்கும் துளையில் திரியும் தலையை மூடியபடி சிறிய கண்ணாடிக் குமிழையும் கொண்டது. கீழே கால் விரல்கள்போல பிடி.

விளக்கை ஏற்றிக்கொண்டு வெளியே வந்தார். அமாவாசை இருட்டுபோல நண்பகல் மாறிற்று. கண்ணுக்கு முன்னால் இருக்கும் வராந்தா பாதைகள்கூட தெரியவில்லை. அவருக்குப் பின்னால் கன்னியாஸ்திரிகளின் பேச்சுச் சத்தம் கேட்டது, "எமிலி எங்கே?" என்றார் சத்தம் வந்த திசையில். அவர்கள் "நாங்கள் பார்க்கவில்லை" எனப் பதிலளித்தனர். நீட்ஷன் தனக்குள்ளே ஏதோ பேசிக்கொள்வதுபோல முனகினார். பின்பு

அத்திசையை நோக்கி, "எமிலியை அவளுக்கு வேண்டியதை எடுத்துக்கொண்டு பத்திரமாகக் கீழே வரச் சொல்லுங்கள். நீங்களும்தான்" என்றார். பிறகு, "வேண்டாம். மெழுகுவர்த்திகள் இந்தக் காற்றுக்குத் தாங்காது. எத்தனை அரிக்கன் இருக்கிறதோ எல்லாவற்றையும் எடுத்துக்கொள்ளுங்கள். எண்ணெய் போதுமான அளவு இருக்கிறதா எனத் தெரியவில்லை." அவர்களில் ஒருத்தி, "இருக்கும்" என்றாள். "சரி எல்லோரையும் ஹாலுக்கு வரச் சொன்னேனென்று சொல் போ" கீழே ஹாலைப் பார்த்தார். சிலர் அமர்ந்திருப்பதுபோல் இருந்தது. "ஃபாதர்" எனக் குரலெழுந்த திசையை உற்று நோக்கினார். யாரும் தென்படவில்லை. அவர்கள், "இந்தப் பக்கம்" எனக் கூச்சலிட்டனர். சட்டென வெட்டிய மின்னல் வெளிச்சத்தில் பிரிட்டிஷ் ஊழியர்கள் முகங்கள் தெரிந்தன. அத்தனைபேரும் நடுங்கிப் போனார்கள். 'ஹோ' வெனக் கத்தினர். சிலர் ஹால் மூலையில் விறகை அடுக்கிக்கொண்டிருந்தது அடுத்தடுத்த மின்னல் கீற்றில் தெரிந்தது. அவர்களை நோக்கிக் கையசைத்துவிட்டு நடந்தார்.

மூன்றாம்தளப் படிக்கட்டில் அவரால் ஏற முடியவில்லை. காற்று பலமாக அவரைப் பிடித்துத் தள்ளியது. விளக்கின் தீ நாக்குகள் அடிபட்ட பாம்புபோல எரிய முடியாமல் திணறின. "ஃபாதர் இந்த நேரத்தில் எங்கு போகிறீர்கள்?" யாரோ கத்தினார்கள். நீட்ஷன், "சூரியனைத் தேடி" என்று சிரித்துக்கொண்டே வேகமாக நடந்தார். உடல் எடையிழந்து மிதப்பதுபோல் இருந்தது. மெல்லப் பிடியை இறுக்கியபடி படிக்கட்டுகளை அடைவதற்குள் பின்னாலிருந்து கைகள் அவரைப் பற்றின. ஆப்ரஹாம்தான். "எல்லாச் சன்னல்களையும் சாத்தியாச்சா?" சைகையில் கேட்டார். அவன் 'ஆச்சு' எனக் கை காட்டினான். நூலகறை நோக்கி நடந்தார். வராந்தாவில் நடக்கையில் ஒவ்வோர் அறைக்குள்ளும் ஊளையிட்டபடி காற்று சுழன்றது. சாத்தப்படாத அறைகளுக்குத் தாழ் போட்டவாறு ஆப்ரஹாம் கூடவே வந்தான். நூலக அறையைத் திறந்ததும் மேசையில் இருந்த நூல்கள் வாயைத் திறந்து நூறு நாவுகளில் அலறுவதைப் போலப் படபடத்தன. சன்னலைச் சாத்தும்படி ஆப்ரஹாமை அவசரப்படுத்தினார். சன்னல் அடியில் இருந்த மரத்தக்கையை எடுக்க முடியவில்லை. நீட்ஷனைப் பார்த்தான். தள்ளிவிடு என்பதுபோலச் சைகை செய்தார். அவன் சுத்தியை எடுத்து வந்து உடைத்துத் தள்ளியதும் சன்னல்கள் பெரும் சத்தத்துடன் அறைந்து மூடின. அறை மூலையில் இருந்த வட்டத் துளையை அண்ணாந்தார். அப்போதுதான் ஒரு யோசனை உதித்தது. ஆப்ரஹாமிடம் எல்லா அறை சன்னல்களையும் வெளிப்புறமாக ஆணி அடித்துச் சார்த்த வேண்டும் என்றார். அதாவது, மிஷனில் ஒவ்வோர்

அறைக்குள்ளும் அதுபோல பறவை அமருமளவு துளை உண்டு அது ஒருவிதத்தில் எப்போதும் கட்டடத்தின் சீதோஷ்ணத்தைத் தக்கவைத்துக்கொள்ளும் அமைப்பு.

ஆனால், இப்போது காற்று அந்தத் துளைவழிதான் நுழைந்து வெளியேற முடியாமல் கத்திக்கொண்டிப்பதாக நீட்ஷன் எண்ணினார். இன்னொன்று, ஒருவேளை இரவில் இன்னும் வேகம் கூடினால் அழுத்தம் தாளாமல் சன்னல்களை உடைத்துவிடும். ஆக, வெளிப் புறமும் அவற்றை இறுக்குவதுதான் சரி. ஆப்ரஹாமும் நஞ்சுண்டனும் மிஷனில் இருந்த அனைத்து பங்கா கயிற்றையும் அவிழ்த்து இறக்கி வைத்துக்கொண்டிருந்தனர். "முதலில் சன்னல் கதவுகளை மூடுங்கள்" என்றார் நீட்ஷன். தொனி கடுமையாக இருந்தது. நூலகறைக்கு எதற்கு வந்தோம் என்கிற நினைப்பு இல்லாமல் வராந்தாவுக்கும் அறைக்கும் இரண்டு முறை நடந்தார். பிறகு தனது அறைக்குக் கிளம்பினார். இருவரும் மற்ற பங்காவாலாக்களை அழைத்து வந்து திறந்திருந்த சன்னல் சட்டங்களைத் தக்கை வைத்து இறுக்கி முடிக்கையில் மதியம் கடந்து விட்டது.

அன்றைக்குப் பகல் முழுக்க வானத்தில் பொட்டு வெளிச்சமில்லை. இரவில் இன்னும் அதன் கனம் கூடியது. நீட்ஷன் தன் அறையில் எரிந்துகொண்டிருக்கும் கணப்பு அருகில் வெண்கலத்தாலான கூஜாவுடன் (தீக்கங்குகள் போட்டுவைக்க) அமர்ந்தபடி புத்தகங்கள் வாசிக்கத் தொடங்கினார். மற்றவர்கள் கீழ்த்தளத்தில் திருப்பலி பீடத்துக்கு அருகே கணப்பு மூட்டிக் குளிர் காய்ந்தவாறு அமர்ந்திருந்தனர். முதன் முறையாக மிஷனிலிருந்த அத்தனை பேரும் ஓரிடத்தில் குழுமியது அப்போதுதான். சில முகங்களை அன்றுதான் முதல் தடவையாகப் பார்க்க முடிந்தது. பிரிட்டிஷார்கள் ஊழியர்களுடன் பரஸ்பரம் ஊர் விசயங்களைக் கேட்டறிந்தனர். சிலர் பாடல்கள் பாடினர். அரசியல் விவாதம் நடந்தது. சமையல் ஆட்கள் எரிந்த கணப்பில் கடலையை வறுத்தும் சோளத்தைச் சுட்டும் கொடுத்தனர். அந்தச் சமயத்தில்தான் ஆப்ரஹாம் மிஷன் பற்றிய கதையைக் கூத்துவடிவில் நிழலுருவங்களாகச் சுவர்மீது செய்துகாட்டத் தொடங்கினான்.

2. கிதியோன் மிஷன் மற்றும் முடிக்கப்படாத நித்தியத்துவமெய்தாத ஆத்மாக்களாலான கதீட்ரல்

நிலத்தில் இருக்கும் கைவிடப்பட்ட எல்லாக் கட்டடங்களும், அது நிலத்திலிருந்து எழத் தொடங்கியதும், (சுவரில் நிழல் விரிகிறது) யதார்த்தத்திலிருந்து தன்னை விலக்கி, காலத்தின் கதைகளுக்குள் ஒளிந்துகொள்ளும் விதியைக் கொண்டிருக்கின்றன.

அவை கட்டப்பட்டதிலிருந்தே, மன்னிக்கவும் உண்மையில் அவை பூரணமாகக் கட்டிமுடிக்கப்படுவதில்லை, நூறுவருடப் பழமையின் முகத்தையும் காலதீதத் தனிமையின் அமைதியை யும் தீராக் காத்திருப்பின் வடுவையும் கொள்வதோடு யாரும் அண்டாதவாறு தன் பெரும் விஸ்தீரணத்தால் அச்சமூட்டிப் புழக்கத்திலிருந்து தன்னைத் தனித்துக்கொள்ளும். அப்படி யான கதைகளுடைய கட்டடங்கள் இந்திய நிலம் பூராவும் நிரம்பிக்கிடக்கின்றன. சுருட்டுக் குடோனில் தங்கிய ஓரிரவில் என்னைப்போன்று பேசும் ஒரு காடோடிக் குடும்பம் சொல்ல, கேட்ட கதைதான் இது. (சட்டென எல்லோரும் 'ஹோ'வெனக் கூவுகிறார்கள்)

இங்கு வந்ததற்குப் பிறகு மறுபடியும் அவரைச் சந்தித்த போது, இல்லை அப்படியெல்லாம் இல்லை. என் கண்களுக்குத் தீண்டாத தவிப்பையும் பொலிவிழந்த முகத்தையும் அமானுஷ்யத்தில் இருக்கும் பரிவையும் இக்கட்டடத்தின் தோற்றம் காட்டுவதாக நான் கூறியதற்கு, "அதுவும் இதன் கைங்கரியங்களில் ஒன்றுதான்" என்றார் அந்தக்கதைசொல்லி. அவர் மேலும் எனக்கு அறிவுரைத்தது, "சிக்குண்டிருக்கும் கதைகளிலிருந்து தொடக்கத்தைத் தேடிச் சிரத்தையெடுக்காமல், கதைசொல்லிகளின் நம்பிக்கைகளைக் குலைக்கும் கேள்வியை யும் எழுப்பாமல் அதை அப்படியே விட்டுவிடு."

இது நடந்து கிட்டத்தட்ட முப்பது வருடங்கள் இருக்கலாம். இந்நிலத்தில் கிறிஸ்தவத் துறவிகளுக்கான இறைப்பணிமடம் கட்ட இயேசு சபை விரும்பியது. ஃபாதர் பிரிஸ்பன் அதன் தலைமை குருமார். மேற்குத் தொடர்ச்சி மலை பூராவும் சபை விசுவாசிகளிடம் இடம் தேடச் சொன்னார். சபையின் விருப்பம், நிலம் வனத்துக்குள் சற்றே கிண்ணம்போல சுற்றி குன்றுகளுக்கு நடுவில் இருக்க வேண்டும். செண்பகனூர் அப்படியொரு அமைப்பில்தான் இருந்தது. நிலத்தைப் பெற பிரித்தானியரசின் ஒப்புதல் அவசியம். என்றால், இயேசு சபைக்கு ஒத்துழைக்கக் கத்தோலிக்க சமய அதிகாரிகள் மறுக்கக்கூடும். எனவே, ஹென்றி என்பவர், அவரும் ஒரு ஜெஸூத், உயர் ஆணையராகப் பதவிக்கு வரும் வரை திட்டத்தைத் தாமதித்தது இயேசு சபை. நினைத்தபடி ஹென்றி ஆணையரானதும் நிலம் சபைக்குக் கிடைத்தது. அதோடு ஒரு யோசனையையும் ஹென்றி சொன்னார், "தற்போது இருக்கும் பஞ்சச் சூழலில் கட்டுமானத்தைத் தொடங்குவதுதான் சரியான தருணம். சொற்பக் கூலிக்கு ஆட்களைப் பெறுவது நிர்வாக செலவீனத்துக்குச் சரியாக இருக்கும். முடிந்தால் நானே மதராஸ் மாகாண ஒப்புதலுடன் பட்டணத்திலிருந்து கட்டட ஆட்களை வரவழைக்கிறேன்."

ஃபாதர் பிரிஸ்பனுக்கு இது பெரிய உதவி. எதிர்பார்த்ததைவிட வந்தவர்கள் மூன்றுமடங்கு (தொண்ணூற்றாறு பேர்). அந்த வேலைக்கு இவ்வளவு ஆட்கள் எதேஷ்டம்தான். எல்லாம் நல்லதற்கென அவ்வருடத்தின் பின்பனிக்காலக் கடைசியில் கட்டுமானம் தொடங்கியது.

கட்டடப் பணியாளர்களில் பாதிப்பேர் சிவகங்கைச் சீமைக்காரர்கள், செட்டிநாட்டுப் பாணி மனைகளை வடிவமைத்த வல்லுநர்களிடம் சந்ததி சந்ததிகளாகத் தொழில் கற்றவர்கள். வாஸ்து சாஸ்திரக் கணக்கில் கரை கண்ட பரிச்சயம் உண்டு. கட்டடம் என்பது வெறும் இருப்புக்காகயின்றி, கட்ட உகந்த நிலம், பருவங்களுக்குரிய காற்றின் திசை, விழும் மழைத்தன்மை கோடையின் வெப்பம் என இயற்கையின் ஒழுங்கு குலையாமல் பஞ்ச பூதங்களை இணக்கமாக்கும் வித்தையில் பாண்டித்தியம் அவர்களுக்கு. வாஸ்து புருஷனை எப்படிப்பட்ட மனையடிக் கணக்குக்குள்ளும் அடக்கிவிடும் நுட்பத்தில் கைதேர்ந்தவர்கள்.

பருண்மைக்கும் சூட்சமத்துக்குமான இணக்கமும் நிலகாலதிசைகள் அதற்கு அளிக்கும் பொருத்தமுமே கட்டடத்தை பசி, உறக்கம், காமம், உபாதை என அத்தனையை யும் நிறைவேற்றி நிம்மதியடையச் செய்கிறது. உண்மையில், சௌகரியமான அதன் இருப்பைத்தான் வீட்டில் இருப்பவர்கள் நிழலாக அனுபவிக்கிறார்கள். அதேநேரம் மனிதயிருப்பு இன்றி, வாஸ்து புருஷன் வெளியேறி வெறும் ஜந்துக்கள் மட்டும் வசிக்கும் பெருமனைகளின் கதைகளை ஓய்வு நேரத்தில் சிவகங்கைக்காரர்கள் கூற செண்பகனூர் சனங்கள் சமைந்து போய்க் கேட்பதுண்டு. ஃபாதர் பிரிஸ்பனுக்கு இதிலெல்லாம் துளியும் நம்பிக்கையில்லை. ஆனால், ஒருமுறை இதுபற்றிப் பேச்சு எடுத்தபோது கடுமையாக நடந்துகொண்டார் என்றும், அதுவே பின்னாளில் மிஷனைச் சூன்யம் பீடிக்கும்படி மாற்றியதாகவும் அவர்கள் சொல்வார்கள்.

மேற்குத் தொடர்ச்சி மலையில் பருவக் காற்றின் திசைக்கு முதுகைக் காட்டியபடி கட்டடம் கிழக்கு மேற்காக எழும்பத் துவங்கியது. மொத்தக் கட்டடமைப்பும் லாடம்போல வளைந்திருக்க வேண்டும் என்பது பிரிஸ்பனின் திட்டம். எந்தச் சிக்கலுமில்லாமல் கீழ்த்தளம் விரைவாகவே பூர்த்தி ஆயிற்று. விசாலமான கீழ்த்தளம் பூசைக்காக விடப்பட்டது தவிர கீழ்த்தளத்தில் எந்த மாற்றமும் இல்லை. உள்ளே சுற்றிப் பதினாறு யானைக்கால் தூண்களும் அதன்மேல் குண்டுக்குழந்தைகள் சிறகுகளுடன் எட்டிப்பார்ப்பதுபோல மேற்கூரையில் மோதி யிருந்தன. தளத்தின் மேற்கு மையத்தில் தேக்கு மரங்களால் இழைக்கப்பட்ட பூச்சரங்கள் கோத்து பிறைவடிவில்

தடுக்கப்பட்ட பெரிய பூசைபீடம். பக்கவாட்டில் புலியைப் பிடிக்குமளவு சதுரக்கூண்டு வடிவில் ஒப்புரவு கொடுக்குமிடம். பூசைபீடத்தின் நேரெதிரில் – நுழைவாயிலுக்கு இருபுறத்தில் – மேல்தளத்துக்குச் செல்லும் இரண்டு மரப்படிக்கட்டுகள். படிக்கட்டுகளின் இரு அடிப்பகுதியிலும் இரண்டு சிறிய அறைகள், (இப்போது அந்த இடத்தில்தான் கணப்பு மூட்ட விறகுகள் அடுக்கப்பட்டிருப்பதை ஆப்ரஹாம் காட்டுகிறான்) அதில் ஒன்று பிரசங்கத்துக்கான அங்கிகள், கண்ணாடி விளக்குகள், மெழுகுத் தண்டுகள், விவிலியப் பேழைகள் வைப்பதற்கும் மற்றொன்று அப்பம் தயாரிப்பதற்கான செய்மானங்களுக்காகவும் விடப்பட்டிருந்தன. கீழ்த்தள மேற்கூரையடியில் ஹாலைச் சுற்றிப் பத்தடிக்கு ஒன்றாக வண்ணத்துப்பூச்சியின் இறகையொத்த அளவில் வண்ணக் கண்ணாடிகள். பகலில் அவை கீழ்த்தளத்தைப் பல்வேறு நிறங்களால் மிதக்கவைக்கும். பிறைக் கண்ணாடிகளுக்குக் கீழே மரச்சட்டத்தில் பெரிய சன்னல். அதிலிருந்து அவ்வளவாக வெளிச்சம் உள்ளே விழாதவாறு, ஆனால் காற்றை மட்டும் அனுமதிக்கும் அளவுக்குச் சாய்வுத் தக்கைகள் செருகப்பட் டிருந்தன. ஃபாதர் பிரிஸ்பன் கீழ்த்தளத்தை முடிக்கும் முன்பே அதில் நடக்கவிருக்கும் திருப்பலி நிகழ்வுகளைத் தினம் கற்பனை செய்து கொள்வாராம்.

ஆனால், முதல்தளம் அவர் கற்பனையிலிருந்து யதார்த்த வடிவுக்கு அவ்வளவு சீக்கிரம் வரவில்லை. காரணம், அறைகள் அமைப்பில் அப்படியொரு திட்டத்தை அவர் புகுத்த நினைத்தார். கட்டட ஆட்களுக்கும் மேல்தள அறைகள் வழக்கமாக – வடக்குத் தெற்காக – பன்னிரண்டு பன்னிரண்டென ஒன்றுக்கொன்று பார்த்தபடி இருப்பதாகத்தான் நினைத் திருந்தனர். ஆனால், தளம் ஆரம்பிக்க இரண்டு நாட்கள் இருக்கையில் பிரிஸ்பன், தளத்தின் ஒவ்வோர் அறையையும் – அடுத்தடுத்து – ஒன்றுக்கொன்று – முன்னும் பின்னுமாக மாற்றும் புதிர் யோசனையைத் தெரிவித்திருக்கிறார். அதாவது, ஓர் அறை கட்டடத்துக்குள்(ஹாலைப்பார்த்து) திரும்பி யிருந்தால் அடுத்தது வெளிப்பக்கம் திரும்ப வேண்டும்.

இரண்டு தளத்தையும் இதேபோல அமைக்கச் சொன்னார். எப்படிக் கட்டுவதென இவர்களுக்கும் குழப்பமாகத்தான் இருந்தது. மாதிரிப் படம்கூட இல்லை. சில குறிப்புகளும் உத்தேசமாக அவராக வரைந்த சில சித்திரங்கள் மட்டுமே. மேலைத் தேயத் தொன்மக் கதையை வாசிக்கையில் இவ்விதம் தோன்றியதாகப் பிரிஸ்பன் விளக்கினாராம். அவரைப் பொறுத்தவரை அறை, உளவியல் பூர்வமாக அதில் இருப்பவனுக்குத் தன்னுடைய

திசை காற்று வெளிச்சமென அதில் இருப்போனின் புத்தியினது சீதோஷ்ணத் தன்மையைப் பாதிக்கும் என்றும் அப்படித் திசை மாறியிருக்கும் அறைகள் புதிய சிந்தனையைக் கிளர்த்தும் சூழலை உருவாக்கும் என்றும் அதுதான் இருப்பவர்களின் சிந்தனையைத் தீர்மானிப்பதாக நம்பினார். இளம் துறவிகளை ஒவ்வோர் இறை வகுப்புக்குப் பின்பும்(வாரமொருமுறை) ஒவ்வொருவராகத் தத்தமது அறையிலிருந்து அடுத்ததற்கு இடமாற்றும் பாணியைக் கையாள்வதுதான் அவரது திட்டம். அதன்படி ஒருவன் மிஷனின் அத்தனை அறைகளிலும் தங்க முடியும். இந்தச் சுழற்சி கிட்டத்தட்ட அவனுக்கு மூன்று திசை களின் அனுபவத்தை அளிக்கும்.

ஆனால், யதார்த்தம் அவ்வளவு எளிதாகக் கட்டடத்தைக் காட்சிப் படுத்திவிடவில்லை. வெளிப்பக்கம் திருப்பிய வாசலுக்காக வராந்தா ஒன்றை நீட்ட, வராந்தாவின் பளுவைச் சமன்செய்யும் முகமாகக் கட்டடத்துக்கு வெளியில் தூண்களை எழுப்ப வேண்டியிருந்தது. ஒருகட்டத்தில் கட்டுமானம் நின்றே போனது. கால அவகாசம் எடுக்கட்டுமென பிரிஸ்பனும் விட்டுவிட்டார். ஆனால், விசயம் வேறு. வாசலை ஒன்றுவிட்டொன்று திருப்புவது, அதுவும் லாடம் வடிவிலான கட்டடத்தில் அமைப்பதென்பது நடைமுறையில் சிரமம் என்றாலுமே எது சிந்தனைகளை உளவியல் பூர்வமாக மாற்றிக் கொணர்கிறதாக ஃபாதர் நம்புகிறாரோ அதுவே பின்னாளில் சிக்கல்களை உண்டாக்கும் என வேலையாட்கள் அச்சப்பட்டனர். நிச்சயம் இந்த அசீர்மை இரவில் வெளிச்சமில்லாதபோது எந்தப் படிக்கட்டுகள் வழியே எந்த அறைக்குள் நுழைந்தோம் என்கிற குழப்பத்தை ஏற்படுத்துமென எச்சரித்ததைப் பிரிஸ்பன் காதில் வாங்கவில்லை.

ஒருவழியாக வான் நோக்கிய கூர்மாடத்துடன் கட்டடம் நிலத்திலிருந்து எழுந்தபோது முழுதாக ஒருவருடம் இரண்டு மாதங்கள் முடிந்தன. பொலி கற்கள் பதித்த வெளிச்சுவர்கள் கண்ணைப் பொசுக்கிவிடும் வெண்மையில் அழகாகக் கட்டப்பட்டிருந்தது. கட்டடத்துக்கு முன் நின்று அண்ணாந்தால் கூர்மாடம் அப்படியே சாய்ந்துவிடும் பிரமையை ஒவ்வொரு முறையும் காட்டாமல் இருந்ததில்லை. வெளிப்புறம் நீட்டப்பட்ட மரச் சன்னலின் மாடம் இரண்டு பேர் அமரக்கூடிய அளவு அகலத்தில் இருந்தது. கற்களைச் சாய்வாகப் பொருத்தி சன்னல் வழியே எட்டிப்பார்த்தால் உள்ளே இருப்பது எதுவும் தெரியாத உத்தியுடன் இருந்தன. மிஷனுக்கு வெளிப்புறம் திருப்பப்பட்ட அறைகளுக்கான வராந்தாவுக்காகக் கட்டடத்தைச் சுற்றி எழுப்பிய சிறு சிறு

தூண்கள் மிஷனை மகா கற்சிறைக்குள் பூட்டி வைத்திருப்பதுபோல பார்க்கும் எல்லோருக்குமே தோன்றியதாம். கட்டியவர்களே அதை எதிர்பார்க்கவில்லை. ஃபாதர் பிரிஸ்பனுக்கு உள்ளூர சந்தோஷம். கட்டடம் தன் எந்த விளிம்பிலாவது அது சூல்கொண்ட ஆகிருதியின் ஆழ்மன அபிலாஷையைப் பிரதிபலிக்காமல் விட்டதில்லை.

3

ஒப்பந்தக்காலம் முடிய நான்கு நாட்களிருக்கையில் மெட்றாஸ் அலுவலகத்துக்கு வேலையாட்களைத் திருப்பியனுப்பும் கடிதம் ஒன்றை (வேலைக் காலத்தில் வயிற்றுப்போக்கால் இறந்தவர்களைக் குறிப்பிட்டும்) எழுதினார். இரண்டு வாரம் கழித்து வந்த பதிலில், அனுப்பிய ஆட்களுக்கான ஒப்பந்தக்காலம் பூர்த்தியான தகவலும், அவரவர் ஊர்களுக்குத் திருப்பியனுப்பும் ஆணையும் இருந்தன. இணைப்பில், இறந்த நான்கு பேர்கள் உட்பட ஐம்பத்தி இரண்டு பேர்களின் ஊர், விலாசம் குறிப்பிட்டதுபோக மீதி நாற்பத்திநான்கு பேர் பற்றி எந்தக் கேள்வியுமில்லை. பிரிஸ்பன் உடனே பழைய ஒப்பந்த அனுமதிக் கடிதத்தை எடுத்துப்பார்த்தார். அதிலும் ஆட்களின் எண்ணிக்கை குறிப்பிடப்பட்டிருக்கவில்லை. எங்கோ பிழை நிகழ்ந்திருக்கிறது.பஞ்சச்சூழலில் ஆட்களை நாட்டை விட்டு வெளியேற்றிய எண்ணிக்கைக் குழப்பத்தில் இவர்கள் விடுபட்டவர்கள். ஆக, இவ்விடுபடல் இறப்புக்கணக்கில் சேர்க்கப்பட்டிருக்கும். ஒப்பந்தவிடுப்பாணையில் உள்ளவர்களை அனுப்பிவிட்டு இந்த 'இறந்துவிட்ட மீதி நாற்பத்திநான்கு பேரை' வைத்து மழைப்பருவத்தின் முதல்நாள் இரவில் புதிய திட்டம் ஒன்றைப் பிரிஸ்பன் தொடங்கினார்.

அன்று மழையின் முதல் வரவு. தூறலையும், சூறாவளிக் காற்றாகப் புழுதியையும் அள்ளி வீசிக்கொண்டிருந்தது. கட்டட வேலையாட்களும் செண்பகனூர்க்காரர்களும் சேர்ந்து மிஷனில் மிகப்பெரிய விருந்துக்கான சமையலைத் தயாரித்துக்கொண்டிருந்தனர். நேரம் ஆக ஆக காற்றின் விசை அதிகமானது. இருட்டிவிட்டதால் எல்லோரும் மிஷனுக்குள்தான் இருந்தார்கள். உள்ளே காற்றின் வேகம் அவ்வளவாக இல்லை. சன்னல் துளைகள் வழி ஊளைச் சத்தம் மட்டும் கேட்டது. அதுவும் சுவாரஸ்யமான பேச்சில் காதுக்கு எட்டவில்லை. சிவகங்கைக்காரர்கள் அடுத்தநாள் கிளம்புவதற்காக தங்களது உடுப்பு, கட்டுமானச் சாமான்கள், குழந்தைகளுக்கு – வெகுநாள் கழித்துச் செல்வதால் – சந்தையில் வாங்கிய மர பொம்மைகள், சிலர் காடுகளில் பிடுங்கிய மூலிகை விதைகளைக் காய வைத்தும் ஊருக்குத் தயாராகிவிட்டிருந்தனர். இரவு முழுக்க

ஒவ்வொருவரும் பூர்வீகக் கதைகளைச் சொல்லியபடி உறங்க மனமின்றி விழித்திருந்தார்கள்.

அதிகாலையில் விடைபெற நின்றவர்களிடம் மெட்றாஸ் அலுவலகத்திலிருந்து வந்த விடுப்பாணையை வாசித்து, அதில் குறிப்பிட்டர்கள் மட்டும் கிளம்பலாம் என்றும் மீதமுள்ளவர் களுக்கு ஆணை இரண்டொரு நாளில் வரும் எனவும் பிரிஸ்பன் கூறினார். அதன்படி பட்டியலில் இருந்தவர்கள் ஊர் கிளம்பிவிட, எஞ்சியவர்கள் பரஸ்பரம் விடைபெறலைப் பரிமாறிக் கொண்டு மறு கடிதம் வரும் வரை அங்கேயே தங்கிவிட்டனர்.

ஒருவாரம் கழிந்தும் எந்தப் பதிலும் வரவில்லை. குழப்பமும் சற்று அச்சமும் ஏற்படவே ஃபாதரிடம் கேட்டதற்கு, கையில் வைத்திருந்தப் புதிய கட்டுமான வரைபடத்தை அவர்களிடம் நீட்டினார். என்னவென்று யாருக்கும் விளங்க வில்லை. வாங்கிப் பார்த்தனர். அதில், ஏற்கெனவே பூர்த்தியான மிஷனுக்கு மேல் இன்னொரு தளமும் (மூன்றாவது தளம்) அதன் வளைவில் விவிலியங்கள் வைக்க மரக்கூண்டுகளோடு தனியறையும் அதுபோகக் கூடுதலாக மிஷனருகே சிறிய தேவாலயம் ஒன்றென இவற்றைக் கட்டிமுடிக்க நாள் கெடுவையும் பிரிஸ்பன் குறித்திருந்தார். சிவகங்கைக்காரர்களுக்கு ஒன்றும் புரியவில்லை. ஒருவருக்கொருவர் பார்த்துக்கொண்டார்கள்.

பூர்த்தியான கட்டுமானத்தை உடனே பிரிப்பது தொழில் தர்மத்துக்குப் பாதகம், இவ்வளவு உழைப்பும் வியர்த்தமாகப் போய்விடும். அதுவும் மழைக்காலம் வேறு. மறுசீரமைப்புக்கு ஒத்துவராத பருவம். அஸ்திவார ஸ்திரத்தன்மைக்கும் நல்லதன்று என மறுத்ததைப் பிரிஸ்பன் ஏற்பதாகயில்லை. ஒப்பந்தத்தை நீட்டித்து மெட்றாஸிலிருந்து கடிதம் எழுதிவிட்டதாகவும், கூலி நிலுவையை நிறுத்துவதாகவும் சொன்னார். வெறும் கையோடு ஊர் திரும்புவது அர்த்தமில்லை என வேறு வழியின்றி மனம் ஒப்பாமல் சம்மதித்தார்கள்.

அடுத்தநாளே வேலை ஆரம்பமானது. ஆனால், கட்டுமானம் மந்தமாகத்தான் வளர்ந்தது. அதாவது, அசிரத்தையான மனமூட்டத்தால் செயலூக்கத்தில் மீதமிருந்தவர்கள் பாதி ஆட்களாகிவிட்டிருந்தார்கள். பருவம் பூராவும் வெறும் தூறலையும் சூறாவளிக்காற்றையுமே வானம் காட்டியது. வழக்கத்தைவிட காற்றில் சீதளம் அதிகம். சில்லென எலும்பைக் குடைந்தது. சாக்கைப் போத்தியும் உடல் வலி உறங்கவிடவில்லை. காய்ச்சலும் வயிற்றுபோக்கும் மாறி மாறி எடுத்தது. இரண்டு வருடத்தில் அப்படியொரு உடல்வாதையை அவர்கள் அனுபவித்திருக்கவில்லை. பலமிழந்து நோய் பீடித்ததுபோலக் கை கால்கள் மரத்துவிட்டன. அவ்வளவு குளிரிலும் நா வறண்டு

அடிக்கடி தாகமெடுத்தது. வெறும் நீராகாரம் மட்டும்தான். வேலை முடிந்து படுப்பவர்கள் மறுநாள் எழுந்திருப்பதில்லை. ஈரநிலம் உடலின் எஞ்சிய சூட்டையும் உறிஞ்சிவிடுமெனப் பயந்தனர். இரவு முழுக்க சீக்குக் கோழியாகத் தலையொடிந்தே அமர்ந்தார்கள். வாயிலிருந்து வடிந்த சீழ் அவ்விடம் முழுக்கக் குமைய ஆரம்பித்தது. சரீரத்தில் துர்சகுனம் இறங்கிவிட்டதாக ஊருக்குள் கதை பரவியது. அவர்களைப் பார்ப்பதற்கே அச்சமாக இருந்தது. நோய் முற்ற ஆரம்பித்ததும் ஒவ்வொருவரும் பாதியாகிவிட்டனர்.

''ஈரம் காயாதக் கட்டடத்தைப் பிரித்துப் புதிய கட்டுமானத்திற்கு மாற்றியதில் எங்கோ கணக்குப் பிழையாகி விட்டது. அதோடு பொருந்தாக் காலச் சூழலால் கட்டடம் அதன் உஷ்ணத்தை எங்கள் மேல் பிரயோகிக்கிறது. கொஞ்ச காலத்துக்காவது கட்டுமானத்தை நிறுத்துவதுதான் நல்லது.” அவர்கள் கூறியதை பிரிஸ்பன் ஒப்புக்கொள்ளவில்லை. எக்காரணத்துக்கும் வேலை நிற்கக்கூடாது என்கிற முடிவில் திடமாகயிருந்தார். வேலைக்கு வந்தது முதல் அப்படியொரு கடுமையை அவர்கள் பிரிஸ்பனிடம் கண்டதில்லை. பல்வேறு நரித்தனங்களைப் பிரயோகித்தார். சீக்காளிகளுக்கு வந்து கொண்டிருந்த மருந்துகளை நிறுத்தியும் கோணிச் சாக்குகளை எரித்தும் தன் வழிக்கு இழுத்தார். பிரிஸ்பனின் நிர்தாட்சண்யத்தை எதிர்க்க வலு அவர்களுக்குப் போதவில்லை. கட்டடத்தை அதன் சீதோஷ்ணப் போக்கில் உடல் நோவுடனேயே கட்டி முடித்துவிட்டனர். சாவு எண்ணிக்கை பாதியாகக் குறைவதற்குள் மூன்றாவதுதளமும் மேற்கூரையில் இன்னொரு சிலுவையுடன் கட்டடம் எழுந்து நின்றது.

மூன்று தளங்களையும் சேர்த்து முதல் தளத்தில் – இருபது, இரண்டாவதில் – இருபத்தியொன்று, மூன்றாவதில் – இருபத்திரண்டு என மொத்தம் அறுபத்தி மூன்று அறைகள். அதில் ஒன்றை (மூன்றாம் தளத்தில்) விவிலிய வைப்பறையாக்க பிரிஸ்பன் முடிவெடுத்தார். ஆனால் அறை, மூன்று சுவர்களுடன் முக்கோண வடிவில் இருக்க வேண்டும், அங்கிருந்து பார்த்தால் கட்டடத்தின் உள்பக்கங்கள் தெரியுமளவில் இருப்பதும் அவரது விருப்பம். அதாவது, கிறிஸ்தவத் திரித்துவக் குறியீடு போலவும் விவிலியத்தில் சொல்லப்படுகிற தொன்மையான கதைகளின் அடிப்படையிலும், “முதன்முதலில் ஆதாம், ஏவாள், சர்ப்பம் இந்த மூன்றிடமிருந்துதான் உலகத்தின் மொத்தக் கோட்பாடுகளும் தோன்றின. அது மட்டுமின்றி தேவன் ஒரே தெய்வம் என்பதால் அவன் தந்தை மகன் பரிசுத்த ஆவியானவர். அவர் முக்கோண வடிவானவர்” என அதற்குப் பல விளக்கங்கள்

கூறினார். “மூன்று சுவர்களால் ஓர் அறையை அமைப்பது கஷ்டமில்லை. இருந்தாலும், அது புழக்கத்துக்கு ஒவ்வாததாக இருக்கும்” என்றார்கள். அதற்கு பிரிஸ்பன் எந்தப் பதிலையும் அளிக்கவில்லை. இவர்களும் மேற்கொண்டு ஆட்சேபிக்காமல் அறையை, மூன்றாம் தள மைய வளைவில் வைத்து, கட்டடம் முழுமையும் தெரியும்படி உள்பக்க வாசலாக்கி, பிரிஸ்பனின் ஆசையை நிறைவேற்றினர்.

புறாக்கூண்டுபோலத் தேக்குமரத்தில் இழைத்துச் சின்னஞ்சிறிய கதவுகளில் வேலைப்பாடுகளுடன் (சுற்றிப் பூச்சரத்துடன் நடுவில் கிறிஸ்துவின் கடைசி விருந்து நிகழ்வு – அத்தனையும் கட்டை விரலளவில்) மொத்தம் நாற்பத்தெட்டுக் கூண்டுகள் அவ்வறையின் மூன்று சுவர்களில் செதுக்கப்பட்டிருந்தன. தேன்கூடுபோல இருக்கும் மரக் கூண்டைப் பார்ப்பதற்கே மலையேறி வருபவர்களும் உண்டு. செந்நிறத்தில் எண்ணெய் தடவியதுபோன்ற வழவழப்பில் நிற்பவரைப் பிரதிபலிக்கும். மிஷனில் படிக்கும் ஒவ்வொரு மாணவருக்கும் தனித்தனி விவிலியம் அந்தக்கூண்டுக்குள் பூட்டிப் பத்திரப் படுத்துவதற்கு என்று பிரிஸ்பன் சொன்னார். கட்டடத்தின் தெற்கில் சிறிய சமையலறை, குதிரை லாயம், கூண்டு வண்டிகள் நிறுத்தம், சுற்றியெழுப்பப்பட்ட வெளிப்புறத் தூண்களுக் கிடையில் தெரியும் கட்டடத்தின் அழகை நாள் பூராவும் செண்பகனூர் ஆட்கள் சுற்றிவந்து பிரமித்துப்போனார்கள்.

எல்லாம் நன்றாக இருந்தாலும் பிரிஸ்பன் விருப்பப்பட்ட தேவாலயம் (பிரிஸ்பன் கதீட்ரல் என்று பெயர் வைத்திருந்தார்) மட்டும் எழும்பவே இல்லை. கல்லையும் மண்ணையும் கொட்டிக்கொண்டே இருந்தனர். சுண்ணாம்புக் கற்கள் கேரளத்திலிருந்து கழுதையில் ஏறி வந்தது. யானைபோல அத்தனையையும் அது தின்று தீர்த்ததே தவிர ஓர் அடிகூட உயரவில்லை. பிரிஸ்பனும் தேவாலய வேலையைக் கைவிடும் எண்ணத்திலில்லை. இறை வகுப்புகளைத் தொடங்க மேஃபரிலிருந்து ஒப்புதல் வாங்கிவிட்டார். 1874 இளவேனிலில் சபை இறையியல் பணியை நாற்பது இளம் துறவிகளுடன் ஆரம்பித்தது. கூலியாட்களிடம் தேவாலயம் எழும்பாததைக் காரணம் காட்டி மற்ற வேலைகளுக்கு அவர்களைப் பயன்படுத்த முடிவெடுத்தார். இளந்துறவிகளுக்கான சாப்பாடு, துணி, தோட்டம், குதிரைச்சவாரி, பன்றிவேட்டை என ஒத்தாசை யாக அவர்கள் மாறினர். குறைப்பட்ட தேவாலயப் பணியால் கிளம்பும் எண்ணத்தை மறுபடியும் நினைக்க முடியவில்லை. ஆனால், ஒவ்வொரு நாளும் பயத்துடன் குற்றவுணர்வுடனும் புழுங்கிக் கிடந்தனர். இப்படியே ஒருவருடம் போனது.

4

அடுத்த மழைக்காலம் தொடங்க ஒருவாரம் இருக்கையில் நிர்வாகக் காரணமாக அவசர அழைப்பின்பேரில் பிரிஸ்பன் மேஃபர் கிளம்பிச் சென்றார். அவர் திரும்பும் வரை மிஷனுக்குத் தலைமை குருமார் யாரும் இல்லை. இச்சமயத்தில் எப்போதும் போல இரவுணவுக்குப் பின் விவிலியங்களை வைக்க மரக்கூண்டுகளுக்குத் திரும்பிய இளந்துறவிகளில் நான்குபேர் அங்கிருந்த பெரிய சன்னல் வழியாக வனத்தில் பன்றிகள் நடமாட்டத்தைக் கவனித்தனர். சிவகங்கைக்காரர்களிடம் சொல்லி அவற்றை அடித்துச் சமைத்துத் தரும்படிக் கேட்டனர்.

நல்ல மழை அன்று. அவர்களும் துறவிகளுக்குப் பிடித்தபடி தோலுரிக்காமல் பன்றிக்கறியை வாட்டிக் கொடுத்துக் கொண்டிருந்தனர். கூடவே உள்ளூர் சாராயமும். நேரம் ஆக ஆக போதை எல்லோரையும் இறுக்கத்திலிருந்து நெகிழ்த்தியது. இளந்துறவிகள் சிலர் எழுந்து பாடத் தொடங்கினர். சிலர் கவிதைகள் வாசித்துச் சண்டையிட்டனர். விடியும் வரை இப்படியே போய்க்கொண்டிருந்தது. சிலகணங்கள் எந்தச் சத்தமுமில்லாமல் அமைதியாகிவிடும். பிறகு, மீண்டும் கூச்சல். யாரோ ஒருவர் ஒட்டுமொத்த மிஷனையும் தீவுச் சிறையென உருவகப்படுத்த எல்லோரும் எழுந்து கூப்பாடு போட்டனர். அதோடு அப்படிக் கட்டியதற்கு சிவகங்கைக்காரர்களை வம்புக்கிழுத்தனர். அவர்களும் கட்டுமானம் தொடங்கிய திலிருந்து தேவாலயம் நின்றதுவரை கதையாகக் கூறினர். மனைக் கணக்குகளை இளந்துறவிகளும் நம்பவில்லை. ஆனால், அதன் நம்பிக்கைமீதான அவர்களின் சுவாரஸ்யங்கள் போதைத்திளைப்பைக் கூட்டியபடி நிறுத்தவிடாமல் கூறவைத்தது.

மேற்கூரையைக் கலைத்துப் புதியத் தளம் கட்டும் திட்டத்தில் பிரிஸ்பனின் வதைக்குப் பலியானதைச் சொல்லி முடித்த போது துறவிகள் தலைக்கேறிய கிளர்ச்சியில் தன்னிலை இழந்து கேட்டுக்கொண்டிருந்தனர். இவர்களும் தங்களை வெகுநாளாக உறங்கவிடாமல் விரட்டும் குற்றவுணர்வை அழித்திடும் வாய்ப்பாகக் கட்டடத்துக்குள் முடிச்சிட்ட சூழ்ச்சிக் கணக்கை அத்தருணத்தில் அவிழ்த்தனர்.

“ஏற்கெனவே மலைகளுக்கிடையில் மிஷன் கிண்ணம் போன்ற பள்ளத்தில் இருந்ததால் கீழ்த் தளத்தைவிட மேல் தளத்தைத்தான் பெருவளி அதிகம் தாக்கும். அதாவது, மழைக்கு முன் வரும் சூறாவளியோ முதுவேனில் முடிகையில் தோன்றும் வெப்பச் சுழல்களோ அல்லது எதிர்பாராத பெரும் புயலோ

கிழக்குத் திசையிலிருந்து கிளம்பி வந்தால், கட்டடத்தைத் தொட்டதுமே சட்டென வழுக்கியது போல நுழையும்படி, ஆனால் வெளியேற முடியாதவாறு கூண்டில் அடைபட்ட மிருகமாகச் சுற்றிச் சுற்றியோடும் அமைப்பில் கட்டடம் உள்ளது. சூறாவளி ஒருகட்டடத்தில், வெளியேற வழி கிடைக்காமல் உள்ளே இருக்கும் எல்லா வஸ்துகளையும் கலைத்துப்போடும். அவ்வளவு சீக்கிரத்தில் கட்டட அமைப்பு அதை அடங்கவிடாது. அதாவது, இந்த லாட வடிவத்துள் நுழைந்து மோதித் திரும்ப முடியாது. வந்த வழியே திரும்புவதற்கான அழுத்தம் கிடைக்காது. ஆக, கட்டடத்தின் ஊடாகத்தான் வெளியேற வேண்டும். மைய வளைவில் விட வேண்டிய இடைவெளிகளிலெல்லாம் அறைகள் கட்டப்பட்டுவிட்டன. இருந்தாலும், சில அறைச்சுவர்களுக் கிடையில் காற்று வெளியேறும்படி ஒன்றிரண்டு துளைகள் உண்டு. ஆனால், அவற்றை அடைத்து விட்டோம். அதோடு முக்கியமாக, மூன்றாம் தளத்தின் மைய வளைவுதான் காற்று வெளியேற சரியான இடம். அவ்விடத்தைத்தான் நூலக அறையாக நாங்கள் மாற்றினோம். பெரிய ஃபாதர் கேட்டது முக்கோண வடிவ அறையை ஏதோவொரு இடத்தில்தான். ஆனால் அதை அங்கு வைப்பது எங்களுடைய திட்டம். காற்று வெளியேற வழியின்றிச் சுவர்களில் மோதி மோதி அலைந்து எதிரொலித்துக்கொண்டிருக்கும். கடைசியில் அது மொத்தக் கட்டடத்திலிருந்தும் மனித இருப்பை விரட்டும் படியான எண் கணக்கில் முடிச்சிடப்பட்டுள்ளது.” அவர்கள் சொல்லி முடிக்கையில் யாமம் விடியலை நோக்கியிருந்தது.

இளந்துறவிகள் அனைவருமே மிஷனுக்கு வெளியே இருந்த வேலையாட்களின் குடிசைக்குள்ளே உறங்கிவிட்டிருந்தனர். காலை விடிந்தபோது குடிசைக்குள் பார்த்த காட்சி இளந்துறவி களைத் திடுக்கிடச் செய்தது. செவ்வக வடிவில் சிறுசிறு கருங்கற்கள் செந்திலகத்துடன் ஒரு சிறிய மண் திண்டுமீது வாசலைப் பார்த்தவாறு அடுக்கப்பட்டிருந்தன. இருபது கற்கள் இருக்கும். முந்தைய இரவில் கேட்ட கதைகளை இவை தூண்டிவிட, பெரும் பீதியுடன் ஒருவரையொருவர் பார்த்துக்கொண்டு சட்டெனக் குடிசைக்குள்ளிருந்து வெளியேறினர்.

“நீங்கள் நினைப்பதுபோல துராத்மாவெல்லாம் இல்லை. எங்களுடன் கூலிக்கு வந்து நோய் பீடித்துச் செத்தவர்கள். அவர்களுடைய சரீரம் எங்கு தேடியும் கிடைக்கவில்லை. அவர்களுடைய ஆத்மாக்கள் நினைவாக இக்கற்களை வைத்துப் பூஜிப்பது எங்கள் நம்பிக்கை. இது ஒருவிதச் சடங்கு. அவ்வளவுதான். இதில் எந்த அபகாரமும் கிடையாது, இதற்கும் கட்டடத்துக்கும் எந்தச் சம்பந்தமுமில்லை.”

அவர்களின் இறைஞ்சலைத் துறவிகள் நம்புவதாகயில்லை. மேலும், மேல் தளத்தை முழுவதுமாக உடனே இடித்துத் தர வேண்டுமென ஆத்திரப்பட்டார்கள். "அதற்கு அவசியமில்லை ஐயா. உண்மையில் வாயு சூழ்ச்சி இப்போது எதுவும் செய்யாது. அப்படியொரு பிரளயம் வரக் காலம் ஆகும். எங்காவது கிழக்கில் பெரும் புயல் கிளம்பி வந்ததால்தான். இப்போதைக்கு இம்மலைக்குரிய பருவக்காற்றின் திசை கட்டடத்தை ஒன்றுமே செய்யாது. நாங்கள் கூறியதையெல்லாம் மறந்துவிடுங்கள்" என்றனர். இளந்துறவிகள் யாரும் அதற்குச் செவிமடுக்க வில்லை. மாறாக, எலும்பு தெரிய கரிய உடம்புடன் முண்டும் கோமணமும் கட்டி நிற்கும் தோற்றம் அக்கணத்தில் குரூபமாகப் பயமுறுத்திற்று. "மாயத் தந்திரக்கார நாய்களே" எனக் கத்தியபடி விறுவிறுவென குடிசைக்குள் புகுந்து கையில் கொண்டுவந்த புனிதநீரைத் தெளித்து, "அக்கறகளின்மீது இத்திருச்சட்டகத்தின் அனைத்து வார்த்தைகளையும் தெளிவாக எழுதிவையுங்கள்" என்கிற விவிலிய வசனத்தைக் கூறி நடுகற்களை அள்ளிக் காட்டுக்குள் வீசியெறிந்ததுடன், அன்றைக்கே ஃபாதர் பிரிஸ்பனுக்கும் அவசரமாகக் கடிதமெழுதி விஷயத்தைத் தெரியப்படுத்தினர். காலைப் பிடித்துக்கொண்டு நடந்தவற்றை எடுத்துச் சொல்லியும் ஜெஸூத்கள் அசைவதாயில்லை.

ஒவ்வோர் இரவும் சூழ்ச்சிக் கணக்கின் தந்திரமும் நம்பிக்கையில்லாத கீழைத்தேய விஞ்ஞானத்தின்மீதான விவாதங்களும் அவர்களைச் சீண்டிக்கொண்டே இருந்தன. மெல்ல மெல்லத் தன் போக்குக்குள் அவர்களை அது இழுத்துவிடுமென்கிற அச்சம் வேறு. தீர்க்க முடியாத மன அவசங்களிலிருந்து விடுபட அவர்களிடமிருந்த ஒரே வழி வேலைக்காரர்களைத் தம் நினைவிலிருந்து அழிப்பதுதான். இது நடந்து இரண்டாவது இரவில், வேலையாட்கள் அத்தனை பேரையும் பூர்த்தியாகாத தேவாலயத்துக்குள் வைத்து எரித்துச் சாம்பலாக்கியதுடன் இளந்துறவிகளின் வெறி தணிந்தது. யானைகள் பிளிறுவதுபோன்று எழுந்த மரண ஓலத்தில் கோடைமலை நடுங்கிப்போனதாக ஊர்க்காரர்கள் அச்சம்பவத்தை எப்போதும் நினைவுகூர்வதுண்டு. பற்றியெறிந்த தீயானது மிஷனின் கிழக்கு முகத்தில் கரி பூசி அழியா அடையாளத்தைக் காட்டியது. (ஆப்ரஹாம் அவ்விடத்தைச் சுட்டினான்.)

ஆனால், அதிலிருந்து பதினைந்தாம்நாள் தினம் மீளமீள அந்நிகழ்வுகள் இளந்துறவிகளின் கனவுகளில் உருத்திரண்டு யாரையும் தூங்கவிடாது வந்து மோதின. மேல்தளத்தில் இருந்த அறைகளை விடுத்துக் கீழ்த்தளத்துக்கு மாறினர். சன்னல் களைச் சாத்தியும் காற்றின் ஊளைச் சப்தம், செவியிலிருந்து

அகலவில்லை (கதை கேட்டுக்கொண்டிருந்தவர்கள் ஓவென ஆமோதித்தார்கள்). பயவுணர்வைக் கலைக்க இசையைச் சப்தமாக ஒலிக்கவிட்டனர். பாடல்களைப் பாடினர். கட்டடம் அதை அவர்களுக்கே நாராசமான குரலில் திருப்பிச் செய்தது (ஆப்ரஹாம் ஊமையொலியை எழுப்பிக் காட்டினான்). கண்களை மூடினால் கருங்கல்லும் ஒற்றைக் கண்ணும் (நெற்றித் திலகம்) செவிக்குள் சப்தமும் அச்சத்தை மூட்டின. பிரிஸ்பன் இந்தியா திரும்புவதற்குள் விடுதியிலிருந்து ஒவ்வொருவராகக் காணாமல்போனார்கள். எஞ்சியவர்களைக் காப்பாற்ற, சபை அவர்களை மங்களூர் பள்ளிக்கு அனுப்பிப் பிரச்சனையை முடித்தது. எல்லோரையும் விரட்டிவிட்ட மிஷன் அதன்பிறகு இருபத்தைந்து வருடத்துக்குத் தன்னை யாரையும் நெருங்கவிடாமல் இழுத்துச் சாத்திக்கொண்டது.

கதை முடிந்ததென ஆப்ரஹாம் கீழே அமர்ந்தான். இருளுக்குள் ஓவெனக் குரல்கள் எழுந்தன. "அந்த அறை எது" என்கிற கூச்சல். ஆப்ரஹாம் தனக்கும் தெரியாது என்றான். "கிழக்கில் மூன்றாம் தளத்தின் உடைந்த மரச்சாமான்களோடு பூட்டிக்கிடக்கும் முதல் அறை ஒன்று உள்ளது. அதுவாக இருக்கலாம்" என்றார்கள்.

நிச்சயம் அது இல்லை என அவர்கள் யாருக்கும் தெரியாது. ஆனால், ஒருவேளை அவ்வறைக்குள் நூல்கள் இருந்திருந்தால் பேய்க்காற்றில் காணாமல்போவதிலிருந்து கொஞ்சமேனும் காப்பாற்றிருக்கலாம். அடுத்த நாள் காலையில் இத்தனை களேபரத்துக்குமிடையில் அந்த அறை எவ்விதச் சலனமுமின்றி இருந்ததை யாரும் கவனித்தார்களா எனத் தெரியாது. அந்த அறைக்கு நேரெதிரில்தான், துல்லியமான அளவில், லாடத்தின் மைய வளைவில் நீட்ஷனின் நூலக அறை உள்ளது, மற்ற அறைகள் காற்றின் சுழிக்குள் அகப்படும்போது இக்கூள அறைமட்டும் தப்பிக்கிறதென்றால் மிஷன் கதையில் சொல்லப்படாத வழி ஒன்று யாருக்கும் தெரியாமல் இருந்திருக்கலாம் அல்லது ஆப்ரஹாமிடமிருந்து வேண்டுமென்றே விடுபட்டிருக்கலாம். அக்கூள அறை வாசலில் நின்றுதான் நள்ளிரவொன்றில் எமிலி நூலக அறைக்குள் நடப்பதைத் தெளிவாகக் கண்ணுற்றாள்.

எமிலியிடம் பூனி காட்டிக்கொடுத்தல் அல்லது பூனையின் நடமாட்டம்

நீட்ஷன் நூல் பதிப்புக்கான வேலைகளில் தீவிரமாகி விட்டார். ஒருவகையில் புறச்சூழலின் சீர்மைக்குலைவு அக அழுத்தத்துக்குத் தேவையாகவே இருந்தது. உறங்காப் பொழுது

களில் நீட்ஷன் தன்னைக் கரைத்துக்கொண்டிருந்தார். பேராசிரியர் பிரின்டானோவிடமிருந்து வந்த கடைசிக் கடிதத்தை எடுத்துப் பார்த்தார் (இதைத்தான் ஆப்ரஹாம் மிஷனுக்கு வரும்போதுகொண்டுவந்தான்). கிட்டதட்ட அந்தக் கடிதம் எழுதப்பட்டு நான்கு வருடங்கள் இருக்கலாம். அதாவது, நீட்ஷன் இந்நிலத்துக்கு வந்த பிறகு பேராசிரியருடன் மட்டும் கடிதத் தொடர்பிலிருந்தார். எப்போதாவது அவரும் கடிதம் எழுதுவார். நீட்ஷனின் விலாசம் மாறிக்கொண்டே இருக்கும். கடைசியாக எழுதியது ஜான்சியில் தங்கிய லாவன் பெர்னாட்ஸின் அலுவலக் குடியிருப்பில்.

கடிதத்தில் ப்ரூக் நோய்வாய்ப் பட்டிருப்பதாகக் கூறியிருந்தார். ஆனால், மனதின் ரகசியங்களைத் திறக்கக்கூடிய புத்தம் புதிய சாவியைக் கண்டுபிடித்துவிடும் சிரத்தையான நம்பிக்கையைத் தன் மாணவர்கள்மீது வைத்துக்கொண்டு தன் இருப்பை விடாப்பிடியாகப் பற்றிக்கொண்டிருக்கிறாராம். 'ஐயோ பாவம்' என நீட்ஷன் பெருமூச்செறிந்தார். வெறும் கனவுகளையும் சொற்களையும் வைத்து என்ன செய்யப் போகிறார்கள்? அவர்களின் கண்டுபிடிப்புகள் உலகின் பிறிதொரு திசைக்கு பொருந்தாதென ஒருபோதும் அவர்கள் அறியப்போவதில்லை. கடிதத்துக்கு நீட்ஷன் பதில் எழுத வில்லை. இனி எந்த விலாசமும் வியன்னாவில் இருக்கும் பேராசிரியருக்குத் தெரிய வேண்டாம் என ஒதுக்கிவிட்டார். ஆனால், அக்கடைசிக் கடிதத்தை மட்டும் எப்போதாவது எடுத்து வாசித்துவிட்டு இழுப்பறைக்குள் மடித்து வைத்து விடுவதோடு தன் பழைய காலத்திற்குள் சில கணங்கள் இடம் பெயர்ந்து திரும்புவார். அப்படித்தான் அன்றும் நினைவு களுக்குள் பயணித்து மீண்டும் யதார்த்தத்திற்குத் திரும்பித் தன் குறிப்புகளைச் சேகரிக்கவாரம்பித்தார். சட்டென ஓர் எண்ணம் திடுக்கிடச் செய்தது. என்னுடைய தேடலும் சிந்தனைகளும்கூட ஒருவேளை ப்ரூக்கின் பரிசோதனையாக இருக்குமோ? உடனே அவ்வெண்ணத்தை நீட்ஷன் கலைத்தார்.

அதே சமயத்தில், நீட்ஷனைப் போல எமிலியும் தூக்கம் கலைந்து தன் அறையில் அமர்ந்திருந்தாள். இரண்டு நாட்களுக்கு முன்பிருந்தே அவளுக்குச் சில குழப்பங்கள் புரையோடின. சமீபமாக ஒவ்வொரு நாளும் நூலக அறைக்குள் நீட்ஷனுடன் ஆய்வு நூலுக்கான வேலையில் இருக்கையில் எப்போதும் இல்லாதவொரு வாசனை அறைக்குள் கசிகிறது. நீட்ஷனால் அதை அறிய முடியவில்லை, சொன்னதற்காகச் சுற்றுமுற்றும் நோக்கியபின் தன் வேலையில் மூழ்கிவிட்டார். எமிலி அடுக்கப்பட்ட நூல் வரிசையை மெல்லத் தடவியபடியே

நடந்தாள். மிஷனுக்கு வந்ததிலிருந்து புதிதாக எந்த நூலையும் நீட்ஷன் வாங்கவில்லை. அந்த முக்கோண வடிவ அறையின் மூன்று திசைச் சுவரையும் மறைத்தபடி நூல்கள் வைக்க இடமில்லாமல் நிரம்பியிருந்தன. வாசித்திருக்காவிட்டாலும் அதன் ஒவ்வொரு நூலையும் அவள் அறிவாள்.

ஒரு பக்கச் சுவரில் பதினான்கு வரிசை மரத்தட்டுகளென்றால், இன்னொரு பக்கச் சுவரில் எட்டு வரிசை. மூன்றாம் பக்கச்சுவரில் அறைக்கதவு மற்றும் ஒரு மேசை நாற்காலிக்கு இடம் ஒதுக்கியது போக ஆறு வரிசைத் தட்டுகள்.

நூல்களின் வடிவம் மூன்று விதங்களில் இருக்கும். ஒன்று, சிவப்பு நிறத்தில் பொன் வண்ணக் காகிதங்கள் கொண்ட வெவ்வேறு அளவிலுள்ளவை. மிகச்சிறிய பேழைக்குள்கூட வைத்துவிடலாம். இரண்டு, பெரிய இலை வடிவத்தில், கோர்க்கப்பட்ட ஆட்டுத் தோலாலான காகிதங்கள். மூன்று, சதுர வடிவில் இரண்டடி இருக்கும், அட்டையை விரித்தால் உள் மடிப்பில் தீட்டப்பட்ட வரைபட நூல்கள். இதுபோக, நீலநிறத் துணியில் சுற்றப்பட்டுக் குடுவைக்குள் இருக்கும் சில ஓவியங்கள், மூங்கில் பேழைக்குள் செருகிய ஆட்டுத் தோலாலான வரைபடங்கள் மற்றும் சில ஓலைச்சுவடிகள்.

எமிலிதான் நூல்களை வரிசைக்கிரமமாக மரத்தட்டுகளில் அதனதற்குத் தேவைப்படும்படியான இடத்தில் ஒதுக்கி வைப்பாள். எல்லா நூல்களிலும் காகிதத்தின் பொன்னிற வெளி விளிம்பில் ஓவியங்கள் தீட்டப்பட்டிருக்கும். அதில் இரண்டு விதம் உண்டு. ஒன்று, நூலைச் சாய்த்து வைத்திருக்கையில் கண்ணுக்குத் தெரியக்கூடியவை. அட்டையைத் திருப்பிக் காகிதங்களை மட்டும் பிடித்துச் சாய்வில் சரித்துப் பார்த்தால் தெரியும் படியான மற்றொன்று. அங்கு அதிகமும் இந்த இரண்டாம் வகைதான்.

வெளி விளிம்பு ஓவியங்கள் அந்நூலின் உள்ளடக்கத்துக்கேற்ப அதன் அர்த்தத்தை வெளிப்படுத்தும் வகையில் சித்திரங்களுடன் இருக்கும். எமிலி அவ்வோவியங்களை வைத்துத்தான் நூல்களை அடையாளம் காண்பாள். அதன் பொன்னிறக் காகிதத்தைப் பிடித்து அழுத்தும்போதெல்லாம் அவள் நினைக்கும் ஓவியம்தான் அதில் வரப்போகிறதா என்கிற விளையாட்டை நிகழ்த்திப் பார்ப்பாள். என்றைக்காவது அது சரியாக வந்துவிட்டால் அப்போது மெல்லிய புன்னகை.

ஆரம்பத்தில் இப்படி ஓவியங்களில்லாத நூல்களுக்கு நீட்ஷனே காகிதத்தை மரத்தக்கையில் சரியவைத்து, அதற்குரிய சின்னஞ்சிறிய சித்திரங்கள் வரைந்தார். சிலவற்றுக்கு எமிலியும்,

நீட்ஷன் வரைந்து கொடுத்ததைப் பார்த்து, தீட்டியதுண்டு. வழக்கமாக நீட்ஷன் எழுத ஆரம்பித்ததும் நூல் அடுக்கிலிருந்து தினம் மேசைக்கு நான்கைந்து நூல்கள் இறங்கிக்கொண் டிருக்கும். தரவுகள் கிடைத்த பின்பு அவர் அதை ஒதுக்கிக்கூட வைத்தது கிடையாது. எமிலி விளிம்புச் சித்திரங்களை வைத்து அதனதனிடத்தில் வைத்து முடிப்பதற்குள் மீண்டும் சில மேசைக்கு வந்துவிடும்.

அவள் சந்தேகத்தை உறுதிப்படுத்த முடியவில்லை. எந்த நூலும் இடம்மாறாமல் கலைக்கப்படாமல் அப்படியே இருக்கிறது. ஓரத்தில் சாத்தப்பட்டிருக்கும் நூலேணி நகரவில்லை. ஒருவேளை யாராவது ஏறியிருந்தால் கால்வைக்கும் கயிறு தொங்கியிருக்கும். ஆனால், புதிய நூலின் வருகையைப் போலவோ அல்லது புதிதாக ஒன்றை எழுதத் தொடங்கத் தயாரிக்கும் காகிதம் – மை வாசனையைப் போலவோ ஏதோ புதிய மணம் அறைக்குள் வீசுகிறது. மேசையில் இருந்த நூலை எடுத்து முகர்ந்ததும்,"என்ன பிரச்சனை?" நீட்ஷன் கேட்டார். "ஒன்றுமில்லை" ஒரு கண நிதானத்துக்குப் பின் மறுபடியும் தீவிரத் தேடலுக்குள் வீழ்ந்தாள். இரவு உறங்கும்போதும் அதே சந்தேகம் மீண்டும் மீண்டும் அவளைத் தொந்தரவு செய்தது. கண்களை மூடினால் நூல்கள் எல்லாம் சரிந்து விழுகின்றன.

அறைக்குள் சில்லென்றிருந்தது. சன்னலைத் தொட்டுச்சாத்தி யிருப்பதை உறுதிப்படுத்தினாள். இருந்தும், கதவிடுக்கிலிருந்து கூதல் கசிந்தது. வெகுநேரமாக வெளியே பூனை கத்திக்கொண்டே இருப்பதைக் கேட்டாள். எப்போதாவது இரவில் குழந்தை அழுவதுபோல இரண்டு பூனைகள் அருகருகே நின்றபடி கத்துவதுண்டு. ஆனால், இங்கு ஒரு பூனை மட்டும்தான் கத்துகிறது, சத்தமும் வேறுவிதத்தில். தன்னுடைய இணையிடம் எழுப்பும் சமிக்ஞையில்லை, சீராக இல்லாமல் தனக்குள் புலம்பிக் கொள்ளும் தொனியில். இது கொஞ்சநாளாக அடிக்கடி இரவுகளில் கேட்கிறது. போர்வையை அள்ளிச் சுருட்டி எழுந்தவள் கதவை ஒருமுறை திறந்து அழுத்திச் சாத்தப்போனபோது கீழே ஹாலில் இருந்த மரயிருக்கையில் அமர்ந்திருந்த வெண்சாம்பல் நிறப் பூனை அவளை அண்ணாந்து பார்த்துவிட்டு அங்கிருந்து தாவி முதல் தளத்துக்கு வந்தபின் மீண்டும் ஒருமுறை பார்த்தது. முதுகைத் தூக்கியபடி கைப்பிடியில் நடந்துபோவதைக் கவனித்தாள். பூனையும் இவள் திசையில் திரும்பிப் பார்த்தது. அதன் பாவனைகள் வித்தியாசமாக இருந்தன. அதன் கண்களில் மின்மினிபோல ஒளிப்பிரதிபலிப்பு. எமிலி அறையை விட்டு வெளியே வந்தாள். அதற்குள் அது மேல் தளத்துக்குத் தாவியேறி இருளுக்குள் மறைந்தது.

மேல் தளத்தை அண்ணாந்தவாறே பூனையைத் தேடியபோது எங்கு சென்றதெனக் கண்டுபிடிக்க முடியவில்லை. வராந்தாவின் கடைசிவரை சென்று பழைய மரச்சாமான்கள் கிடக்கும் கூள அறை வாசலில் வந்து நின்றாள். அவளுக்கு நேரெதிராக நூலக அறைக்குள் எரியும் மெழுகுவர்த்தியின் ஒளி அசைவுகள். உள்ளே இருக்கும் உருவம் தெரியாதவாறு கனத்த திரைச்சீலையின் மறைப்பு. ஒருகணம் விதர்த்துவிட்டது. மென் நடையில் வராந்தாவின் கடைசி விளிம்புவரை வந்து எக்கினாள். திரைச்சீலைக்குள் இருக்கும் உருவம் தெரியவில்லை. சிலகணங்கள் வெளிச்சத்தைப் பார்ப்பதை நிறுத்திவிட்டு கண்களை மூடிச் சேய்மைக்குச் செவிகொடுத்தாள். அசைவொலிகள் கேட்டன, முதலில் பூனையின் சப்தம். அது எதையோ பிறாண்டுகிறது. பிறகு, கூகைகள் குழறுவது, இரவுப்பூச்சிகளின் ரீங்காரம், காற்றின் இரைச்சல், கடைசியில் காகிதங்கள் புரட்டப்படுமிடத்தில் கவனம் வந்து குவிந்தது. பக்கங்கள் புரளும் ஓசை. ஆனால், ஒரே சீராக இல்லை. அதாவது, நிதானமாகத் தொட்டுத் திருப்பாமல் ஆவேசமாக நகர்வதும் பிறகு சிறு இடைவெளிவிட்டு மீண்டும் வேகமெடுக்கிறது. ஆக, பக்கங்களில் ஏற்கெனவே தெரிந்த இடத்தை ஞாபகம் வைத்து அதேசமயம் அடையாளம் மறந்துபோய் விடுவதற்குள் படித்துவிடும் பதற்றத்துடன் யாரோ தேடிக்கொண்டிருக்கிறார்கள் என்கிறக் கணிப்புடன் எமிலி கண்களைத் திறந்தாள்.

நடையோசை எழாதவாறு படியேறி நூலகறைக்கு எதிரில் இருக்கும் வராந்தாவில் வந்து நின்றாள். இப்போது உருவம் கண்ணுக்கு முன்னால் திரைச் சீலைக்குள் இருந்தது. திரைச்சீலை காற்றசைவுக்கு விலகினாள் உருவம் தெரியும். எமிலி காத்திருந்தாள். மெல்ல அசைந்தது. மஞ்சள் மேவிய மெழுகு வெளிச்சத்தினூடே விலகிய திரைச்சீலைப் பிளவில் தொப்பியணிந்த அவ்வுருவம் மேசையின் முன் அமர்ந்திருக்க, இடது கை பக்கங்களைத் திருப்புவதும் பிரதியெடுத்துவிடும் தயார் நிலையில் இருந்த வலது கையில் எழுத்தாணி மைக்குப்பிக்குள் இருப்பதும் தெரிந்தன. நேரம் ஆக ஆகக் குளிர், தரையில் சில்லிட்டெழுந்து உடல் விறைக்க ஆரம்பித்தது. திருப்புவதை நிறுத்திய கைகள் பிரதியெடுக்க ஆரம்பித்தன. மையைத் தொட்டுக்கொள்வதில் அவசரம். மெழுகு வெளிச்சம் இறங்கிக்கொண்டிருந்தது. உடல் அயர்ந்து சற்று முன்னால் வளைய இப்போது இடைவெளிக்குள் முகம் நன்றாக விழுந்தது.

சிலுவைச்சாவி

1

நீட்ஷனின் நூலை வாசிக்கும் முடிவுக்கு வந்தபின்பு முதலில் கண்ணாடிக்கு வெளியே சந்திக்கும் இடத்தையும் காலத்தையும் அவந்திகை முடிவு செய்தாள். அதன்படி மிஷுனுக்கு தெற்கிலுள்ள கட்டிமுடிக்கப்படாததேவாலயத்தின் மணிக்கூண்டுப் படிக்கட்டில் ஆப்ரஹாமைக் காத்திருக்க வைத்தாள். மணிக்கூண்டுக்கு உடைந்த மரச்சட்டம்தான் கதவு. உள்ளே சென்று மறைந்திருப்பதில் ஒன்றும் சிரமமில்லை. ஆனால், ஓராள் மட்டுமே ஏறும் அளவுக்குக் குறுகிய மரச்சுழற்படிகள். வெளவால் வீச்சம் வேறு. படிகளில் உடைந்த புறா முட்டைகள். கால் வைத்ததும் அடையிலிருந்த புறா ஒன்று இறக்கைகளை உப்பி 'டுர்ர்ரெ' ன்றது. அந்தி சாய்வதுதான் அடையாளம் என்றாலும் அவந்திகை இருட்டியபிறகே வந்து சேர்ந்தாள்.

அவள் கேட்ட உதவி, "மூன்றாம்தளத்தில் இருக்கும் நூலக அறைச்சாவி நீட்ஷனிடம் இருக்கிறது. நீ செய்ய வேண்டியது" உடைக்குள் மறைத்திருந்த தேன் மெழுகைக் காட்டி, "இதோ இதில் அதன் முழு அச்சையும் நீட்ஷனுக்குத் தெரியாமல் பதித்துக்கொண்டு வர வேண்டும். கவனம் அச்சின் ரகசியப் பற்கள் அழுத்தமாக விழுவது முக்கியம்." ஆப்ரஹாம் அதை வாங்கி முன்னும் பின்னும் திருப்பிப் பார்த்துவிட்டு ஒருமுறை முகர்ந்தான். பின்பு, கோட்டுக்குள்

வைத்துக்கொண்டு, எப்படி இதுபோல இன்னொன்றைச் செய்ய முடியும்? வேண்டுமானால் அதே சாவியை எடுத்து வந்துவிடுகிறேன். ஓர் இரவுக்குள் தேவையானதை வாசித்துக் கொள்ளுங்கள் எனச் சைகைசெய்தான்.

"இல்லை. அதுவொன்றும் ஒரே நாளில் வாசிக்கக் கூடியதல்ல. பொறுமையாக வாசித்து எனக்குத் தேவையான வற்றைத் தேடி எழுத வேண்டும். என்னுடைய கடந்தகால வாழ்வின் சிடுக்குகளிலிருந்து வெளியேற அதில்தான் ஏதோவொன்று கிடைக்குமென நம்புகிறேன். அது எத்தனைநாள் ஆகுமெனச் சொல்ல முடியாது. ஓர் இரவுக்கு அவ்வளவு சொற்களையும் தாங்கும் திடமில்லை. சட்டென வெளுத்துவிடும். போலிச்சாவியைச் செய்வது பெரிய விசயமில்லை. அச்சு சரியாக இருந்தால் அதற்கேற்ற சாவியை மரத்தில் நானே செய்துவிடுவேன்."

ஆப்ரஹாம் அவளுடைய ஓவிய நுணுக்கங்களை நன்கு அறிவான். ஆனால், மரச்சாவியால் அவ்வாறு கதவைத் திறந்து விடுவது சாத்திப்படுமா என்றுதான் அவனுக்குச் சந்தேகம். "இரும்பைவிட மரச்சாவிக்கு கனம் குறைவுதான். ஆனால், தற்போதைக்கு வேறு வழியில்லை. இந்த சீதோஷ்ணத்திற்கு மரம் விசியும். செய்வதற்கு நேரமும் அதிகமாகாது. முயன்று பார்க்கிறேன்" நெற்றியைத் தொட்டு, "பிறகு விதி விட்ட வழி" என்றாள். "அச்சு கிடைத்ததும் எனக்காகக் காத்திருக்க வேண்டாம். இதே இடத்தில்" விரலால் தன் விழிகளைத் தொட்டு, ஒரு துவாரத்தைக் காட்டி, "இங்கு வைத்துவிடு" என்றாள். ஆப்ரஹாம் பறவைகள் அடைந்திருப்பதைக் காட்டி, மெழுகின் அச்சு கலைந்துவிடப்போகிறது. வேறு இடம் பார்க்கலாம் என்றான். "எந்தப் பறவையும் சீந்தாது. நீ வைத்த மறுகணம் நான் வந்துவிடுவேன்." தன் நெஞ்சில் கை வைத்து அவந்திகை உறுதி கூறியதுடன் அங்கிருந்து அவசரமாகக் கிளம்பிவிட்டாள். அவன் அமைதியாக நின்றான்.

ஆப்ரஹாமுக்கு முழு மனதில்லை. 'அன்றைக்குப் பூராவும் உறக்கமில்லாமல் உழன்றான். குருட்டுத் தைரியத்தில் அச்சுமெழுகை வாங்கிக்கொண்டு வந்துவிட்டதாக எண்ணினான். குற்றம் அடிக்கடி நிகழ்ந்தால் ஓரிரவில் நிச்சயம் மாட்டிக்கொள்ள நேரும். சாவியை எடுக்கும் சந்தர்ப்பங்களைக் கற்பனை பண்ணும்போதுதான் உண்மையில் சாத்தியங்கள் கானல்நீர் போல நகர்ந்துகொண்டே போனது. ஒன்று, கதவைத் திறந்ததும் சாவித் துவாரத்துடன் மறந்து வைக்கையில் எடுக்கலாம். இன்னொன்று, நீட்ஷன் உறங்கியபின்பு அறைக்குள் நுழைந்து எடுத்து வந்துவிடலாம். ஆனால், இவ்விரு சாத்தியங்களும் ஒருமுறைகூட அவன் மிஷனுக்கு வந்ததிலிருந்து நிகழ்ந்ததாகத்

தெரியவில்லை. எனவே, புதிய சந்தர்ப்பங்களை அவன் யோசிக்க வேண்டியிருந்தது. இரவு முழுக்க அப்படிப் பதினொரு சாத்தியங்களைக் கணித்தான். அதன் இருகோணங்களையும் (ஒன்று, நீட்ஷனது. மற்றொன்று அவனது) ஊகித்து, அவையெதுவும் காரியம் ஜெயமாகும் தைரியத்தைத் தரவில்லை என அவந்திகை யிடம் கூறிவிடும் முடிவுக்கு வருகையில் பொழுது புலர்ந்தது.

ஜெஸூத் குருமார்கள் கைதான விசயமாக நீட்ஷனிடம் விசாரிக்க அதிகாலையிலே ஒத்தல்காமந்து அலுவலகத்திலிருந்து மூன்று பிரிட்டிஷ் அதிகாரிகள் வந்திருந்தனர். சாவி தேடலுக்கு நடுவே வந்தவர்களுக்குத் தேவையானதைச் செய்ய மிஷன் முழுக்க ஆப்ரஹாம் அவர்களுடன் சுற்றிக்கொண்டிருந்தான். புதியவர்களுக்கு எப்போதுமே வந்த இடத்தில் நடக்கும் சம்பவங்கள் கவனமாக மனதில் வைத்துக்கொள்ளும்படி பதிந்துவிடும் என்பதால் வழக்கமான பணிகளைவிட, காலையில் கணப்பு மூட்டியது, மிஷன் அறைகளைச் சுற்றிப் பார்க்கவைத்தது, அருகிலுள்ள பழைய சிதிலடைந்த தேவாலயத்துக்கு அழைத்துச்சென்றது, திருப்பலி மாடத்தில் இருந்த ஓவியங்களைக் காட்டியது என அதிகமாகவே அவர்களைச் சோர்வூட்டும் வசதிகளையும், அவர்கள் நினைவில் வைக்க முடியாதளவு அடுத்தடுத்துக் காட்சிகளைக் காட்டிவாறே தன் காரியத்தில் கண்ணாக இருந்தான்.

இந்தத் தொடர்ச்சிகளுக்குள் எங்குமே அவர்களுக்கு ஆப்ரஹாம் நடத்தையில் சந்தேகம் வரவில்லை. வாய்ப்புக் கிடைத்தபோது சுத்தப்படுத்துவதுபோல நீட்ஷனின் படுக்கை விரிப்புகளுக்கடியில்கூடத் தேடிப் பார்த்துவிட்டான். எந்த இடத்திலும் சாவி தென்படவில்லை. விசயத்தை அவந்திகை யிடம் அன்றைக்கு மாலையில் கண்ணாடிக்குள் தெரிவித்தான்.

"அப்படியென்றால் நீட்ஷன் தன் கையோடு அதை வைத்திருக்கிறார். அவருடைய அங்கி, கோட் இவற்றில் ஏதாவதொன்றுக்குள் இருக்கும். எப்படியாவது தேடி எடுத்துவிடு." ஆப்ரஹாம் வாயைப் பொத்தி, அதற்கு வாய்ப்பே இல்லை என்பதுபோல காட்டினான். "சரி அது எங்கே இருக்கிறது என்பதைத் தூரத்தில் இருந்தாவது இந்த அமளிக்குள் பார்த்துவிடு. அச்சுப்பதிக்கும் வழியைப் பிறகு யோசிக்கலாம்." ஆப்ரஹாம் சொன்னான், உன்னுடைய அவசரம் புரிகிறது, ஆனால் வந்தவர்களுடன் நீட்ஷன் பேசிக்கொண்டிருக்கும்போதோ அல்லது வெளியே செல்லும்போதோ சில சந்தர்ப்பத்தில் தன்னுடைய உடையை அவிழ்த்து மறந்துவைக்கலாம். அவந்திகை உடனே

அந்த யோசனையை மறுத்தாள், "அது சரியாக இருக்காது. காரணம் ஒன்றிரண்டு கண்கள் எப்போதும் உரையாடல்களில் பங்கு பெறாமல் சூழலை அளையும். அவை நிச்சயம் அசாதாரணமான அசைவுகளைக் கவனித்துவிடும்" என்றாள்.

ஒருவகையில் அவள் எச்சரித்தபடிதான் அங்கு நடந்தது. வந்திருந்தவர்களில் இரண்டு பேர்தான் நீட்ஷனுடன் தொடர்ந்து பேசிக்கொண்டிருந்தனர். அல்லது அவர்களுக்கு மட்டும்தான் பேசுவதற்கான அவசியமிருந்தது. எஞ்சிய ஒருவருக்கு அதில் வேலையில்லை, அவர் வெறுமனே சிரித்துக்கொண்டும் அடிக்கடி வெளியே வந்து பங்கா இழுப்பவர்களுக்கு அருகில் நின்று அப்பால் மலைச்சரிவை நோக்கியும் மிஷனறைகளை ஆச்சர்யமாகச் சுற்றிவந்தும் பொழுதைக் கழித்தார். இரவு முழுக்க இப்படித்தான் நகர்ந்தது. அடுத்தநாள் காலையில் அவர்களை வழியனுப்பிவிட்டு வழக்கமாக நூலக அறைக்குத் தனக்குத் தேவையானவற்றுடன் எமிலியை அழைத்துக்கொண்டு நீட்ஷன் நுழைந்தபோதுதான் சாவியை ஆப்ரஹாம் முதன்முறையாகப் பார்த்தான். அவனும் அவந்திகையும் கணித்ததுபோல் அறைக்குள்ளோ நீட்ஷனின் அங்கியிலோ மறைந்திருக்கவில்லை. அதன் தோற்றம், அவன் அலைக்கழிந்த இரண்டு நாட்களைத் தன் சாதாரண உருவத்தைக் காட்டிப்பழித்து அவனைத் திடுக்கிட வைத்தது.

2

ஆப்ரஹாம் அறைக்குத் திரும்பும்போது அந்தி சாய்ந்து விட்டிருந்தது. முதல்நாளிரவு முழுக்க வந்திருந்த பிரிட்டிஷ் அதிகாரிகளுக்கு ஊழியம் செய்துகொண்டு, மறுநாள் பூராவும் பங்கா இழுத்தவாறு சோர்ந்திருந்தால் அவனைச் சிறிதுநேரம் ஓய்வெடுக்க நீட்ஷன் அனுப்பிவைத்தார். உணவுக்கூடத்தில் மற்ற பங்காவாலாக்கள் சாப்பிட அழைத்தும் ஒருகணம்கூட நிற்காமல் அவசர அவசரமாகத் தண்ணீரை மட்டும் பருகிவிட்டு அறைக்கு வந்து சேர்ந்தான். கதவுகள் திறக்கும் ஓசை எழுந்ததும் அவந்திகை மடியில் கிடந்த பூனியை அவசரமாகக் கட்டிலில் தூக்கிப்போட்டுவிட்டுக் கதவைச் சாத்தி, சன்னல்களைத் திறந்து திரை விலக்கி கண்ணாடிமுன் காத்திருந்தாள். அது எமிலி வரும் நேரம். நேற்றே நீட்ஷனிடம் காகிதத்தோலில் இருந்த கடைசிச் சித்திரத்தை அச்சுப்பலகையில் முடித்துத் தருவதாக ஒப்புதல் அளித்துவிட்டாள். பெற்றுக்கொள்ள எமிலியை அனுப்பலாம் அல்லது அவரேகூட வரக்கூடும். அவந்திகைக்குத் திக்கென்றுதான் இருந்தது. வெளியே குதிரைலாயத்தில் குதிரை கனைப்பதும் வேலையாட்கள் பேசுவதையும் தவிர கட்டடம் முழுக்கப்

பேரமைதி. அடுத்த அறைக்குள் ஆப்ரஹாமின் உடை மாற்றும் அசைவுகள்கூட கேட்டது. திடுமெனக் கண்ணாடிக்குள் தோன்றினான். மெழுகைத் தூக்கி வீசிவிட்டதையும், சாவி எடுக்க எந்த யோசனையும் இனி வேண்டாம் என்றும் நெற்றியைச் சுட்டுவிரலால் தலையைச் சுற்றிக் காட்டினான், எதைத் தேடிக் கொண்டிருக்கிறோமோ அது நம் பார்வையில்தான் இருக்கிறது.

"புரியவில்லை" அவள் கோபமாக முறைத்தாள். ஆப்ரஹாம் புன்னகைத்து, நூலக அறைக்குச் சாவி கிடையாது. அதாவது, நாம் தேடிக்கொண்டிருக்கும் வடிவத்தில் அது இல்லை.

"பிறகு?"

கட்டட உச்சியை நோக்கி விரல் நீட்டிப் பின் நெஞ்சில் மீண்டும் சிலுவைக் குறி காட்டி, அதுவெறும் சிலுவை என்றான். குழப்பமாக இருக்கிறதா? ஆமாம், உள்ளங்கை நீளத்தில் பித்தளையாலான பெரிய சிலுவை. சாவிக்குப் பதிலாக சிலுவையை பயன்படுத்துகிறார்களா அல்லது சாவி வடிவில் அதன் ரகசியப் பற்களைப் போலக் கிறிஸ்துவின் உருவத்தைச் செய்திருப்பார்களா எனக்குப் புரியவில்லை. அதிசயமாகத்தான் இருக்கிறது எனக்கும். எப்படி இப்படிக் கச்சிதமாகப் பொருந்துகிற வடிவத்தில் செய்திருப்பார்கள்? இதுபோன்ற திறவுகோலை நான் இதுவரை கண்டதில்லை. அவன் கூறி முடிப்பதற்குள் பெரும் ரகசியம் கண்முன் அவிழும் திகைப்பில் அவள் ஆழ்ந்து கொண்டிருந்தாள்.

அவன் அவளது விழிகளைக் கவனித்து விரல்களை உள்ளங்கைக்குள்ளிருந்து விரித்து, பூ அலர்வதுபோலக் காட்டி, அது எங்கிருக்கிறதென்று தெரிந்தால் இன்னும் ஆச்சர்யம் ஆவாய்.

அவந்திகை விழி விரிய புன்னகையுடன் அவனை நோக்கி னாள். ஆமாம் அது கீழே திருப்பலி பீடத்தின்மேல் எப்போதும் நம் கவனத்தில் விழாமல்போன பலிபீடப் பொருட்களுக்கு நடுவே சாதாரணமாக நிற்கிறது. அவளுக்கு ஒருகணம் பீடத்தில் நடுவே நிற்கும் புனிதநீர்க் குவளைகளுக்கு மத்தியில் அது தன்னைக் காட்டும் பிம்பம் தோன்றியது. "தினமும் இரவு அதே இடத்தில் அதை வைத்துவிடுகிறார் இல்லையா?" சந்தேகமாகக் கேட்டாள்.

ஆமாம். நூலக அறையை விட்டு இறங்கியதும் தினம் இரவில் தனியாக நிகழ்த்தும் மன்றாட்டுடன் சாவியை வைத்துவிட்டு அறைக்குத் திரும்பிவிடுகிறார். ஒருகணம் இடைவெளிவிட்டுத் தொடங்கினான். ஆனால், ஃபாதர் உறங்கும்வரை நாம் காத்திருக்க வேண்டும். அதோடு இன்னொரு முக்கியமான விசயம், என்

கணிப்பு சரியா எனத் தெரியவில்லை, சிலுவைச்சாவியில் இருக்கும் கிறிஸ்துவின் உருவம் பொறித்த பகுதி இடப்பக்கமாக மட்டுமே துவாரத்துக்குள் நுழைக்க முடியும், ஒருவேளை மறந்து மாற்றி நுழைந்துவிட்டால் சாவி தாழுக்குள் சிக்கிக்கொள்ளும்.

அவள் அதை ஆமோதித்துத் தலையாட்டினாள். “நிச்சயமாக அதுதான் அதன் ரகசிய வியூகமாக இருக்க வேண்டும்.” ஆப்ரஹாமுக்கு நன்றி சொல்லிவிட்டு நூலகறைக்குள் நுழையும் இரவுக்காகக் காத்திருந்தாள்.

3

ஆப்ரஹாம் கூறிய சிலுவைச்சாவி திருப்பலி பீடத்தில் கிறிஸ்துவின் பாடுபட்ட சொரூபத்துக்கு அடியில் ஒரு திருகியில் நிற்க வைக்கப்பட்டிருந்தது. நீட்ஷன் நூலகறைக்குப் போகும் முன் அதைக் கழற்றியெடுத்து அங்கியினுள் வைத்துக்கொள்கிறார். பின் உறங்கச் செல்கையில் மீண்டும் பொருத்திவிடுகிறார். இது பெரிய ரகசியமாகவெல்லாம் நடக்கவில்லை. யாரும் பொருட்படுத்தும் தேவையின்றி நிகழும் இயல்பான வழக்கம்.

இரண்டாம் நாள் நடுநிசியில் அப்பீடத்துக்கருகே சென்றபோது அவந்திகைக்கு உள்ளூர நடுக்கம் எடுத்தது. சிலுவையில் இருக்கும் கிறிஸ்துவின் பிரதிமையைத் தவிர வேறு யாரும் தன்னை உற்றுக் கவனிக்கிறார்களா எனப் பார்த்துக்கொண்டாள். இருட்டுக் கிணற்றுக்குள் விழுந்தது போன்ற அடர் இருள். மேலே அண்ணாந்தாள், மிஷனின் ஓட்டுக்கூரை வானுயரத்துக்கு நீண்டிருந்தது. இருள் எத்தனை சாதுர்யமாகத் தன்னை மறைக்கிறதோ அதைவிடத் தந்திரமாகக் காட்டியும் கொடுத்துவிடும் என்பதால் வேலையைத் துரிதமாக முடித்துவிட்டு இருளுக்குள்ளிருந்து உடனே வெளியேறிவிட வேண்டுமென்கிற அவசரம். சாவி, பித்தளைக் கிண்ணங்களுக்கும் புனிதநீர் இருக்கும் கூஜாவுக்கும் நடுவில் இருந்தது. நூலளவு இடறினாலும் உலோகங்கள் குரலெழுப்பி விடும். சற்று நிதானமாக முன்னமே வளையல்களைக் கழட்டி வைத்த பிரக்ஞையின்றிக் கைகளைச் சரிசெய்துகொண்டாள். சரியாகச் சிலுவைச் சாவியின் தலையைத் தொட்டாள். தொட்ட அடுத்த கணத்தில் இடதுகையால் சிலுவையின் அடியை இறுகப் பிடித்தாள். லாவகத்துடன் மெல்லத் திருகத்திருக சாவியின் கனம் உள்ளங்கைக்கு மாறியது. துணியில் சுற்றி ஒருமுறை மேலே அண்ணாந்தவள், பிறகு விறுவிறுவெனச் சாவியுடன் படிகளில் ஏறினாள்.

மூன்றாவது தளத்தை அடைந்தபோது நூலக அறை திரும்பியிருக்கும் வராந்தா திசை பிசகிவிட்டது. குழப்பம்

தெளிய சில கணங்கள் ஆயின. நிதானமாகி மேற்கில் நீளும் வெளி வராந்தா வழியாக அறைகளைக் கடந்து பூனைத்தாவலில் நூலக அறைக் கதவை அடைந்தாள். நிலவு வெளிச்சம் அந்த வராந்தா முழுக்கக் குறைவாக இருந்தாலும் குளிர் சில்லிட்டது, அவந்திகை நடுங்கினாள். கம்பளியை அள்ளிச் சுற்றிக்கொண்டாள். தாழில் சிலுவைச்சாவியைச் சரியாகப் பொருத்திய இரண்டாவது திருகலில் திறந்தது. கதவை முழுக்கத் திறக்காமல், அதன் கீச்சொலியை இந்த இரண்டு நாட்களில் நன்கு கேட்டிருந்த தால், பிடியை இழுத்துப் பிடித்தவாறு உடலை நெளித்து உள்ளே நுழைத்தாள். அப்பா உத்திரியரின் நூலகத்துக்குச் சுழல்மரப்படிக்கட்டுகள், ஏற ஏற மொத்தப்படிகளும் நின்று கொண்டிருக்கும் மரத்துக்குள் குடைந்து உருவாக்கியதுபோல் இருக்கும். பாதங்களை முழுதாக வைக்காமல் விரல்களால் மட்டும் அன்று ஏறிச்சென்றிருந்ததால் உறங்கிக்கொண்டிருக்கும் அப்பாவின் செவிகளுக்குள் அசைவுகள் கேட்டிருக்காது. உள்ளே மேற் கூரையுச்சியைத் தொடும் வரைக்கும் நூலடுக்குகள் உண்டு, பொன்னிற அட்டைகளிட்ட பாசுரங்களும் நிகண்டு களும் தண்ணீரில் மிதக்கும் வண்ண ஓவியங்களாக அங்கு நிறைத்திருக்கும். அதில் ஒன்றைக்கூடத் தொட அப்பா அனுமதித்த தில்லை. நீட்ஷனின் நூலறை சட்டென அவளை உள்ளிழுத்தது. திடுமென எழுந்த அதன் தோற்றம் அவளுள் கடந்த காலத்துக்குள் நுழைந்த உணர்வை மீட்டியது.

கையில் கொண்டு வந்த சின்னஞ் சிறிய தாமிர மெழுகுத் தண்டில் தீ ஏற்றிக்கொண்டாள். பொட்டு வெளிச்சம் பளீரென நீள்வதற்குள் குழல் வடிவிலான கண்ணாடிக் கூண்டைப் பொருத்தி அடக்கினாள். வெளிச்சம் சன்னமாக ஒடிந்தது. அறை மொத்தமும் பத்துக்குப் பன்னிரண்டு அடியளவுதான். தலைக்குமேல் துடுப்பைப் போல இழுத்துக் கட்டப்பட்ட வெண்ணிற பங்கா. அதன் நடுவே இறகுகளால் ஒட்டப்பட்ட ஒரு போர்வீரனின் ஓவியம், பங்காவுக்கு அழகான மரப்பிடிகள், சுவரில் சுருண்டு தொங்கும் அரவம்போல, ஆப்ரஹாமின் விரல்களால் தேய்ந்துபோன சுருண்ட செந்நிற பங்காக்கயிறு. நிலத்துக்கடியில் கரையான் சேகரித்த தானியக் குருதுபோல அறை முழுக்கச் சிதறிய செந்நிறக் கெட்டி அட்டையிட்ட நூல்கள். விதவிமான மை நிரம்பிய சின்னஞ்சிறிய பித்தளைக் குப்பிகள், நீலநிறத்தில் கல்ஜாடியும் அதன் ஓரத்தில் கருஞ்சிவப்பு இறகு எழுதுகோலும். அதுதான் நீட்ஷனின் எழுதுகோலும் மையும்.

எதையும் எடுத்துப் புரட்டி நேரத்தை விரயமாக்காமல் ஆப்ரஹாம் கூறிய மேசையின் இழுப்பறைக்குள் இருந்த நீட்ஷனின் நூலை மட்டும் வெளியே எடுத்தாள். கைத்தையல்

போடப்பட்ட தேக்கு இலையளவுக்கு மிகப்பெரிய பழுப்புக் காகிதங்களான நூல். ஓவியம் தீட்டப்பட்ட அதன் அட்டையை உற்று நோக்கினாள். மஞ்சள் நிற அட்டையின்மேல் 'இறவாக் குறிப்புகள்' என்கிற புடைத்த எழுத்துகளாலான தலைப்பு. அதன்கீழே கிறிஸ்துவின் கடைசியிரவுச் சித்திரம். ஆனால், அத்தனைபேரும் திரும்பியிருக்கிறார்கள். அவர்களின் முதுகுக்குப் பின்னால் சிறிய மேசைகள்மீது அதே சீடர்கள் படுத்திருக்க இன்னொருவர் – கிறிஸ்துவையொத்த உருவத்தில் – அவர்கள் நெற்றியில் விரல் வைத்து ஏதோ முணுமுணுக்கிறார். அட்டை முழுவதும் இப்படிச் சின்னஞ்சிறிய ஓவியங்கள் வட்டவடிவில். ஒவ்வொன்றுக்கும் பின்னால் விவிலியச் சம்பவங்கள். குழப்ப மான சித்திரங்களிலிருந்து பார்வையை எடுத்து அடுத்த பக்கத்துக்கு நகர்ந்தாள். உள்ளே கருநீல மையால் சித்திரமொழியில் எழுதப்பட்ட வரிகள். நீட்ஷனைத் தவிர பிறிதொரு விரல்களால் தீண்டப்படாத அதன் முதல் வாசகியாக, ஆனால் எப்போதோ தன்னிடமிருந்து நழுவிப்போன காலக் கடிகைக்குள் அந்நியளாக அவந்திகை நுழைந்தாள்.

எழுத்து வடிவம் நுழையவிடாமல் இடறச் செய்தது. நிறைய ஹீப்ரு சொற்கள். ஒவ்வொரு பத்தியிலும் இடையிடையே விசித்திரமான குறியீடுகள். அவற்றை உச்சரித்தால் பிரபஞ்சம் திறந்து கொள்வதுபோன்ற மயக்கம் தரும் ஒலிநயம். இத்தனை விதமான சொற்களை ஆங்கிலத்தில் அவள் பார்த்திருக்க வில்லை. மீண்டும் ஒருமுறை வாசித்தாள். கனத்த பெரிய கதவைத் திறப்பதுபோல் இருந்தது. இன்னும் இன்னுமென அதன் திறப்புக்காக யத்தனித்தாள்.

4

முதல் நாளின் மூன்றாம் சாமம் நல்லபடியாக பூர்த்தியானது. ஒதுக்கிய நேரத்துக்கு முன்னதாகவே தன் இருப்பை நூலக அறையிலிருந்து அகற்றிவிட்டாள். அதன்பிறகு பொட்டு உறக்கமில்லை. குறியீடுகளும் சித்திர எழுத்துகளும் மூளைக்குள் மோதிக்கொண்டே இருந்தன. விரல்கள் அனிச்சையாக அவ்வெழுத்துகளைக் காற்றில் வரைந்துபார்த்தன. நீட்ஷன் அவளிடம் அச்சுக்கான படம் ஒன்றைத் திருத்தம் செய்து கொடுத்துவிட்டு, வெயில் சாய்ந்தபின்பு நூலறைக்குப் போனார். வெளியே வரும்வரை அவளுக்கு நெஞ்சு அடங்கவில்லை. எதிர்பார்த்தது போல எவ்விதச் சலனமும் அவர் முகத்திலில்லை என்பதை உறுதிப்படுத்திய பின்பே நிம்மதியானாள்.

இனி அடுத்தடுத்த இரவுகளில் செய்யவேண்டிய காரியங் களைத்துரிதப்படுத்தினாள். ஒன்று, அச்சுப்பலகையில் ஓவியத்தைத்

தீட்டும் முன்பு ஒத்திகைபார்த்த பழைய காகிதங்களைச் சேகரித்துத் தைத்துக்கொள்வது. இரண்டு, அவளிடம் எந்த எழுதுகோலுமில்லை ஆக, மூலநூலிலிருந்து பிரதியெடுப் பதற்குப் பறவையிறகைத் தவிர வேறுவழி கிடையாது. மூன்று, எழுதுவதற்கு அச்சுப்பலலைக்குப் பயன்படுத்தும் அச்சு எந்திர மை இருக்கிறது. நீலப் பச்சையில் அனிலைன் சாயம். ஆனால் அது போதாது, காரத்தன்மை அதிகம். காகிதம் ஓட்டையானலும் ஆச்சர்யமில்லை. எனவே, அதோடு உப்புக்கல்லைச் சேர்த்தால் ஒருவேளை காரமும் குறையும் அளவும்கூடும். இந்த மூன்றை யும் மூன்றாம் நான்காம் இரவுக்குள் சேகரித்ததும் ஐந்தாம் இரவிலிருந்து நீட்ஷனின் நூலில் அவந்திகை கண்டடைந்தவை அவளுடைய காகிதங்களுக்கு இடம் மாறத் தொடங்கின.

5

நீட்ஷனின் நூலிலிருந்து அவளுக்குத் தேவையான அத்தனையை யும் பிரதியெடுத்து முடிக்கப் பதினைந்து நாட்கள் ஆயின. இது தொடர்ச்சியாக நடக்கவில்லை. சிலநாட்கள் திட்டத்திலிருந்து விடுபடவும் செய்தது. ஆனால், முந்தின நாளே ஆப்ரஹாமிடம் அறைக்குப் போகும் இரவை உறுதிப்படுத்திவிடுவாள். அவன்தான் சாமக்காவலன். பிரதியெடுக்கும் முனைப்பில் ஒருவேளை விடியும்வரை இருந்துவிட்டாலோ அல்லது நீட்ஷனுக்குத் தூக்கம் கலைந்து, அறைக்கு வர எழுந்தாலோ அதைக் கண்கொட்டாமல் தன்னுடைய அறையிலிருந்து ஆப்ரஹாம் பார்த்துக்கொண்டிருக்க வேண்டும். திட்டப்படி கையில் தயாராக வைத்திருக்கும் மெழுகுவர்த்தியை உடனே பொருத்தி கண்ணாடிச் சில்லொன்றால் வெளிச்சத்தை அலையவிட்டு அவர் கவனத்தைத் திசைத் திருப்புவது அவளுடைய திட்டம். அதிர்ஷ்டவசமாக அப்படியொன்று நடக்கவில்லை.

ஆனால், நாளாக ஆக இரவுக்குப் பழகியபின் ஆப்ரஹாமிடம் அப்படி முன்னரே தெரிவிப்பதை வேண்டுமென்றே தவிர்த்தாள். அதாவது, அவளைத்தவிர இரவுக்குள்ளிருக்கும் பிறிதொருவரின் விழிப்பு அது ஆப்ரஹாமாக இருந்தாலுமே சதா தன் பிரக்ஞையில் இருப்பதை அவள் விரும்பவில்லை. முழு அந்தகாரத்தையும் செவிகளுக்குள் கட்டிவைக்கும் வித்தையும் கைகூடிற்று. இது இப்படி நடக்குமென அவளே எதிர்பார்த்திருக்கவில்லை. சாவி கிடைத்ததற்குப் பிறகு மனோதத்துவவியலுக்குள் நுழைவதற்கு முன்பே தன்னுடைய அகச்சிக்கல்களையெல்லாம்தனது அறையிலேயே கழற்றிவைத்துவிட்டாள். முதல் நாள் இரவு நுழைகையில் நீட்ஷன் தனக்கு அளித்த காகிதத்தோலில் இருந்த சித்திரங்களுக்கான குறிப்புகளைத் தேடும் வழியில்தான்

நூலுக்குள் நுழைந்தாள். முன்பே சொன்னதுபோல ஒருநாளுக்குள் திரும்பிவிடுமளவு அது அவளைத் திருப்பி அனுப்பிவிடவில்லை.

ஆப்ரஹாமிடம் உற்சாகமான சமிக்ஞைகளைக் காட்டியபடி அவந்திகை, “நூல் ஓர் அகராதிபோல. அவ்வளவு சீக்கிரத்தில் அர்த்தத்தை அளித்துவிடாது. ஏனெனில், சொல்லுக்குப் பொருள் தேடுவது அல்ல அவ்வியல்பான வழி. சொல் என்னிடம் தூலமாக இல்லை, மாறாகக் குவிந்திருக்கும் அர்த்தங்களைக் கலைத்துத் தேடியெடுப்பதன் மூலம் சூட்சமமான அச்சொல்லை நான் அடைகிறேன். அது எவ்விதம் என்றால் ஒரு சித்திரம், அதன் குறிப்பு, பின் அதிலிருந்து இன்னொரு சித்திரம், அதுபற்றிய கதை முடிவில் இன்னொரு கேள்வி, பிறகு அதற்குரிய பதிலில் ஒரு வரைபடம், அந்நீண்ட தேடலில் சில பாடல்கள், அவ்வரிகளை உச்சரிக்கும் ஒவ்வொரு த்வனியும் வெவ்வேறு பாதைகளைக் காட்டும் மாயவனம்.” இவ்வாறு கூறினாள். மேலும்,“சில நேரம் இதிலிருந்து விடுபடுவதற்கு வழியே இல்லை என்றுதான் தோன்றுகிறது ஆப்ரஹாம். நேரமோ காலமோ இந்நூலுக்குள் பேசும் அர்த்தங்களுக்கு முன்னால் ஒன்றுமேயில்லை.” வினோதமான காலச்சக்கரம் ஒன்று தன் கையில் அகப்பட்டுவிட்டதாக அதை மாற்றிவைத்து தன் கடந்த வாழ்வுக்குள் சென்று வரலாம் என்கிற ஆசையும் அப்போது அவளுக்குத் துளிர்த்தது. இந்தப் பதினைந்து இரவுகளும் அவ்வழியை எப்படி அடைவது என்கிற பிரயத்தனங்களைத் தான் அவந்திகை செய்துமுடித்தாள்.

பதினைந்து இரவுகள் முடிந்து பதினாறாம் நாள் காலையில் படியெடுத்த நீட்ஷனின் கைப்பிரதி முழுவதும் அவள் மடியில் இருந்தது. அதன் உருவம்தான் வேறு. இனி நூலக அறைக்குப் போகும் அவசியமில்லை. தனது அறையில் அமர்ந்து பிரதியெடுத்த காகிதங்களைப் புரட்டிப் பிரமித்துக்கொண்டிருந்தாள். உள்ளூர நடுக்கம், ஆனால் ஏதோவொன்றைக் காப்பாற்றியது போன்ற பேருணர்வு. அது இப்போது தான் சொல்லப்போகும் கதைகளுக்கானது. இழந்த தன் கடந்த காலத்தை அல்லது யாரோ ஒருவருடையதை இன்னொரு முறை உயிர்ப்பித்து, தவறவிட்டதை மறுமுறை திருத்திச் செய்துபார்க்கப் போகும் சந்தர்ப்பம். அவந்திகையால் அத்தருணத்தை ஏந்திக்கொள்ள முடியவில்லை. உடல் எடையிழந்தது போல் ஆனது. புன்னகைத்தாள். அழத் தோன்றியது. இரவில் அக்குரல் யாரையும் எட்டக்கூடும். அல்லது யாரோ வரலாம். சட்டென ஓர் எண்ணம் எழ விளக்கைப் பிடித்துச் சுற்றுமுற்றும் தேடினாள். மூலையில் ஒதுக்கிய மரச்சீவல் குப்பைகளுக்கிடையில் பழைய உடைந்த ஆளுயரக் கண்ணாடி ஒன்றிருந்தது. எடுத்து

வந்து கதவுக்கொண்டியில் மாட்டி வைத்தாள். மஞ்சள் வெளிச்சத்தில் அவள் உருவம் அதில் கலங்கலாகத் தெரிந்தது. முகத்தில் பரவும் நடுக்கத்தையும் உணர்வுகளையும் பார்க்க வேண்டும்போல் இருந்தது. முகத்தில் மூக்குக்கண்ணாடி சரிந்து, நெற்றியில் ஒரு சுருள் மயிர் மட்டும் விழுந்திருந்தது.

சில நாழிகை அப்படியே பார்த்துக்கொண்டிருந்தவள் சட்டெனக் கட்டிலில் இருந்த தலையணையையும் போர்வையையும் எடுத்துத் தரையில் விரித்தாள். பூனி நகர்ந்து சற்று தள்ளிப் போய் அமர்ந்தது. இருட்டுக்குக் கண் பழகி அறையிலுள்ளவை நீருக்கடியில் தெரிவதுபோல அலைந்தன. கண்ணாடிக்குள் தன் முழு ஆகிருதியும் தெளிவடைவதற்குள் அவந்திகை ஆடைகளை ஒவ்வொன்றாகக் களைய ஆரம்பித்தாள். மெழுகுவர்த்தி ஒற்றைக் கண்கொண்டு அவளை நோக்கி உருப்பெருத்தபடி கண்ணாடிக்குள் நெருங்கியது. வெளிச்சம் இளகியிளகி அறையை நிரப்புவதற்குள் ஆடைகள் தரையில் ஒதுங்கின. கூட்டிலிருந்து விடுபட்ட நத்தையாகத் தன்னை உணர்ந்தாள். சதைகளைக் கடித்துக்கொண்டிருக்கும் இறுக்கம் தளர்ந்து பொத்தான்களைத் தொட்டதும் சோளி கழன்றது. மார்புக்குழி காற்றில் சில்லென வியர்வையை உலர்த்த, நெஞ்சில் அமர்ந்திருக்கும் பறவையை ஆசுவாசப்படுத்துவதுபோல மெல்ல முலைகளை நீவியெடுத்தாள். தீண்டலில் அந்நியத்தன்மை கூடிய உணர்வு. உடனே காம்புகள் விறைத்தன. அவந்திகை அச்சிணுங்கலைப் பார்த்துப் புன்னகைத்தவாறு இடையில் இருந்த சுருக்கைப் பிரித்தாள். பின்பு கால் கட்டைவிரலால் ஆடைகளை ஒதுக்கி ஒரு கால் மட்டும் (பாதம் குறியைத் தொடும்படி) மடக்கி அமர்ந்தாள். யோனியை மூடியிருந்த மயிர்களை நீக்கி, கதுப்பை விரல்கள் தீண்டின. சட்டென உடல் சில்லிட்டது. நடுக்கம் உடலை உலுப்பியபடி வெளியேறியதும் மயிற்பீலி போன்றிருந்த அவ்விழையை நிமிண்டிக்கொண்டே கண்ணாடிக்குள் தெரிந்த உருவத்தை உற்றுநோக்கினாள். அது அவந்திகை அல்ல, வேறொருத்தி. ஆனால், பரிட்சயமானவள். வெகுநாளாகத் தன்னுடன் இருந்தவள். அவளுக்குப் பருவமெய்திய அகவை. உடல் அப்போதுதான் மலர்ந்த பூவின் வனப்பு. கூம்பிய அல்லிபோன்ற முலை நுனிகளின்மேல் இரு கரிய வண்டுகள். ஒரு காலை நீட்டி மறுகாலை விரித்துக் காற்றில் இருக்கும் ஒருவனுக்காகக் காத்திருக்கிறாள். அவன் உதடுகளைக் குவித்து வியர்வை ஊறிய இடங்களையெல்லாம் உலர்த்தி விடுகிறான். அவந்திகையைப் பார்த்து அவளும் புன்னகைத்தாள். இருவரும் பரஸ்பரம் புன்னகைக்கிறார்கள். ஒரு கையைத் தலைக்குப் பின்னால் வைத்துச் சுவரோடு சாய்ந்தாள். ஒரு முலை மேலேறுகிறது. அக்குள் குழியில் சுருண்ட ரோமங்களை

அவன் முத்தமிட வருகிறான். அவ்விடம் முழுக்க அப்பெண்ணின் வியர்வை வாசம் குமைந்து கிறக்கமூட்டுகிறது. பூனி அவள் செய்வதையே பார்த்துக்கொண்டிருந்தது. கண்ணாடிக்குள் இருந்தவள் அவளைப் பார்த்தவாறே தன் கால்களை விரித்துக் கொள்கிறாள். மயிற்பீலி மூடிய அல்குல் சட்டெனக் குளிர்ந்து விடுகிறது. அவந்திகையும் பதிலுக்குத்தனது மயிற்பீலியை விரல்களால் வருடுகிறாள். அது நழுவி நழுவிச் சரிகிறது. இருவிரல் களால் அதைக் கவ்வுவதை அவந்திகை கண்ணாடிக்குள் பார்க்கிறாள். அதன் நுண்முகம் தென்படுகிறது. பிறகு, சட்டெனப் பாறைக்குள் மறைந்துவிடும் மீனுடல்போல அல்குல் மயிற் பீலிக்குள் ஒளிந்து கொள்கிறது. இருவரும் புன்னகைக்கிறார்கள். கால்களை இன்னும் தளர்த்திவிட்டு விரல்களுக்கிடையில் மீனைப் பிடித்தாள். விரலும் மீனும் நழுவி நழுவி அலைந்தன. இந்த ஆலிங்கனம் நிகழ்ந்துகொண்டிருக்கும்போதே கண்ணாடிக்குள் இருப்பவள் தலைக்குப் பின்னால் வைத்திருந்த கையை நீட்டிச் சன்னலைத் திறக்க யத்தனித்தாள். அவந்திகை வேண்டாம் எனக் கெஞ்சுகிறாள். அவள் கெஞ்சலை உதறிவிட்டுக் கொண்டியைத் திறந்தாள் கண்ணாடிக்குள் இருந்தவள். வேண்டாம் என அவந்திகை கத்தினாள். தண்ணீருக்குள் பேசுவதுபோல உதடுகளை திறந்ததுமே சொற்கள் எழவில்லை. அதற்குள் தாழ் அவிழ்ந்துவிடுகிறது. அவந்திகையின் அறைக்கதவில் மாட்டப் பட்டிருந்த கண்ணாடிக்குள் இருந்த பிம்பம் வெளியே மரத்தில் இருந்த ஆப்ரஹாம் – அவந்திகையின் சந்திப்புலகத்துக்குள் (கண்ணாடிக்குள்) விழுந்தது. அவந்திகை தலையைத் திருப்பாமல் கதவில் மாட்டியகண்ணாடியில் உற்றுநோக்கினாள். வெளிக்காட்சிகள் பிரக்ஞையைத் தொட்டதும் கண்ணாடிக்குள் இருப்பவள் மீட்டுவதை வேகப்படுத்துகிறாள். உதடுகள் மடிக்கப்பட்டுக் கண்கள் குறுகி நீர் முட்ட இருவரும் எதிர்க் கண்ணாடியில் ஒருகணம் ஆணுருவம் தோன்றி விலகுவதைக் கவனித்தனர்.

6

காலையில் முந்தைய இரவு நடந்தவற்றிலிருந்து விடுபட விரும்பாமல் அவளே அதைச் சற்று நினைவுகளில் தாமதமாகக் கலைய அனுமதித்தாள். பல நாட்களுக்குப் பிறகு அப்படியொரு பித்தை அவள் ருசித்திருந்தாள். அதன் பிரமை யதார்த்தத்தி லிருந்து தன்னைப் பிடுங்கிக்கொள்ளும் ஆற்றல் கொண்டதென அவள் அறிவாள். ஒருகணத்தில் ஆயிரம் ஆண்டு வாழ்வின் சுவையை அளித்திருந்தது அத்தருணம். ஆனால், ஆப்ரஹாம் சலனமின்றிக் கண்ணாடிக்குள் நின்றான். நேற்றும் இதே போல கண்ணாடிக்குள் வந்து நின்றதை வெளிக்காட்டப் போகிறானா

அல்லது மறைத்து விளையாடும் கனவாக ஒன்றும் தெரியாதது போல வைத்திருப்பானா? என்று அவளால் ஊகிக்க முடியவில்லை.

எதையும் கேட்காமல் இருப்பதுபோல பேச்சை எங்காவது துவக்க வேண்டும். "நேற்றிரவு இங்குதான் இருந்தாயா" என்று இடத்தைச் சுட்டினாள். அதற்கு அவன் 'ஆமாம்' எனத் தலையாட்டினான். அவள் புன்னகைத்தாள். பிறகு, நீட்ஷனின் குறிப்புகளிலிருந்து போதுமான அளவு பிரதியெடுத்துவிட்டதாகவும், மேலும் அவள் கணக்குப்படி இன்னும் இரண்டு இரவுகள் மிச்சமிருக்கின்றன, அதிலொன்று நேற்று முடிந்ததில் மிச்சம் இருக்கும் கடைசி இரவைத் நான் வரைந்து கொடுத்த சித்திரங்கள் இடம்பெறும் பகுதிகளை, முன்னமே அப்பக்கங்கள் தெரியும் என்பதால், அதைப் பார்ப்பதற்கு இன்றைய இரவைப் பயன்படுத்தப் போகிறேன் எனக் கூறிவிட்டு அவனது பதிலை எதிர்பார்க்காமல் கண்ணாடியைவிட்டுக் கிளம்பினாள்.

ஒருவேளை, கடைசி இரவையும் வீணடித்திருந்தால் அவந்திகையின் தடயம் அறைக்குள் சிந்தியிருக்காது, அகப்பட்டிருக்கவும் மாட்டாள். கஷ்டப்பட்டு எழுதிய கைப்பிரதி கை நழுவியிருக்காது. ஆப்ரஹாம் 'வேண்டாம்' என்றுதான் மறுத்தான். ஆனால், அவந்திகை கேட்கவில்லை.

மாயவித்தைக்காரி

பூனை கத்திக்கொண்டே குதித்தோடிய திசையில் என்ன இருக்குமென்று எமிலி அதை நோக்கிச் சென்றாள். அவளால் கட்டடத்துக்கு அப்பால் விரிந்திருக்கும் கரிய இருட்டுக்குள் எதையும் கண்டுபிடிக்க முடியவில்லை. ஆனால், அங்கிருந்து திரும்பியபோதுதான் நீட்ஷனின் நூலக அறைக்குள் யாரோ இருப்பது தெரிந்தது.

உருவம் தெளிவாகப் புலப்பட்டபோது எமிலி திடுக்கிட்டுபோனாள். அவளுடைய ஊகத்தில் ஒரு சதவீதம்கூட அவந்திகையாக இருக்கச் சாத்தியங்களில்லை. உருவம் பெண் என்பதில் சற்று தைரியமும், கூடவே பெருங்குழப்பமும். நூல்களை எதற்காக நடுநிசிக்குள் யாருக்கும் தெரியாமல் வாசிக்கிறாள்? சாவி எப்படிக் கிடைத்திருக்கும்? என்ன இருக்கிறது? எதற்காக இந்தத் திருட்டுத்தனம்? யாருக்காக இது? அவந்திகை அங்கிருந்து கிளம்பும் வரை இருளுக்குள் மறைவாக அமர்ந்துகொண்டாள். சரியாக மணி மூன்றை நெருங்கியிருக்கும். அவந்திகை அறையைவிட்டுக் கீழிறங்கினாள். எதை எடுத்துக்கொண்டு கிளம்பிச் செல்கிறாள்? திரும்பவும் தொடரக்கூடுமா? நாளை வரை பொறுப்பதா அல்லது உடனே நீட்ஷனை எழுப்பி விஷயத்தைக் கூறலாமா? எமிலியால் ஒரு முடிவுக்கும் வரமுடியவில்லை. அவளால் அவந்திகை இறங்கிப் போவதைப் பார்த்துக்கொண்டிருக்க முடிந்ததே தவிர ஓர் அடிகூட முன்னே நகர்த்த முடியாதளவுக்கு யாரோ பிடித்திப்பதுபோன்ற பிரமை. உடல்

வியர்த்துவிட்டது. வலுவுடன் எண்ணவோட்டத்திலிருந்து அறுத்துக்கொள்ளத் தடுமாறினாள். அதற்குள் அவந்திகை பார்வையிலிருந்து மறைந்து போனாள்.

இருளுக்குள் எங்கோ ஓடி நுழைந்துவிட்டதுபோல அவசரமாக விரைய வேண்டும், ஆனால் காலடிச் சத்தம் கேட்கக் கூடாது. ஒருவேளை கையில் மறைத்திருப்பது இல்லாமல் போனால் பார்த்தவை அத்தனையும் பொய்யாகிவிடும். நிரூபிக்க சாட்சி ஒன்றுமில்லை. எமிலி விரைந்தாள். காற்றில் கிளை ஓடிவது போல ஆடை பறந்து ஓசை எழுப்பியது. நான்கு அறைகளைக் கடப்பதற்குள் சத்தம் அதிகமானது. எவ்வளவு வேகமாக நடந்தாலும் அடைய முடியாத தொலைவுபோல. அவந்திகையின் அறையைச் சமீபிப்பதற்கும் அவள் அறைக்கதவைச் சார்த்து வதற்கும் சரியாக இருந்தது.

கதவைத் தட்டினாள். அடுத்த தட்டலுக்குள் கதவு திறக்கப் பட்டது. திடுதிப்பென மூச்சிறைக்க வந்து நிற்கும் உருவத்தைக் கண்டதும் அவந்திகை அதிர்ச்சியுடன், “கடவுளே பயந்து விட்டேன்” என்றாள். “பொறுங்கள்” என்று சுவரில் இருந்த சட்டத்தில் மெழுகுவர்த்தியை ஏற்றினாள். எமிலி ஊகித்தது போலவே அவந்திகையின் கையில் எதுவுமில்லை. எங்கோ மறைத்துவிட்டாள். சுற்று முற்றும் வெளிச்சத்தில் தேடினாள். ஆனால், நுழைந்தபோது (இருளில்) கையிலோ கட்டிலிலோ பார்த்த ஞாபகம். அதற்குள் ஒரு கைதேர்ந்த திருடனின் சாதுர்யத்துடன் மறையச் செய்துவிட்டாள். கொஞ்சமாவது சாதுர்யங்களைக் கற்றுத் தேர்ந்தவராலேயே திருட்டில் சாதிக்க முடியும்.

எமிலியின் அலைபாயும் பார்வையும் பதற்றமும் அவந்திகைக்குத் தன்னைப் பின்தொடர்ந்த உருவம் இதுதான் எனக் காட்டியது. அவள் பெரிதாக அலட்டிக்கொள்ள வில்லை எதிர்பார்த்ததுதான். இனி கண்ணிலிருந்து மறையச் செய்யும் வித்தையை முடித்தால் மட்டும் போதும்.

தெற்குச் சுவரில் இருந்த சட்டத்தில் மூன்று பெரிய மெழுகுவர்த்திகளை ஏற்றி முடிப்பதற்குள் கையில் இருந்த எழுத்தாணியும் காணாமல்போனது. நடப்பது எதுவும் புரியாமல் எமிலி அவ்விடத்திலேயே நின்றுகொண்டிருந்தாள். மேசை யிலிருந்து செம்பு விளக்கை எடுத்து, அதில் எண்ணெயிட்டுத் திரியைப் பற்ற வைக்கையில் விரல்களில் இருந்த மைத் தடமும் மறைந்துபோனது.

ஆனால், மையின் மணத்தை எமிலி முன்னமே நினைவு வைத்திருந்தாள். வேங்கை மரத்தின் பச்சைத் தண்டைத் தீயிட்டுக்

கொளுத்துவது போன்று மணம். தினம் நூலக அறைக்குள் குமைந்த அதே வாசம். இனி அதை ஸ்தூலமாகக் கண்ணில் தென்படச் செய்தால் மட்டும் போதும். எமிலி தன்னை நிதானித்துக்கொள்ளும் முன் அவந்திகை தொடங்கினாள், "என்ன இந்நேரத்தில் இப்படி அரக்கபறக்க வந்திருக்கிறீர்கள் எமிலி? யாரைத் தேடி?"

"உன்னுடைய பூனையைத் தேடித்தான். சில நாட்களாக என்னை உறங்கவிடாமல் கத்திக்கொண்டிருக்கிறது. ஒவ்வோர் இரவிலும் பிடித்துவிடலாமென நினைப்பேன், அது எப்படி நினைத்த மறுகணமே சட்டென சத்தம் நின்றுவிடுகிறது? இன்றைக்கு அதை விரட்டிக்கொண்டுதான் வந்தேன். உன்னுடைய அறைக்கு வெளியே சுற்றிக்கொண்டிருந்தது. நான் வருவது தெரிந்ததும் எங்கேயோ மறைந்துவிட்டது."

அவந்திகை புன்னகைத்தாள். எமிலியின் முகத்தில் எந்தச் சலனமுமில்லை. இயல்பான பதற்றம். "நானும் அதன் சத்தத்தைக் கேட்டேன். நீங்கள் சொல்வதுபோல அது சமீப நாட்களாக இரவுகளில் அறையில் தங்குவதில்லை. எனக்கும் இரவில் அலையும் பூனையைப் பார்க்க விருப்பம். ஏனென்றால், அவை அப்போது தன்னை வேட்டைக்குக் கிளம்பும் ஒரு காட்டுயிரியாகக் கற்பனை செய்துகொள்ளுமாம்."

எமிலி உடனே, "ஆமாம். அப்படித்தான் இருந்தது. முதுகை சற்று தூக்கியபடி ஒவ்வொரு அடியாகக் கவனமாக எடுத்து நடந்தது. நான் பார்த்தேன்" என்றாள். "மென்மையாக, அதேசமயம் துல்லியமான நடை, விவேகமான பாவனைகள்." ஒருகணம் பூனை தன்முன் நடந்துசென்றதை ஞாபகப்படுத்திக் கொண்டாள். "உனக்கு ஒன்று தெரியுமா? பூனை மனிதருக்கு மிக நெருக்கமான ஒன்று. மனிதனின் குணத்தை முழுக்கப் பிரதிபலிக்கும் மிருகம்?" அவந்திகை தலையசைத்தாள். "மற்ற பிராணிகளைவிடப் பூனை மட்டும்தான், நீ உத்தரவு இடக்கூட வேண்டாம், நினைப்பதைச் சட்டெனப் புரிந்துகொள்ளும். உன்னிடம் அது மிக நெருக்கமாக இருக்கிறதென நினைக்கிறேன்."

"ஆமாம். நான் இல்லையென்றால் சில நிமிஷமும் பொறுக்காது. கத்த ஆரம்பித்துவிடும்."

எமிலி சிரித்தாள். "மனிதர்களிடம் பழகாதவற்றுக்கு இந்த உணர்வுகள் கிடைக்காது. அவற்றுக்கு நாம் என்னவாகத் தோன்றுவோமென நீ நினைக்கிறாய்?"

அவந்திகை, "ஒருவகையில் இன்னொரு மிருகக்கூட்டமாக இருக்கலாம்" நிதானமாகச் சொல்லிவிட்டுச் சிரித்தாள்.

எமிலி அமைதியாக எதையோ யோசித்தாள். "ஏன் நாம் கடவுளாக அவற்றுக்குத் தோன்றுவதில்லை? அதாவது, எந்த உயிரியாவது நம்மைக் கடவுளாக நினைப்பதுண்டா? எனக்கு அந்தச் சந்தேகம் எப்போதும் உண்டு."

"நீங்கள் சொல்ல வருவது புரியவில்லை எமிலி. நாம் எதற்கு மிருகங்களுக்குக் கடவுளாகத் தோன்றவேண்டும். அவற்றுக்கு அப்படிச் சிந்திக்கத் தெரியாதே?"

எமிலி அவள் முடிப்பதற்குள் குறுக்கிட்டு, "ஆமாம் அந்தச் சிந்தனைதான் மிருகத்தையும் மனிதத்தையும் பிரிக்கிறது. மிருகங்களுலகில் கடவுள் என்கிற ஒன்று கிடையாது. நமக்குச் சிந்திக்க முடியும் என்பதால் கடவுள் என்பதை நம்புகிறோம் அல்லது நம்பாமல் இருக்கிறோம்." அவந்திகை அவள் கூறுவதை உற்றுகவனிக்கத் தொடங்கினாள். "இங்கு நடக்கும் நல்வினைக்கும் தீவினைக்கும் காரணம் கண்ணுக்கு அப்பால் இருக்கும் ஒரு சக்தி என நாம் நம்ப வைக்கப்பட்டிருக்கிறோம். உண்மையில் அப்படியொன்று இருக்கிறதா?" எமிலி சில கணங்கள் நிறுத்திவிட்டு எதற்கோ காத்திருந்தாள்.

அவந்திகை அவ்விடைவெளி தனக்கானதென நினைத்துக் கொண்டு, "நீங்கள் சொல்வது எனக்கு மிக நெருக்கத்தில் இருப்பதுபோல் உள்ளது எமிலி. இதை இன்னும் துலக்கமாக்க முடியுமா?" என்றாள். உடனே எமிலி சற்று ஆசுவாசத்துடன் போர்த்தியிருந்த மேலாடையை எடுத்து உதறியவாறே, "அதாவது இந்தப் பூனைக்குத் தேவையானதை நீ அளிக்கிறாய். அது பசியுடனிருக்கையில், அடிபட்டிருக்கையில், சாம்பிய முகத்துடன் உன்முன் தவித்து நிற்கையில் என ஒவ்வொரு தருணத்திலும். நீ அணைத்துக்கொள்ளும்போது அது என்றைக்காவது உன்னைத் தன் கடவுளாக உணர்ந்திருக்குமா அல்லது அதுபோன்ற உன்னை அறியாத வேறொரு மிருகம் தனக்குக் கிடைப்பவற்றுக்கு அப்படி நினைப்பதுண்டா, கிடையாதில்லையா?" ஒருகணம் நிறுத்திவிட்டு "அவந்திகை ஒன்று தெரியுமா மிருகங்கள், பட்சிகள் எதற்காகவும் மன்றாடுவதில்லை"

அதைக் கேட்டதும் அவந்திகை பளீரென முகம் அலர்ந்தாள். "நாம் ஒவ்வொரு முறையும் மன்றாடுகிறோம். நிகழ்வதெல்லாம் இறைவனுடைய வினையாக எண்ணிக்கொள்கிறோம். ஆனால், அப்படியொன்று பிரபஞ்சத்தில் இல்லை. நீங்கள் கூற வருவது அதைத்தானே?"

எமிலி உடனே, "ஆமாம்" என்றாள்.

"நாம் ஒரு குழப்பத்தில் இருக்கையில் அல்லது பிரச்சனைக்குள் இருக்கையில் நம்மை விடுவிக்கவைக்கும் சாவி நம்முடைய

கண்ணில் படுவதற்கும் கடவுள் மீதான நம்பிக்கைக்கும் நிச்சயம் தொடர்பிருப்பதாக நம்புகிறோம் இல்லையா? ஆனால், நாம் அறியாத அதாவது சிறிய பூச்சிகள் நம்மை அறியாதது போல் நம் அறிவுக்கப்பால் ஒன்று இருக்கிறது. எமிலி, நீங்கள் கூற நினைத்ததை நான் சொல்லிவிட்டேனா?"

எமிலி தலையசைத்தாள். மெழுகுவர்த்தி வெளிச்சத்தில் அந்த முகம் அழகாக இளமையுடன் தோன்றியதை அவந்திகை ரசித்தாள். எமிலி சன்னமான தொனியில், "பக்திமீதான பிடிப்புகள் தளர்வதுவரை அப்பால் நிகழ்வதை நம்மால் அறிய முடியாது." ஒருகணம் நிறுத்திவிட்டு, "காலம் நம்மை இயக்குகிறது என்கிற முடிவுக்கு வருவதுவரை. எல்லாம் துல்லியமான கணக்கு இல்லையா?" என்றாள்.

அவந்திகை பூரிப்புடன் அவள் கைகளைப் பற்றிக்கொண்டு, "உங்களால் அதை நம்ப முடிகிறதா எமிலி?" ஆதங்கமான த்வனியில் கேட்டாள். கண்கள் கலங்கிவிட்டிருந்தன. சில்லிட்டிருந்த விரல்களின் மேல் மெல்ல அழுத்தி எமிலி, "நிச்சயமாக" என்றாள். அவந்திகை கதவு திறந்திருப்பதைப் பார்த்து, "உங்களுக்கு ஒன்று சொல்கிறேன்" என்று நிறுத்தி குளிர் மேலாடையை இழுத்துப் போர்த்தி, கதவைச் சாத்தி விட்டு அவளருகே நெருக்கமாக வந்து, "என்றைக்காவது நீட்ஷனின் அறையில் இருக்கும் நூல்களை வாசித்திருக்கிறீர்களா?" என்று கேட்டாள். பின், நெற்றியைச் சுருக்கி, "மன்னிக்கவும் உங்களுக்கு ஆங்கிலம் தெரியுமா எனக் கேட்க மறந்துவிட்டேன்."

எமிலி தயக்கத்துடன் மெல்லத் தலையாட்டினாள். அந்தச் சைகை எந்தப் பதிலையும் சொல்வதுபோல் இல்லை. "சங்கடப்படுத்த விரும்பவில்லை. உண்மையில் தெரிந்திருந்தால் சொல்லுங்கள். நான் ஒன்றைக் கூற வேண்டும்." எமிலி தான் தயார் என்பது போல நிமிர்ந்தாள். "ஏன் கேட்கிறேன் என்றால் சில நாட்களுக்குமுன் ஃபாதர் நீட்ஷனின் நூலக அறையிலிருந்து நூல் ஒன்றை எடுத்து வாசித்தேன். எப்படி கிடைத்ததென்று பார்க்கிறீர்களா, ஆப்ரஹாம் உதவினான். என்னிடம் இருந்த கேள்விகளுக்குப் பதில்கள் கிடைக்கும் என்று சென்றேன். ஓரிரவு முழுக்க நூலக அறைக்குள் இருந்தேன். உங்களால் நம்ப முடியவில்லையா?" எமிலி குறுக்கிட்டுக் கேட்பதற்குள் அவந்திகை தொடர்ந்தாள், "பழக்கப்படுத்தாத கிளிபோல சீட்டுக்கட்டைச் சுற்றிச்சுற்றி வந்தேன். உண்மையிலேயே கிளிக்குக் கேள்வியும் பதிலும் தெரியாதில்லையா? ஏதோ ஒன்றைத்தான் எடுத்தேன். இப்படி ஒன்றுதொட்டு ஒன்றெனத் தாவி நீட்ஷனின் பதினாறுவருட அனுபவங்களுக்குள் நுழைந்துவிட்டேன் எமிலி."

எமிலி எதையோ கேட்க வாயெடுத்து பின் நிறுத்திக் கொண்டாள். “மாபெரும் கனவுபோல் இருந்தது அது. அதற்கு ‘இறவாக் குறிப்புகள்’ என்று பெயரிட்டிருக்கிறார் நீட்ஷன். எவ்வளவு தத்துவார்த்தக் குறியீடு பார்த்தீர்களா? அந்நூல் எதைப் பற்றியதென நினைக்கிறீர்கள்? முழுக்க முழுக்க மனதை அறிய நுழையும் உலகம், மனோவசியம், அறியாதவற்றுக்கு அப்பால், மனிதத் தோற்றத்துக்கு முந்தைய உலகம், தந்திரங்கள் போர்கள் இல்லாதநிலை, தொல்குடிகளின் சடங்குகள்.”

“என்ன சடங்கு?” எமிலி நெற்றி சுருக்கினாள்.

“ஆமாம், நிறைய சடங்குகளும் அதற்குரிய சித்திரங்களும்.” எதையோ ஒருகணம் யோசித்து, “நான் மரப்பலகையில் செதுக்கிக் கொடுத்ததில் ஒன்றுகூட அதற்கானதாக இல்லையே. அவருடைய குறிப்புகளில் எங்குமே அந்தச்சடங்குகளுக்குரிய நிலத்தின் புவியியல் அமைப்போ பெயரோ ஒன்றுகூடக் குறிக்கப்படாமல் வெறும் ‘கற்பனைக்காட்டில்’ என்று மட்டும் சொல்லப்பட்டுள்ளது. ஆங்கிலமும் நாம் புரிந்துகொள்ளக்கூடிய லிபியில் இல்லை. சிலது ஹிப்ருச் சொற்களிலும் உள்ளது. இன்னொன்று,‘கற்பனைக்காட்டுப்’ பகுதி முழுக்க இடையிடையே விவிலியக் கதைகளாக இருக்கின்றன.”

“எனக்குத் தெரியும். முன்னமே என்னிடம் சொல்லி யிருக்கிறார். வெளிவராத விவிலியக் கதைகளின் அர்த்தத்தை மீளுருவாக்கப்போவதாக.”

எமிலி முடிப்பதற்குள் அவந்திகை ஒருகணம் மூச்சை நிறைத்து, “இல்லை. அது அப்படியில்லை. அது ஒருவித முகமூடி.” கைகளைக் குளிராடைக்குள் மேலும் இறுக்கிக் கொண்டு, மிகப் பெரிய சொற்களைப் பேசுவதற்காகத் தன்னைத் தயார்செய்வதுபோல தோள்மூட்டுகளை இளகச்செய்து ஆரம்பித்தாள்,” கதைச் சொற்றொடர்களை நீக்கி வாசித்தால் மட்டுமே கற்பனைக் காட்டுப் பகுதியைக் கண்டுபிடிக்க முடியும். இன்னொன்று ‘கற்பனைக்காட்டை’ அவர் விளக்குவதும் போலியான கனவுகளால்தான். புரியவில்லையா? அதாவது, இந்த மனோதத்துவ முறைகளைத் தான் தேர்ந்தெடுத்த பிரிட்டிஷார்களிடம் செயல்படுத்த விவிலியக் கதைகளின் வழி எடுத்ததாகக் குறிப்பிடும் நீட்ஷன் அப்பகுதிகளுக்குத் தன்னை அறியாமலேயே ‘கற்பனைக்காடு’ எனப் பெயரிட்டிருக்கிறார்.”

எமிலி அவளை தீர்க்கமாக நோக்கி, “அதற்கென்ன அர்த்தம்?” என்றாள்.

“அர்த்தம் இருக்கிறது. எனக்குக் கிடைத்த துப்பும் அதுதான். மனோதத்துவ முறைகள் எங்கு கிடைத்தது என்கிற தகவலை

மறைக்கத் தெரியாமல் அப்படி எழுதியிருக்கிறார். வாசிப்பவர்கள் தன் அனுபவங்களின் ஆதியிடத்தை அடைந்துவிடக்கூடாது என்பதற்காக விவிலியக் கதைகளால் எழுப்பப்பட்ட பெருஞ்சுவர்கள்."

"என்ன மூளை குழம்பி விட்டதா உனக்கு. அதற்கு அவசியம் என்ன? எல்லாம் அவருடைய அனுபவங்களன்றி வேறென்னவாக இருக்கப்போகின்றன?"

"இருக்கின்றன. அவர்கூறும் மனோதத்துவங்கள் முழுக்க சில வழிமுறைகளை வைத்து எழுதப்பட்டிருக்கின்றன. அவை ஒருவிதச் சடங்கு. அது எதுவும் நீட்ஷேனால் கற்பனையாக உருவாக்கப்பட்டிருக்கச் சாத்தியமில்லை. தொல்குடியினத்தில் ஒருவரோ அல்லது குழுவோ அவரிடம் கூறியிருக்கலாம். அல்லது அவர்களிடமிருந்து நீட்ஷேனே எடுத்திருக்கலாம்." என்று கூறிவிட்டு அவந்திகை, தன் மூக்குக்கண்ணாடியைக் கழற்றி மேலாடை நுனியில் துடைத்துக் கொண்டாள்

"அவந்திகை நீ இன்னொன்றையும் நினைவில் வைத்துக்கொள். அதாவது, நூல் அதை வாசிப்பவர்களின் நோக்கத்துடன்தான் புரிந்துகொள்ளப்படுகிறதெனச் சொல்வதுண்டு. அதுபோல ஃபாதரின் குறிப்புகளைத் தேடுவதற்கு முன்னே, அது இப்படியான சிந்தனைகளால் எடுத்தாளப்பட்டவையென உனக்கு முன்கணிப்பு இருந்திருக்கலாம் இல்லையா?" எமிலி சொல்ல வருவதை அவந்திகை ரவர்ந்து நோக்கினாள். "அதாவது, ஃபாதரின் நூலகத்துக்குள் நுழைவதற்கான தூண்டுதல் உன்னிடம் ஏற்கெனவே கரைந்துபோயிருந்த காயத்திலிருந்து உதித்தது. அப்படித்தான் நீ அவரைப் பின்தொடர்ந்ததும். ஆக, நூல்மீதான உன்னுடைய தீர்மானங்களும் அபிப்ராயமும் ஏற்கெனவே முடிவானதாக இருக்க வேண்டும். இது உன்னுடைய கற்பனையாக ஏன் இருக்கக்கூடாது?. எப்படி அவர் ஒருவரிடமிருந்து எடுக்க முடியும்? அது சாத்தியமில்லை." எமிலி தொடர்ந்தாள், "அவர்கள் அவரிடம் தெரிந்தே கூறியிருந்தால்?" என்று எமிலி நிறுத்தியதும் அவந்திகை சட்டென, "அதுவும் திருட்டு இல்லையா?" என்று வேகமாகக் கேட்டாள்.

"அது எப்படித் திருட்டாகும்?"

"நீங்கள் நம்பிக்கையாக ஒருவரிடம் கூறும் ஒரு சொல் உங்கள் இருப்பை மறைத்து அவரின் கையெழுத்துக்கு மாறினால் அது திருடப்பட்டதுதானே?"

எமிலியில் முகம் குழப்பமாக மாறிற்று. அவளுக்கு எப்படிப் புரியவைப்பதென யோசித்தாள். பிறகு, "சரி இப்படிக் கேட்கிறேன். ஒருவர் ஒன்றைப் பெறுவதற்காகத் தன் காலம் பூராவையும்

இழந்து அவர்கள் ஒத்துழைப்புடன் தன் அறிவுக்கான உதவியாகப் பெற்றுக்கொள்வதைத் திருட்டென்று சொல்ல முடியுமா? முதலில் திருட்டு என்கிற சொல்லை ஏற்கெனவே சொல்லிச் சொல்லி ஆழமாகக் கட்டப்பட்ட அர்த்தங்களிலிருந்து விலக்கிப் பார்க்கும் வரை அது சரிதானா என்று தெரியாது. திருடப்படுவது நம்முடையதுதானா முதலில்?"

"எமிலி உங்களின் இரண்டாவது கேள்விக்கான பதிலை ஒரேயொரு வரியில் சொல்ல முடியாது. அது முடிவில்லாத விவாதம். திருடப்படுவதெல்லாம் நம்முடையதல்ல. இங்கிருக்கும் எதுவும் நமக்குச் சொந்தமில்லை என்பது அதன் பொருள் இல்லையா? அதொரு விதண்டாவாதத் தர்க்கம். நாம் பேசிக் கொண்டிருப்பது கற்களால் கட்டப்பட்ட யுகத்துக்கானதல்ல. இந்த யுகம் மனதால் உருவானது. சொற்களால் சிந்தனைகளால் ஆனது. இங்கு ஸ்தூலமானவற்றுக்கு அர்த்தமில்லை. நான் கூறவருவதும் ஸ்தூலத்தை அல்ல. கற்பனைகள் யாரோ ஒருவருக்குத்தான் நிச்சயம் சொந்தமாக இருக்க முடியும்." அவந்திகை மேலும் சொன்னாள், "உங்களுடைய முதல் கேள்வியின்படி ஒருவர் இன்னொருவரிடமிருந்து கேட்டுப் பெறுகிறார் என்கிறீர்கள். ஏன் அதை வெளிக்கொணரும் வித்தையைப் பிரயோகித்து அவர்களது ஒப்புதலுடனே அதாவது அவர்களை மனோவசியத்திற்குட்படுத்தி இல்லையென்றால் ஒருவித பலகீனச் சூழலில் சிக்கியிருக்கையில், அதை வாங்கி யிருக்கக்கூடாது?" சட்டென்று நிறுத்தினாள். தன்னுடைய கேள்வி சரிதான் என்னும் ஆசுவாசம் அது.

இருவருமே சில நிமிடங்கள் அமைதியாகினர். எமிலிக்கு எங்கு, எப்படித் தொடங்குவதெனத் தெரியவில்லை. அந்தக் கேள்வி சற்று நிலைகுலையவே செய்தது. படாரென சன்னல் அடித்து மௌனத்தை உடைத்தது. எமிலி கேட்டாள், "அவர்களாகவே விரும்பிக் கொடுத்திருக்கலாமில்லையா? நீ சொல்வதுபோல அவை தொல்குடிகளின் சிந்தனைகள்தான் என்றால், கண்டிப்பாக ஏதோவொரு பிரதிபலனுக்குத்தான் கொடுத்திருப்பார்கள். அவர்களின் விருப்பத்துடன்" அவந்திகை இடைமறித்து, "அந்த விருப்பத்தை விதைப்பதைத்தான் 'வித்தை' என்கிறேன்" என்றாள் அழுத்தமாக. பூனி எங்கிருந்தோ கத்தியபடி தனது இருப்பை அறிவித்தது. இருவரும் சன்னல் பக்கம் பார்த்துவிட்டுத் திரும்பினர்.

எமிலி பெருமூச்சுடன் சொன்னாள், "விருப்பம் நீ குறிப்பிடுவதுபோல வித்தையாகவோ மந்திரமாகவோ இருக்கட்டும். இன்னொருவர் அது தனக்கு வேண்டாமென சம்மந்தப்பட்டதைத் தேடித் திரிபவரிடம் கையளிக்கிறார்.

அதாவது, நீ சொன்னதுபோல வித்தை தொடங்கும் முன்பே உடையவன் அதை மற்றொருவனுக்கு கையளிக்கும் முடிவுக்கு வந்து விடுகிறான் அல்லது திருடப்படுவதற்கான விதைச் சொல் விழும் முன்னரே உடையவன் கொடுக்க முடிவெடுத்து விடுகிறான்.” சரியான புள்ளிக்கு வந்துவிட்டதாக எமிலி நிறுத்தினாள்.

ஆனால், அவந்திகை விடவில்லை, “கொடுத்ததை வைத்து அல்ல திருட்டு முடிவுசெய்யப்படுவது. எடுக்கும் தன்மையையும் நோக்கத்தையும் வைத்துத்தான். சாகத் தயாராக இருப்பவனைக் கொல்வது குற்றமில்லை எனச் சொல்ல முடியாது என்பதுபோல் இருக்கிறது உங்கள் பதில். கொல்லும் எண்ணம்தானே குற்றம்.”

“எல்லாக் குற்றங்களும் அது குற்றமென நிரூபிக்கத் தர்க்கபூர்வமான காரணங்களை வைத்திருப்பதுபோல திருட்டும் திருட நினைத்தவனின் நோக்கத்துடனே இங்கு அர்த்தப்படுத்தப்படுகிறது. மாறாக, கொடுப்பவனின் பார்வையிலிருந்து அது பார்க்கப்படுவதில்லை. எனக்கு ஒன்றுமட்டும் புரியவில்லை அவந்திகை, கொடுப்பவன் எவ்விதப் பிரதிபலனையும் பாராமல் ஆட்சேபனையின்றித் தருகிறபோது, நீ சொல்வதுபோல அது தன் இருப்பை மறைத்து இன்னொருவரின் பெயருடன் மாறும் என்பதை அறிந்தே அளிப்பவனின் இருப்பை நாம் ஏன் நினைப்பதில்லை. திருட்டின் வரையறை பெற்றுக்கொள்பவனைக் குற்றவாளியாக்கும் வஸ்துகளை வைத்தே அர்த்தப்படுத்தப்பட்டிருக்கிறது. தன்னைக் காட்டிக் கொடுப்பவனைக் கிறிஸ்துவேதானே முடிவுசெய்கிறார். ‘நீ செய்ய வேண்டியதை விரைவாகச் செய்’ என்கிறார். அங்கு காட்டிக் கொடுத்தவன் என்கிற சொல் அர்த்தமிழக்கிறது. பின்னாளில் அரசியல் கோட்பாடுகளுக்காக அது மீள் இடையீடாக்கப் பட்டிருக்கலாம். இந்த விவாதம் தொடங்கிய புள்ளியில் பேசியதுபோல அறிதலுக்கப்பால் ஒன்றுள்ளது அவந்திகை. அது எதற்கெது தேவையோ அதற்குரிய இடத்தில் அவற்றைச் சம்பந்தப்படுத்துகிறது. ஆனால், நாம் அறக்கோட்பாடுகளை உருவாக்கி அவற்றுக்குத் திருட்டு, கொலை, குற்றம் எனப் பெயரிட்டிருக்கிறோம்.”

எமிலி பேசி முடிக்கையில் அறையில் இருந்த மெழுகுவர்த்திகள் பூராவும் கரைந்து மேசையில் இருந்த எண்ணெய் விளக்கு மட்டும் எரிந்துகொண்டிருந்தது. அவந்திகை பதில் பேசவில்லை. மாறாக, பதற்றமுடன் இருப்பதை எமிலி கவனித்தாள். தன்னைச் சரியென நிரூபிக்கத் துடிக்கும் உணர்வு அது. இரவு இன்னும் இருண்டுகொண்டே இருப்பதுபோலவும், அவர்கள்

மட்டும் அதனாழத்தில் சிக்கியிருப்பதாகவும் பட்டது. அவந்திகை வேறெங்கோ நினைவுகளுக்குள் போய்விட்டதைக் கவனித்து அவள் திசைமீள எமிலி தன் பேச்சை வேறு இடத்திலிருந்ருது தொடங்கினாள். "சரி அந்தக் காடு உண்மை யில் எங்கிருக்கிறது. கண்டுபிடித்துவிட்டாயா?"

"என்னால் சரியான புவியியல் அமைப்பைச் சுட்ட முடியாது. ஆனால், அது இந்நிலத்தில்தான்." அவந்திகையின் குரல் உடைந்துவிட்டிருந்தது.

"நீ அவர் இங்கிருந்ததை வைத்து அப்படிச் சொல்கிறாயென நினைக்கிறேன். ஏன் அதைக் கற்பனைக்காடு என்று மறைக்க வேண்டும்?"

"இரண்டு விசயங்கள் உள்ளன. ஒன்று, 'கற்பனைக்காடு' எனக் குறிப்பிடுவது மேற்குலகைச் சொல்வதாகச் சிலரால் அர்த்தப்படுத்தபட்டால் அது தன் நிலம்மீதான போலிப் பெருமையை உயர்த்திப் பிடிப்பதுபோல. இன்னொன்று, இந்நிலத்தை அடைய முடியாத மறைப்புக்காக. நான் முதலில் சொன்னேனல்லவா. திருடப்படும் சொல். அதை மறைத்துவிட முடியாது. ஒரு சொல் பிறிதொன்றைப் பிரசவிப்பதும் இன்னொன்றை நிழலாக மாற்றுவதும் இந்த இரண்டைவிட அது அப்படியே அதே உருவில் இடம்பெயர்வதும் பழங்கால ஏட்டுச்சுவடிகளை வாசித்துச் சலித்தவர்களுக்கு உடனே பிடிபட்டுவிடும். நான் என் தாத்தாவின் நூலகத்தில் இருந்த அத்தனை சுவடிகளையும் அல்லாவிட்டாலும் ஓரளவுக்கேனும் வாசித்திருக்கிறேன். அத்தனையும் சாஸ்திரங்கள். ஒன்பது துறைகளைச் சேர்ந்த நூற்கட்டுகள். ஒவ்வொன்றுக்கும் குறைந்தது ஆறு முதல் பன்னிரண்டு பேர் வரை விளக்கமும் பொழிப்புரையும் எழுதியிருப்பார்கள். என் தாத்தா ஒன்றை எடுத்து வாசிக்கும்போதே அதில் இருக்கும் ஒரு பகுதி ஒரு வாக்கியம் ஒரு சொல் ஒரு புள்ளி எங்கெங்கு எத்தனை காலப்பயணத்தில் இடம்பெயர்ந்திருக்கிறதெனச் சுட்டும் பாண்டித்தியம் கொண்டவர். உண்மையில், சொல் அது உதிக்கும் கணமும் அதன் லயமும் அமையும் வாக்கியமும்தான் கற்பனையை உருவாக்குகிறதென என் தாத்தா கூறுவார். மீன்போல அது நீந்தி நீந்தி முழு ஆற்றுக்கும் வழிகாட்டிவிடும். பல வருடங்கள் சுவடியில் ஒரு சொல்லை மட்டும் தாத்தா எழுதி வைத்துக்கொண்டு அமர்ந்திருப்பதைப் பார்த்திருக்கிறேன். கண்களை மூடியபடி இருப்பார். கண்ணீர் வடியும்." குளிரில் விறைத்த கைகளால் அவந்திகை முகத்தைத் துடைத்துக் கொண்டாள். "அது போகட்டும், 'இறவாக் குறிப்புகள்' புத்தகத்தில் உள்ளவை ஒன்றுகூட நீட்ஷன் எழுதியவை இல்லை என்பது

எனக்குத் தெரியும். அப்பாவி மனிதனின் மூளையிலிருந்து திருடப்பட்டவை. அல்லது உங்கள் வாதப்படி அவன் தெரியாமல் கொடுத்திருப்பவை. பாவம் அவன். என்னுடைய அச்சமெல்லாம் இதில் மூன்று சாத்தியங்கள் உள்ளன. ஒன்று, இம்மனோதத்துவச் சிந்தனைகளை வைத்து இதே போன்ற பயிற்சிகளை அவர்களும் செய்து பார்த்து உருவாக்குவது, அதைத்தான் நீட்ஷன் செய்துகொண்டிருக்கிறார். இரண்டாவது, இதைத் தெரிந்துகொண்டதன் மூலம் இச்சிந்தனையை இங்கிருந்து நீக்கிவிடுவது. மூன்று, இவற்றை மாற்றிப் புரிந்து கொள்வது, எப்படியென்றால், அவர்கள் தங்கள் மொத்த நம்பிக்கையையும் இருப்பையும் அந்தக் குலச்சடங்கில்தான் வைத்திருக்கின்றனர். அது அவர்களைச் சுற்றி எழுந்திருக்கும் இம்மலைக்காடுகளில் இருக்கிறது. அவர்களை அழிக்க நினைப்பவர்களுக்கும் அதில் வழியிருக்கிறது. இதில் எது நடக்குமென ஊகிக்க முடியவில்லை."

எமிலி அமைதியாக இருந்தாள். அவளிடம் இனி மேற்கொண்டு என்ன பேசலாம் எனப் புரியவில்லை.

"உண்மையாகவே ஃபாதர் நீட்ஷன் அவற்றை வெளி உலகுக்குத் தெரியப்படுத்த வேண்டுமென்று எழுதியிருக்கலாம். நீ குறிப்பிட்ட முகமூடிகளெல்லாம் அவற்றை இன்னொருவர் கண்டுபிடித்துவிடக் கூடாது என்பதற்காக, அதாவது அது தன்னைப் பின்தொடரும் மூளைச் சலவையாளர்களின் பார்வைகளிலிருந்து தவிர்க்கும் நல்லெண்ணத்துக்காகக்கூட இருக்கலாம். இன்னொன்று, அவர் தன் முழு வாழ்க்கையையும் இந்நிலத்தில் கழித்த பின்பு 'கற்பனைக்காடு' என்பதை மேற்கிலுள்ள வனம் என எப்படி ஊகிக்க முடியும்?"

அவந்திகை கேட்டாள், "ஆக அதை இன்னார் இன்ன இடம் என எழுதவிடாது தயக்கம் எதற்கு? ஏன் விவிலியக் கதைகளுக்குள் மறைத்து, கற்பனைப் பெயரில் பொருத்துவதற்குப் பிரயத்தனப்பட வேண்டும். தன்னுடையதாக்கும் வேட்கை. திருட்டுத்தனம்."

"நிச்சயமாக இருக்காது. நாம் நல்லதையே நினைப்போம். இந்த நிலத்துக்கானது என வெளிப்படையாகச் சொல்லும் தைரியமற்ற அரசியல் சூழலாக இருக்கலாம். மேலும், இது வெறும் வாசிப்புச் சுவையையும் பரவசத்தையும் மட்டும் அளிக்கும் கதையோ கவிதையோ கிடையாது. ஓர் ஆராய்ச்சி நூல். தத்துவச் சிந்தனை மீண்டும் மீண்டும் எண்ணங்களில் மோதிக்கொண்டே இருக்கும். உறங்க விடாது. யாரோ ஒருவன் இதைப் பற்றியபடி தேடிவருவான். அன்று இதற்கு எந்தச் சூசகங்களும் தேவைப்படாத

அரசியல் சூழல்கள் வரக்கூடும். எல்லாவற்றுக்கும் மேல் அவர்கள் அதை யாருக்கும் கொடுக்காமல் விடாப்பிடியாக வைத்துக்கொண்டு கடைசியில் என்ன செய்யப் போகிறார்கள், அது வெளியுலகுக்குத் தெரியட்டுமே."

எமிலியின் பேச்சுக்கு அவந்திகையிடம் பதிலில்லை. மிகவும் சோர்ந்துபோயிருந்தாள். சிறிது நேரம் இருவருமே மௌனமாகிவிட்டார்கள். வெளியே காற்றின் வேகம் அதிகமிருந்தது. எரிந்துகொண்டிருந்த ஒற்றை விளக்கும் தவித்தது. அவந்திகை அதை எடுத்துச் சுவரோரத்தில் வைத்தாள். திறந்து கொண்ட சன்னல் ஒன்றைச் சாத்திவிட்டுத் திரும்பும்போது மறைத்துவைத்திருந்த கைப்பிரதியுடன் தோன்றினாள். எமிலி அதிர்ந்துபோனாள். அது எங்கிருந்து வந்ததெனத் தெரியவில்லை.

சுவரோடு பொருந்திய சதுரமான மெழுகுவர்த்திகள் வைக்கும் மரப்பலகைக்கடியில் (அது எல்லா அறைகளிலும் உண்டு) கையைக் கொண்டுசென்றாள். கீழே சிறிய தட்டு உள்ளது. அதில் தேவையான மெழுகுவர்த்திகள் அடுக்கப்பட்டிருக்கும். காலியான அவ்விடத்தில்தான் அவந்திகை வைத்திருக்க வேண்டுமென எமிலி கணித்தாள். சரிதான், நுழையும்போது அவந்திகை கையிலிருந்து மெழுகுவர்த்தி ஏற்றும்போது கணநேரத்தில் சட்டகத்துள் மறைத்திருக்கிறாள். அவந்திகை அப்போதும்கூட அதைக் காட்டாமல் இருந்திருக்கலாம். அல்லது வேறு எங்காவது வைத்திருக்கலாம் அல்லது காலையில் யாரிடமாவது கொடுத்துப் பத்திரப்படுத்தி யிருக்கலாம் அல்லது உரையாடல் நின்ற இச்சிறு கணத்தில் பிரக்ஞையுடன் பேச்சைத் திசை திருப்பியிருக்கலாம். ஆனால், அவளுக்கு அப்போதைக்கு எமிலியிடம் காட்டுவதைத் தவிர வேறு வழி தெரியவில்லை.

சற்றே பெரிய ஓலைச்சுவடி அளவில் கையடக்கமான சிறிய குறிப்பேடு. பழுப்பேறிய காகிதங்கள். எமிலி அதைக் கையில் வாங்கிப்பார்த்தாள். உள்ளே முழுவதும் யாருடைய கையெழுத்தெனப் புரியவில்லை. குறிப்பேட்டை மூடிக் காகித விளிம்புகளைச் சரித்துப் பார்த்தாள். எந்தச் சித்திரங் களும் இல்லை. முகர்ந்து பார்த்தாள். அவந்திகை அவளின் வித்தியாசமான செய்கைகளை விளங்காமல் வெறித்துக் கொண்டிருந்தாள். ஆங்கில எழுத்துகள் துரைகள் எழுதும் அழகிய போர் வாள்கள்போல் இல்லாமல் அவசரமாகக் கிறுக்கப்பட்ட சித்திரங்களாக இருந்தன. இன்னும் மை வாசம் மாறாமல் கிட்டத்தட்ட நூறு பக்கங்கள் அவ்வளவையும் இரவுகளில் யாருக்கும் தெரியாமல் பிரதியெடுத்திருக்கிறாள்,

சில பக்கங்கள் இறகில் தொட்டும் எழுதப்பட்டிருந்தன. "ஜீஸஸ்" எமிலி மூச்சறைந்தாள்.

"பத்திரம். அவ்வளவையும் நான்தான் எழுதினேன்" அவந்திகை சொன்னாள். "இது நீட்ஷன் நூலில் மறைக்கப்பட்ட சொற்குவியல்களுக்குள்ளிருந்து எடுத்தவை. நீங்கள் முதலில் நீட்ஷன் எழுதிக்கொண்டிருக்கும் நூலை எடுத்துப் படித்து விடுங்கள், அது உங்களுக்குச் சிரமமில்லை என நினைக்கிறேன். பிறகு, இதை வாசியுங்கள். முடிந்தால் இரண்டையும் வைத்துக் கொண்டு ஒருமுறை புரட்டிப்பாருங்கள். இறந்ததெனக் குவிந்துகிடக்கும் ஓடுகளிலிருந்து மெல்லத் தலை நீட்டும் நத்தைகளாக அவ்வரிகள் உங்களை அடையாளம் காணும். இனி நாம் சந்திப்பது சாத்தியமில்லை. நீட்ஷன் நாளை, காலை நடந்திருக்கும் அத்தனை சம்பவங்களையும் கண்டுபிடிக்க ஆரம்பிப்பார்." எமிலி குழப்பமாகப் பார்த்தாள்." ஆமாம். ஒரு சிறு தடயத்தை நான் தவறவிட்டுவிட்டேன்."

"எப்படி? எங்கு?"

"என் வலது கட்டைவிரலில் மை அப்பியிருந்ததை அறைக்குத்திரும்பியதும்தான் கவனித்தேன். நிச்சயம் மூலநூலிலும் விழுந்திருக்கும். திருட்டு எப்போதும் ஒன்றை எடுத்துக்கொள்ளும்போது இன்னொன்றை விட்டுச்செல்லும் என்பார்கள். கண்டிப்பாக நூலை வெறுமனே யாரோ எடுத்து வாசித்தார்கள் என்பதோடு அந்த மை அச்சு நீட்ஷனை விடப்போவதில்லை. பிரதியெடுத்த விரல்களைத் தேடத் தூண்டும். நான் நாளையே பிடிபடலாம் அல்லது அடுத்த இருதினங்களுக்குள். அதன் விளைவுகள் எப்படியிருக்குமென ஊகிக்க முடியவில்லை. நீங்கள் இங்கு வரும்வரை இதுபற்றி யாருக்கும் சொல்லக்கூடாது என்றுதான் நினைத்திருந்தேன். எப்படி இந்த எண்ணம் எனக்கு உதித்தது என்று தெரிய வில்லை?" அவந்திகை நெற்றிமீது விரல்களால் அளைந்தாள். "இவ்விஷயம் முழுமையாக இன்னொருவருக்குத் தெரிய வேண்டும். சரி, அது நீங்களாக இருக்கட்டும். ஏனெனில், நீட்ஷனின் அண்மையிலே இருந்தும் இத்தனையையும் ஒருவரால் அவதானிக்க முடியாத அளவு எவ்வளவு சாமர்த்தியமாகப் பொதிந்திருக்குமென நீங்களே அறிவீர்கள்" ஆடைக்குள்ளிருந்து நாழிகைக்காட்டியை எடுத்துப் பார்த்தாள். பின்பு, "இனி நீங்கள் என்னைச் சந்திக்க வேண்டாம். நாளையிரவு படித்து முடித்ததும், அதற்குள் வாசித்துவிடுவீர்கள் என நினைக்கிறேன். பிறகு, உங்கள் அறையில் இருக்கும் இதே சட்டகத்துள் வைத்துக்கொள்ளுங்கள். நானே எடுத்துக்கொள்கிறேன்.

யாரிடமும் ஒரு வார்த்தையும் சொல்லிவிட வேண்டாம்." அவந்திகையின் குரல் கம்மிவிட்டது.

அவந்திகை கதவைத் திறந்து அனுப்பினாள். விடிந்திருக்க வேண்டும். ஆனால், வெளுப்பதற்கான அறிகுறிகள் இல்லாமல் இருந்தது வானம். காற்றில் ஒரு பொட்டு குளிர் இல்லை. அல்லது குளிரை உணரும்படியான உஷ்ணத்தை உடல் தாண்டிவிட்டதா, வியர்த்தது. குளிராடையைக் களைந்து கையில் பிடித்திருக்கும் குறிப்பேட்டின்மீது போட்டுக்கொண்டாள். கடுமையான வெப்பத்தை உள்வாங்கியதுபோல ஆடை சுட்டது. இப்படி ஒருநாளும் விடிகாலையில் இருந்ததில்லை. மழையோ காற்றோ இறங்குவதற்கு முன்பு மட்டுமே சீதோஷ்ணம் இதுமாதிரி உஷ்ணத்தை உமிழும். சுற்று முற்றும் பார்த்துக் கொண்டே தன் அறையை நோக்கி எமிலி வராந்தாவில் வேகமாக நடக்கத் தொடங்கினாள்.

குறிப்பு ஆறு
இறவா ஆத்மா

எமிலி யாமத்தின் மீதிப் பொழுதை உறங்காமல் வைத்திருந்ததுபோல அவந்திகையும் அறைக்கதவைச் சாத்திய பின்பு குறிப்பேடு கைமாறிய தெளிவில்லாமல் கண்பஞ்சடைத்தது மாதிரி அமர்ந்திருந்தாள். அறைக்கு வெளியே நீட்ஷன் நிற்பதைபோல உணர்வு எழ, எமிலி எழுந்து சென்று காற்றில் படபடத்துக்கொண்டிருந்த சன்னல் திரைச்சீலைகளை நன்றாக மூடிவிட்டு மெழுகுவர்த்தி இருக்கும் அலுமினியக் குடுவையுடன் கட்டிலில் அமர்ந்தாள். மடியில் அவந்திகை அளித்த கைப்பிரதி. சன்னமான வெளிச்சம். அவ்வளவாக வெளியே பரவாது. உடல் வியர்க்க ஆரம்பித்திருந்தது, அவந்திகை தன் உள்ளங்கையை மூடியும் திறந்தும் வெகுநேரம் பார்த்துக்கொண் டிருந்தாள். குறிப்பேடு இன்னும் அதே மெழுகெரியும் சட்டத்துக்கடியில் இருக்கும் உணர்வு அவளுக்கு. எமிலி அதை தீ நாவுக்கருகே வைத்து வாசிக்கத் துவங்கினாள். சங்கிலிபோன்ற வாக்கியத்தொடர்கள் எந்த அர்த்தத்தையும் அடையவிடாமல் கடைசிச் சொல்வரை இழுத்துச் சென்று வெளியேற்றியது. சற்றைக்கு முன்பு என்ன நடந்தது என்பதை அவந்திகையால் நினைவுகூர முடியவில்லை. ஆனால், நினைவில் எஞ்சியது, இத்தனை இரவுகள் கஷ்டப்பட்டுப் பிரதியெடுத்த நீட்ஷனின் குறிப்புகள் இப்போது தன் வசமில்லை என்பது மட்டும்.

சில சொற்கள் மட்டும் எப்போதோ கேட்ட ஞாபகத்தை எமிலிக்குக் கொடுத்தன. அவற்றைப் பற்றிக்கொண்டு திரும்பத் திரும்ப வாசிப்பதுவே அதனுள் நுழையும் வழியென முதலிலிருந்து மறுபடியும் தொடங்கினாள். மீண்டும் மீண்டும் நடந்த சம்பவங்களை நினைவுகூர்ந்தும் ஒருநிலைக்கு அப்பால் பின்னால் செல்ல மறுக்கிறது. உண்மை யில் பிரதியெடுத்ததைக் கொடுக்கும் மனநிலை

தனக்கு இருந்ததா? என அவந்திகை அவ்விருளுக்குள் அமர்ந்தபடி தன்னையே கேட்டுக்கொண்டாள். பூனி அப்போது அறைக்கதவுக்குப் பின்னாலிருந்து கத்தியது, கதவிற்கடியில் அதன் நிழல். ஆமாம், உரையாடல் முதலில் பூனையிலிருந்து தானே துவங்கியது. மீண்டும் வரிகள் எமிலியை நுழைய விடாமல் வெளித்தள்ளிக்கொண்டிருந்தன. அதன் சொற்களும் அக்கார்வையும் இடைவெளியின்றி மறுபடி மறுபடியும் முதல் வரிகளைப்போலவே எழும்புவதும் அடுத்தடுத்த பத்திகளின் துவக்கமும் சுழன்றுகொண்டே இருக்கும் அதே சந்தத்தை நினைவூட்டின.

நூலக அறையிலிருந்து நான் திரும்பியதை எமிலி நிச்சயம் பார்த்திருப்பாள். ஆனால், நேரடியாக எதற்கெனக் கேட்க முடியவில்லை. கேட்கவும் முடியாது. அதனால், நேரடியாக விசயத்தைத் தொடாமல் வேறு எங்கிருந்து தொடங்கினால் அப்புள்ளிக்கு வரமுடியும் என அவளுக்கு அது நன்றாகவே தெரியும். கண்டுபிடிக்க அவளிடம் எந்தத் துப்பும் இல்லை. அதாவது, அறைக்குள் வந்தபிறகு பொருள் நிச்சயமாகக் கண் பார்வையிலிருந்து மறைந்துவிட்டது. மறைக்கப்பட்டதை இனி வெளிக்கொணர முடியாது. ஆனால், மறையச்செய்தவர் கண்ணுக்கு முன்னால்தான் இருக்கிறார். ஆக, மறைத்தவரே அதற்கான தடயம்,துப்பு, சாட்சி எல்லாம். அது எங்கிருக்கிறதென அவரது வாயால் சொல்ல வைப்பதைத் தவிர வேறு வழியில்லை.

எமிலி இதைத்தான் பிரயோகித்திருப்பாள். அதுவும் பிரத்யட்சமாக இல்லை. ஓர் அனுமானம் மட்டுமே. மாயவித்தையில் எல்லாம் மறைந்தது போன்ற உணர்வு. அவந்திகை திடுக்கிட்டுப்போனாள். இனி என்ன செய்வது? கைமீறிப்போய்விட்டதா?, புரியவில்லை. எப்படிப் பிரதியை எமிலியிடமிருந்து திரும்பப் பெற முடியும்? நாளை இரவுக்குள் திருப்பித் தருவதாகக் கேட்டால்? நிச்சயம் தர மாட்டாள். ‘வாசித்து இன்னும் முடிக்கவில்லை, இரண்டு தினங்கள் ஆகும்’ எனக் காலக்கெடுவை நீட்டித்து அதற்குள் அதை என்ன செய்வதென யோசனைகளை முடிச்சிடத் தொடங்குவாள். ஒன்று, நீட்ஷனிடம் கையளிப்பது அல்லது அவளே வைத்துக் கொண்டு காணவில்லை என்பது. பிரதியைப் பலவந்தமாக வாங்க முடியாது. அவள் பிரயோகித்த அதே சாதுர்யங்களை இன்னும் சற்று கூடுதலாகக் காட்டித்தான் அதைப் பெற முடியும். உத்தியை எங்கிருந்து தொடங்குவதென அவந்திகை ஆராயத் துவங்கினாள்.

தீம்பு அல்லது பூர்வக்குடிகள் தம் ஸ்வாதீனத்தை இழந்த கதை

1

மேற்குத் தொடர்ச்சி மலைச்சரிவில் மனிதர்கள் ஊடுருவ முடியாத அடர்வனத்தினுள் தான் (கதா) புதளி பழங்குடிகளின் பூர்வ நிலம். அவர்கள்தான் பலையர், இருளர், சென்ச்சூ, ஹலக்கி எனக் கடலையொட்டி விரிந்து கிடக்கும் மலைக்காடுகளுக்குள் வாழும் பிற தொல்குடிகளுக் கெல்லாம் மூகுலத்தவர்கள். புதளி என்றால் காற்றை வணங்குபவர்கள். புதளியே லெமு என்கிற மூகுலத்தின் வழிவந்தவர்களில் மூன்றாவது பிரிவைச் சேர்ந்தவர்களெனப் புதளியின் தீம்புகள் (பெண்களை அப்படிச் சிறப்புற அழைப்பது வழக்கம்) கூறுவார்கள். மற்ற தொல்குடிகளெல்லாம் காலப்போக்கில் சமவெளிக் கலாச்சாரத்துடன் கரைந்துவிட, புதளியில் ஒரு பிளா (ஒரேயொரு குடி – 15 பேர்) மட்டும் இன்னும் லெமுவின் குலமரபைப் பற்றிக்கொண்டு கதாவனத்துக்குள் இருந்தனர். புதளிகள் உணவுக்காகவும் தற்காப்புக் காகவும் எந்த உயிரையும் வேட்டையாடுபவர்கள் கிடையாது. வில் அம்புகள் ஈட்டிகளை எடுப்ப தென்பது எதிரே இருக்கும் ஆத்மா தன்னை ஒப்புக் கொடுக்கும்போது மட்டும்தான் என்பார்கள். வேட்டையாடுபவர்களல்ல அதைத் தேர்ந்தெடுப்பது. மாறாக, வேட்டையாடப்படுவது தன்னை

தூயன்

ஆயுதம் முன்பாக அறிவித்துக்கொள்கிறது என்பது நம்பிக்கை. அதாவது, புதளிகளைப் பொறுத்தவரை மிருகங்களின் குலக்கடவுள் தாங்கள், உணவுக்காக வேட்டையாடுவது குலக்கடவுள் மீதான அச்சத்தை உருவாக்கும் (அவற்றிடம் குலப்பற்று இல்லை என்பதால் உணவுக்காக ஒன்றையொன்று வேட்டையாடுகிறது).

அதேசமயம், புதளிகளை அவ்வளவு எளிதாக யாரும் வீழ்த்த முடியாது. நிராயுதமாகவே அவர்கள் இருந்தாலும் ஸ்தூலமற்ற அரண் ஒன்றைச் சுற்றி எழுப்பியிருப்பார்கள். அது வெவ்வேறு நிலைகளில் அவர்களைச் சுற்றியிருக்கும். கோதை, கொண்டல், ஊலவை, ஊதல், வடந்தை, சூறை எனக் காற்றின் அத்தனை நிலைகளையும் அவற்றை உட்செரித்து வெளியிடும் சுவாசம், உஷ்ணம், அரி, சலனம் என மூர்க்கத்திலிருந்து மூச்சறிவது வரை ஓர் உயிரியின் எட்டுத்துளைகளையும் அவர்கள் அறிந்திருந்தனர். உண்மையில், புதளிகளின் தற்காப்புத் தந்திரம் அவர்கள் வணங்கும் காற்றில்தான் இருந்தது. மூதாதையர்கள் காற்றில் இருப்பதாகவும், அவர்களது மூச்சைக் காற்றில் உணர்வதாகவும் நம்பிக்கை உண்டு. அது அவர்களுக்கான செய்தியைக் காற்றில் வைத்திருக்கிறது.

ஒருமுறை புதளிகளைப் பற்றி அறிந்த ராஜபுத்திரன் ஒருவன் முகலாயராஜா ஒருவனுக்குச் சொல்லப்போக அவனும் எப்படி அவர்கள் காற்றில் தம்மை அறிகிறார்களெனத் தேடிக் கதாவனத்துக்குள் தன் படைகளுடன் நுழைந்தான். சப்தமும் வெளிச்சமும் வனத்தின் ஆழத்துக்கு இட்டுச்சென்று, காற்றுப் புகாத அவ்வடவிக்குள் மூச்சுவிடாமல் தவித்தபோது திடுதிப்பெனப் பேராகிருதியாக நுழைந்த காற்று அங்கிருந்து அவர்களை வெளியேற்றி எங்கு கொண்டு சேர்த்ததோ அவர்கள் திரும்பவேயில்லை.

இப்படியாக, தொலைந்த முகலாயராஜாவின் கதை பாரத வர்ஷமெங்கும் வனத்துள் இருக்கும் புதளிகள்மீதான அமானுஷ்யத்தைச் சரித்திரத்தில் எழுதி வைத்துவிட்டது. அதனால், சமவெளி மனிதர்கள் மூலம் புதளிகளுக்கு எந்தச் சிக்கலும் வந்ததில்லை. அப்படியே வந்தாலும் எதிர்கொள்வதற்குப் புதளிகள் அஞ்சியவர்கள் கிடையாது. ஆனால், புதளிகளுக்குப் பிரச்சனை அவர்களைப் போன்ற இன்னொரு தொல்குடிகள் மூலமாக உண்டானது.

2

கார்வார் வனத்தில் இருக்கும் ஹலக்கிகள் புதளிகளிடமிருந்து பலநூறு வருடங்களுக்கு முன்பே இடம்பெயர்ந்துவிட்டனர்.

சமவெளி வாசிகளுடனும் பறங்கியர்களுடனும் கலந்து தொல்குடிகளின் ஆதியின மரபுகளை விட்டொழித்து, புதிய கலாச்சாரங்களை உண்டு செரித்துக் குலக்குறிகள் ஏதுமின்றி வெறும் வனவாசியாக வாழ்ந்துகொண்டிருந்தனர். மேலும், தங்கள் நிலங்களின்மீது நடக்கும் வாணிகத் தலையீட்டுக்குத் தங்களையே தலைமையாக்கிக்கொண்டனர். அது ஒருவகையில் தங்களையும் தம் நிலங்களையும் காப்பாற்றும் நம்பிக்கை. இந்த நிர்ப்பந்தங்கள் சரி தவறு என்பதைத் தாண்டி வனத்துக்குள் மிகப் பெரிய ஆகிருதியாகத் தம் குலத்தை உணரச்செய்தது. வனத்துடன் இருப்பதற்கும் வனத்தின்மீது வாழ்வதற்கும் உள்ள வித்தியாசம்.

அப்படிச் சிலவற்றில் ஒன்றாகத் தேன் எடுத்து விற்கும் வணிகம் இருந்தது. பசுந்தேன் பொன்னிறத்தில் தங்கத்தை உருக்கி ஊற்றுவதுபோல ஹலக்கிகள் கை பட்டதும் மூங்கில் குடுவைக்குள்ளும் தோல்பைக்குள்ளும் நழுவி விழுந்துவிடும். பெரிய தங்கக்கூடாரம், இளகியிளகிக் கட்டிய வெண்பாறை அது. பாறையோ மரமோ அதனடியில் சிறு நடுகல்லை வைத்துவிட்டு மரவாத்தியத்தால் எழும் தொல்பாடலுக்குத் தேனீக்கள் தங்களை விடுவித்துக்கொண்டு ஆனந்தமாகக் கையளித்துவிட்டுக் கிளம்பிவிடும். ஹலக்கிகள் பறித்துவரும் தேனடைகளைப் பார்க்கும்போதே காம இச்சையைச் சுண்டி எழுப்பிவிடும் தோற்றம். முகரும்போது கற்பனைகளை மனதில் விரியச்செய்யும் மந்திரம். பருகியதும் காலத்தை உறைய வைக்கும் அபூர்வ உணர்வு என வெவ்வேறு விதங்களில் அதைச் சிலாகித்தனர். உண்மையிலேயே அது தேவாமிர்தமாகத்தான் இருந்தது. அதோடு காலங்காலமாகத் தேன் குடிப்பவர்களுக்கு ஆயுள் குன்றாதென்கிற நம்பிக்கை பறங்கியர்களிடம் உண்டு. இந்த நம்பிக்கையே பின்னாளில் பழிச் சுழலைப் பிடித்து இழுத்து வரச் செய்துவிட்டது.

எப்படியென்றால், ஹலக்கிச் சந்ததிகளில் சொற்பம் பலகீனமானவர்களும் இருந்தனர். அவர்களை நம்பி இப்பிரத்யேக வணிகத்தைக் கையளிப்பதும், அதேசமயம் வேறுசில தேனெடுக்கும் வனக்குடிகளிலிருந்து இவர்கள் தனித்துவமற்றுப் போய்விடும் சாத்தியமும் உண்டு. இந்த இரண்டும் ஹலக்கிகளை நிம்மதியிழக்கச் செய்தது. இதற்கு ஒரே வழி குலச்சின்னத்தைக் கைப்பற்றுவதுதான் என்கிற முடிவுடன் நூறு சித்தூரிகள் (ஹலக்கிகளில் ஆண்கள்) கூராணியும் வில் அம்புமாகத் துளு நாட்டிலிருந்து கதாவனத்துக்குக் கிளம்பினர். ஆண்டுகள் இரண்டானது அவர்கள் புதளிகளைச் சந்திக்கையில். அதாவது, அவர்கள் கிளம்பிய நான்காவது பௌணர்மியிலேயே கழிமுகத்தின் ஊடே சமவெளிநிலங்கள்

வழியாக வனத்துக்குள் நுழைந்துவிட்டார்கள், ஆனால் புதளிகள்தான் அவர்கள் நோக்கத்தை அறிந்து சந்திக்கும் காலத்தைத் தள்ளிக்கொண்டுவந்தனர். ஹலக்கிகளின் எண்ணத்தை அனுமானித்துக் குலச்சடங்கு மூலம் எதிரியின் மனோநிலைகளைத் திசை பிசகச் செய்யும் வழிகளைப் பிரயோகித்து, ஒவ்வொருவரையும் கதாவனத்துக்குள் தனியாகப் பிரித்துத் தொலையச் செய்துகொண்டிருந்தார்கள்.

அதில் மொத்தம் ஏழு நிலைகள். எதிர்மனதை ஒன்றில் நிலைக்கவைக்கும் பிம்பநிலை. அதாவது, ஒருவன் பார்த்துக் கொண்டிருப்பது மெய்யில்லை, ஆனால் அதை மெய்யென நம்பவைக்கும் செயல். இரண்டாவது, வளித்தடம். மனம் குவியத் தொடங்கிய பிறகு பிம்பம்வழியாக அவனுக்கும் அதற்குமான உறவை மூச்சால் கட்டிவைப்பது. மூன்றாவது, மனம் ஒன்றைக் கண்டதும் துணுக்குற்று பின் அடங்கத் தாமதமாகும். அக்கால இடைவெளிக்குள் அதன் பாய்ச்சல் ஆயிரம் காதத்துக்கு அலையும். அதைக் கட்டிப்போட்டு அத்துணுக்குறலைச் சாந்தமாக்கும் காலஅவகாசம் இது. நான்காவது, ஆன்மா மூச்சின் வழியாக ஸ்தூல உடலைத் தாண்டி வெளியே எட்டிப்பார்க்கும் கூடுடுடை நிலை. கண்ணுக்கு முன்னால் இருக்கும் பிம்பத்தைத் தன் உயிர்வளி உறவாடத் துவங்குவது. ஐந்தாவது, ஸ்தூல உடலிலிருந்து ஆன்மா இறங்கி பிம்பத்துடன் இணைந்துவிடுகிறது. ஆனால், உடலுக்குள் இன்னும் ஓர் ஆன்மா இயங்குகிறது. பிம்பத்தில் இருக்கும் ஆன்மாவுக்கும் உடலில் இருக்கும் ஆன்மாவுக்குமான உரையாடல்நிலை இரட்டைத்தலை நிலை. ஆறாவது, இரண்டும் ஒன்றையொன்று மோதும் கிலேச நிலை. இதற்குள் இன்னும் ஐந்து பகுதிகள் உண்டு இரட்டை ஆன்மாக்களுக்கு இடையான ஈரப்பு, கோபம், புறக்கணிப்பு, பொறாமை, பெருமை. இந்த இரண்டு ஆன்மாக்களுக்கும் பெயர், ஒன்று தந்தை, இன்னொன்று மகன்... ஒன்று தாய், இன்னொன்று மகள். ஒன்று, பாலுணர்வைச் செரித்து வளர்ந்தது, இன்னொன்று அதைப் பருகத் தொடங்கி யிருப்பது. ஒன்று குலச்சின்னம், இன்னொன்று குலவிலக்கம். இருள்–வெளிச்சம். ஓடும்–பறக்கும். நிலம்–வானம். உயிர்–மரணம். சப்தம்–அமைதி. நோய்மை–இறவாமை. யோனி–லிங்கம். ஏழாவது, கூண்டடைதல். இரண்டில் ஒன்று பிறிதொன்றை அடக்கிக் கூண்டில் அடைத்துவைக்கும். குலச்சடங்கில் எந்த ஆன்மா கூண்டுக்குள் அடையும் எனத் தெரியாது. எது எதை மீறியெழுகிறதோ அதுதான் ஒன்றை அடிமைப்படுத்தும். சடங்கு இரண்டிலொன்றை உருவாக்குவது மட்டும்தான். ஆனால், ஆறாவது நிலையில் இரண்டும்

மோதும்போது புறச்சூழலால் ஆன்மாவைச் சீண்ட முடியும். ஆதலால், சடங்கு யாரும் காணாதவாறு மரக்கூடுக்குள்ளோ பாறைப் பொந்துக்குள்ளோ நிகழும். சடங்கு பூர்த்தியானவர்கள் பிறகு எப்போதும் ஒரே ஆன்மாவுடன் மட்டும்தான் இருப்பார்கள். இரண்டாம் ஆன்மாவைப் பற்றிய பிரக்ஞை இருக்காது. அதன் உறக்கம் சீந்தாநிலைக்குள் போய்விடும். ஆனால், எக்கணத்திலும் அதைத் தூண்டும் சக்தி, சடங்கில் இசைத்த பாடல் வரிகளால் முடியும். எழுப்பும் அவசியம் வாய்த்தால் ஒட்டுமொத்தமாக அத்தனையையும் விழிக்கவைக்க சாங்கித்யார்களுக்குத் தெரியும். அக்கணம் அவை ஆங்காரத்துடன் பாய்ந்து தன் குகைக்கு முன்னால் இருப்பவற்றைக் கொன்றழித்துவிடும். அதன் குரூரம் அசாதாரணமானது. பசி ஆலோகலமாக ஒலிக்கும்.

தொலைந்த ஹலக்கிகளுக்கு வனத்தடம் புலப்படவில்லை. மாறாக, சிங்கத்தின் நடமாட்டமும் ஈசல்போல சிங்கவால் குரங்குகளின் பெருக்கமும் மிச்சம் வைத்திருந்த சமாளிக்கும் திராணியைத் தீர்த்துவிட்டது. ஒரு கட்டத்தில் வந்தவர்களில் நான்கு பேர்கூட எஞ்சவில்லை. உயிர் பிழைத்துத் திரும்பிப் போகவும் வழி தெரியாத வகையில் அடவிக்குள் காற்றின் சப்தம் அடியெடுத்து வைக்கவிடாமல் குழப்பியது. ஹலக்கிகளுக்கும் காற்றின் திசை பரிச்சயம்தான் என்றாலும், அங்கு அவர்களின் கணிப்புகள் தவறாகின. உண்மையில் அவர்கள் சிக்கியிருந்தது புதளிகளின் மாயக்கூண்டுக்குள்.

உள்ளே நுழைந்த நான்கு பேரும் எடுத்துவைக்கும் ஒவ்வோர் அடியும் தனித்தனிக் கூண்டுக்குள் தங்களை நுழைய வைத்துத் தொலைத்துவிடுமென அமைதியாக நின்றுவிட்டனர். எஞ்சிவர்களை மொத்தமாக அழிக்கும் முடிவுக்கும் புதளிகளால் வரமுடியவில்லை. காரணம், ஒருபோதும் ஆயுதத்தால் பிறிதொரு குடியை அழிக்கும் பாவத்தைச் செய்வது மரபில்லை எனக் காத்திருந்தனர். ஒருவகையில் ஹலக்கிகளுமே அவர்களுடைய வித்தின் தோன்றல்கள்தான். எனவே, எஞ்சியவர்கள் குலநாசம் கண்டுவிடாதிருக்க அவர்கள் வேண்டுவதைத் தர (லெமுவின் லச்சினையைத் தவிர) புதளிகள் சம்மதித்தனர்.

ஹலக்கிகள் நான்கு பேரும் ஒரே தொனியில், "உங்களின் தீம்பு ஒருத்தியை எங்களுக்குக் கொடுங்கள்" என்றனர். புதளிகள் திடுக்கிட்டுப்போனார்கள். தீம்புகள் நெஞ்சில் கைவைத்து 'ஹொ' வென்றனர். ஏனெனில், மொத்தப் புதளிகளில் அன்று இருந்தவர்கள் நான்கு தீம்புகளே. அதில் மூன்று பேர் வயதேறி ஒருத்தி மட்டுமே எஞ்சியிருந்தாள். குலம் தழைக்க அவர்களிடமிருந்தது அந்த ஒரே தீம்புதான். அவள் அதற்கு

தூயன் 169

ஒப்புக்கொள்ளவில்லை. பதிலாக அவ்விடத்திலேயே கழுத்தையறுத்து உயிரை மாய்த்துகொள்வேன் என்றாள். ஹலக்கிகள் தீம்புவைப் பெற்றுக் குலப்பாவத்தை நீக்கிக் கொள்கிறோம், இல்லையெனில் நால்வரையும் கொன்றழியுங்கள் என்றனர். நடக்கப்போவதெல்லாம் புதளிகளுக்கு நன்றாகத் தெரிந்தது. இரண்டிலொன்று முடிவெடுப்பதைத் தவிர வேறு வழியில்லை. இருந்த ஒரேயொரு தீம்புவை அனுப்பிவைத்து, இனி பார்க்கவும் வரப்போவதில்லையென மறுத்துவிட்டார்கள்.

3

கதாவனம்போல அல்ல ஹலக்கிகளின் கார்வார் நிலம். கழிமுகத்துக்கு அருகே உள் மடிப்புகளாகக் கொண்ட செம்பாறைகளையும் விரல் தொடும் பட்டாம்பூச்சிகளையும் வனமுழுக்க பூத்துக் குலுங்கும் மலர்களையும் கொண்டது. எந்நேரமும் வண்டுகளின் ரீங்காரம். பார்வை நகரும் இடங்களிலெல்லாம் கரும்பிறையெனத் தொங்கும் தேன்கூடுகள். வானில் ஈசல்போலப் பறக்கும் பறவைகள். ஆனால், இவை யெதுவும் தீம்புவை வசீகரிக்கவில்லை. கார்வாருக்கு வந்த இரண்டாம்நாள் ஹலக்கியில் ஒருவனுக்கு மணம் முடிக்கப்பட்டாள். உண்மையில் அப்படியொரு திட்டத்தை அவர்கள் வைத்திருப்பார்களென நினைத்துக்கூடப் பார்க்க வில்லை. தன்னைப் புதளியின் குலச்சின்னமாகத்தான் பெற்றுக் கொண்டதாகவும், அதற்கு அவள் ஒப்புதலளித்தால் போதும் என்பதும்தான் கோரிக்கை. அதோடு புதளிகளில் தீம்புகள் யாரும் மணம்புரிய தாயகத்தைத் தாண்டுவது கிடையாது. அப்படி எதுவும் (அதுவரை ஒன்றும் நடந்ததில்லை) நடந்தால் அவள் தீம்புவை உதிர்த்துக்கொள்வது குலவழக்கம். கடைசித் தீம்புவான தன்னை மணம் புரிய புதளியில் ஆண் இல்லை என்பதால் கடலுக்கப்பாலிருந்து லெமு ஒருவன் வருவானென்கிற விதியுடன் இருந்தாள். அவன் தங்கள் குலம் தழைக்கும் வித்தை ஏந்தியவன், அது நிச்சயம் இன்னொரு தீம்புவாகவே இருக்கும் என்கிற கற்பனையும் லெமுக்காகத் தீம்புகளைத் தேடி அவன் புறப்பட்டுவிட்டான் என்கிற நம்பிக்கையும் வந்துசேர்ந்த இரண்டாம் நாளில் கழன்றுபோயின. தீம்புவின் இருப்பை ஹலக்கிகள் வெற்றிக்குறியாகக் காட்டிக்கொண்டார்கள்.

ஒவ்வொருநாளும் அவள் காற்றின் திசையை உற்றுக் கவனித்தவாறு ஒரு குருடி போல அமர்ந்திருந்தாள். தொல்குடி அழிந்த அவர்களின் மரபுகளும் வழக்கங்களும் அருவருப்பையும் அச்சத்தையும் கொடுத்தன. தன் தந்தையைத்தவிர பிறிதொருவரைத் தலைவனாக, கணவனாக இருந்தாலுமே ஏற்றுக்கொள்ள

மனம் ஒப்பவில்லை. ஹலக்கிக்குடிகளுக்குள் சமவெளியாட்களும் பறங்கியர்களும் இயல்பாக நடமாடிக்கொண்டிருந்தனர். எந்நேரமும் வெவ்வேறு விழிகளால் தான் உண்ணப்படுவதாக எண்ணினாள்.

நாளாக ஆகத் தாயகத்தின் மீதான தவிப்பும் எண்ணங்களும் அதிகரித்தன. தன்னை மீட்க லெமுவோ அல்லது தந்தையோ விரைவில் வருவார்களெனும் நம்பிக்கை அதிகரித்ததே தவிர குறையவில்லை. ஒருபக்கம் ஹலக்கிகளின் ஸ்தூல இருப்பு, இன்னொருபுறம் புதளிகளுடன் இருக்கும் கற்பனை. ஒன்று சரீரத்தால், மற்றொன்று சூட்சமத்தால். கொஞ்சநாள் இந்த இரட்டை வண்ணங்களுக்குள் உழன்று திளைத்தாலும் ஆழத்தில் ஒரு நடுக்கமும் அர்த்தமின்றிக் கண்ணீர் சொரிவதும் நிற்கவில்லை. தன் இருப்புமீதான வெறுப்பையும் கசப்பையும் அடக்கிக்கொண்டாள். கண்களை மூடி சுவாசத்தை உற்றுகவனித்தபடி நாட்கள் நகர்ந்தன. கட்டியவனின் உஷ்ணமேறிய வெளிச்சுவாசம் சரீரத்தில் எந்நேரமும் ஆடையாகக் கொதித்தது. தன் தந்தையின் வாசனையை நாசி விட்டகலாது பிடித்துக்கொண்டிருந்தாள். வனம் முழுக்கக் கமழும் பூமணத்தில் அது மெல்லக் கரையத்தொடங்கியது. மீண்டும் மீண்டும் அதைத் தேடி மோதித் திரும்பினாள். ஒவ்வாத சூழலும் சப்தங்களும் பார்வைகளும் வெளிச்சமும் மணமான ஒரு வருடத்துக்குள் கிழப்பருவம் எய்திய உருவத்துக்கு மாற்றிவிட்டது. முலைகள் சுருங்கியும் நிதம்பம் உள்ளொடுங்கியும் இளமை அழிந்து ஆத்மா அற்ற வெறும் ஆக்கை மட்டுமே இருந்தது.

இதே சமயத்தில் ஹலக்கிக்குடிகளுக்குப் பிரச்சனை வேறொரு ரூபத்தில் வந்தது. தேனெடுக்கத் தினம் வனத்தின் ஆழம் வரை செல்பவர்கள் தேன்கூடுகள் தென்படவில்லை எனத் திரும்பினார்கள். ஆச்சர்யம்தான். மொத்தக்குடியும் பாறையுச்சி, மலைக்குகை, வானுயரமரங்கள் எனத் தேடிச்சலித்தது. ஒரு வெற்றுக்கூடுகூட இல்லை. முதலில், தேன் திருடப்படுவதாகத்தான் சந்தேகித்தனர். அப்படி யாரும் அடவிக்குள் நுழைந்து திருட முடியாது. ஆக, காட்டில் இருக்கும் பட்சியோ மிருகமோ தேனைக் குடித்திருக்கலாம். அப்போதும் தேனடை எங்கும் சிந்தவில்லை. சித்தபிரமையானதுபோல் இருந்தது. ஒரு கூட்டம், முன்பு கூடுகள் இருந்த இடத்தின் மரத்தடிகளிலும் மலையடிவாரங்களிலும் மிருகத்தின் தடம் அல்லது எறும்புக்கூடுகள் கிடக்கிறதா எனத் தேடினார்கள். இன்னொரு கூட்டம், கரடிகளை வேட்டையாடச் சென்று வெறும் கையுடன் திரும்பியது. பறங்கி வியாபாரிகளுக்குப்

பதில்சொல்ல முடியவில்லை. தேன் பஞ்சம் துளுநாடு முழுவதும் காட்டுத்தீப்போலப் பரவியது. தினமும் உச்சியை அண்ணாந்து கழுத்தொடிந்துபோனார்கள். ஆனால், அடவியெங்கும் தேனீக்கள் விடாது பறந்து திரிந்து கொண்டுதான் இருந்தன. மீந்த தேனடைகளுடன் வாத்தியத்தில் ஒலி எழுப்பித் தேனீக்களை வரவழைத்தாலும் சிலகணம் தொட்டு நின்ற பிறகு விலகிப் போய் விடுகின்றன. எந்த மலர்களையும் அவை சீந்துவதில்லை. வெறுமனே வட்டமிட்டுக் கலைந்து விடுகின்றன.

ஹலக்கிகள் ஒன்றும் புரியாமல் குழம்பிப்போனார்கள். ஒவ்வொரு வண்டாக உற்றுக்கவனிக்க ஆரம்பித்ததில் எதன் கால்களிலும் மகரந்தத்தூவல் இல்லை. வனம் முழுக்க விஷக்காற்று பரவியிருக்கும் என்றும் மலர்களில் இறங்கியிருக்கலாம் எனவும் ஊகித்தனர். அப்போது அவர்கள் கண்ணுக்கு முன்னால் இருந்தது கிழம்போல கிடந்த தீம்புதான்.தன் சுவாசத்தை அடக்கிக் காற்றில் நஞ்சூட்டியிருப்பாள் என்கிற முடிவுக்கு வந்தனர்.

இந்தச் சமயத்தில்தான் தீம்பு மலந்தியைப் பெற்றெடுத்தாள். குலநாசம் கண்டதாக ஹலக்கிகள் யாரும் தீம்புவையும் சிசுவையும் தீண்டவில்லை. உடல் முழுக்க மரப்பட்டைகள் பூத்து, நாற்றத்துடன் நீர் வடிய நான்குவாரம் பிரக்ஞையற்று இறக்கையில் அவளுக்கு வயது நூறுபோல. ஹலக்கிகள் அரண்டுபோய்த்தான் அவளது உடலைச் சுற்றி நின்று பார்த்தனர். அவர்களறிந்து யாரும் அப்படியொரு உருநாசத்தைக் கண்டிருக்கவில்லை. குழந்தை என்னவோ சுகமாகத்தான் ரத்தமும் கர்ப்பநீருமாகக் கிடந்தது. தலைதூக்கத் தெம்பில்லாமல் விழிகளை அகல உருட்டி அக்கன்னங்கரிய சிசுவைப் பார்த்தாள். அது முலை சப்பிய சிலகணத்தில் கெட்டித்து இறுகிப்போன சூசுகம் ஈறுதசை பட்டதும் அவள் உயிர் நீங்கினாள்.

சிசுவை சிருக்கச்சியிடம் (சிருக்கச்சி ஹலக்கிக்குடிகளின் மூதாய். பார்வை கிடையாது.) கொடுத்து வனத்தைத் தாண்டி அனுப்பிவைத்தார்கள். அவளுக்கு வயது கிடையாது. நூற்றி ஐம்பது வரை இருக்கலாம். அம்மா இறந்த பின்பு மலந்தி எப்போதும் சிருக்கச்சியுடன் தன் பூர்வக்கதைகளைக் கேட்டபடி குலவித்தைகளைக் கற்றுப் பொழுதைக் கழித்தாள். அவள்தான் கிழவிக்கு விழி. தன் தாயின் பெருமூச்சு அவளையும் ஒட்டிக்கொண்டது. ஆனால், அது தீம்புவின் ஏக்கமாக இல்லாமல் குழந்தையின் விளையாட்டுத்தனமாக இருந்தது.

ஏன் புதளிகள் தீம்புவுக்காகக் குலச்சின்னத்தை ஹலக்கிகளுக்குக் கொடுத்திருக்கக்கூடாது? ஹலக்கிகள் ஏன் பிறிதொரு குடிப்பெண்ணை தம் குலத்துக்கானவளாக

நடத்தியிருக்கக்கூடாது? அவளுடைய விருப்பத்தை இரண்டு குழுக்களும் ஒருகணமேனும் செவி மடுத்திருக்கலாம். இளம்தீம்புவை இழப்பதைவிட வேறென்ன வேண்டும் குலமரபை அழித்துக்கொள்வதற்கு? ஹலக்கி வனத்தில் தேன்கூடுகள் வளராததற்குத் தீம்புவின் சுவாசம்தான் சாபமா? கிழவியால் எந்தக் கேள்விக்கும் விடையளிக்க இயலவில்லை. மாறாக, ஒரு பதிலை மட்டுமே கூறினாள். 'ஏங்கி இறந்துபோன தீம்புவின் மிச்சக் காலத்தை நீ அவளுக்குக் கொடு'. குழந்தைக்கு அது என்ன என்று புரியவில்லை.

கிழவியின் மரணம் சீக்கிரமே நிகழ்ந்தது. அப்போது மலந்திக்கு ஆறுவயது. அவள் இறப்பாளென்று குழந்தை நினைக்கவில்லை. குலச்சின்னம்போலக் கிழவின் இருப்பு தைரியத்தையும் நம்பிக்கையையும் அவளுக்குள் வைத்திருந்தது. அவள்கூறிய வித்தைகளும் சடங்குகளும் எந்நேரமும் செவிக்குள் ரீங்கரித்துக்கொண்டிருந்தன. எங்கு போவதென விளங்காமல் மீண்டும் ஹலக்கிகளிடம் போய் நின்றாள். தங்கள் வனம் முழுவதிலும் இருந்த தேன்கூடுகளைக் கண் மறையச் செய்துவிட்ட கோபத்தையும் சீந்தாமல் தினம் பூக்கள் வதங்கி வீழும் சாபத்தையும் வைத்திருந்தவர்கள் குழந்தையைக் கண்டதும் அடித்து விரட்டிவிட்டனர். புதளிகளோ எங்கிருக்கிறார்கள் என்றே தெரியவில்லை. போக்கிடமில்லாமல் ஹலக்கிக் குடிகளையே சுற்றிக்கொண்டிருந்தாள். சிருக்கச்சியிடம் கேட்ட கதைகளைக் கூறி அங்கிருந்த சிறு பிள்ளைகளிடம் ஒட்டிக்கொண்டவளை இரவோடியிரவாகத் தூக்கிவந்து தேவாலய வாசலில் ஒப்படைத்துவிட்டு மறைந்தார்கள். கிழவியிடம் கேட்ட கதைகளுடன் தன் ஆறு அகவைவரை கூடவே இருந்த மலந்தியை உதிர்த்துவிட்டு எமிலியிடம் அடைக்கலம் புகுந்துகொண்டது அக்குழந்தை.

இறுதிக் குறிப்பு
முடிவற்ற சுழல்

1

அவந்திகை கொடுத்த கைப்பிரதியை எமிலி வாசிக்கவில்லை. அவளால் சில மணி நேரங்களுக்கு முன்பு நடந்த உரையாடலிலிருந்து இன்னும் விடுபட முடியாமல் அவந்திகைக்கான பதில்களைக் கேள்விகளாகச் சமைத்துக் கொடுத்துக் கொண்டே இருந்தாள். தலைக்குள்ளிருந்து சொற்கள் விழுந்து கொண்டிருந்தன. அறைக்குத் திரும்பிய பிறகுதான் பேச மிச்சமிருந்தவற்றை அறிந்தாள். அதேசமயம், அவந்திகையை மட்டு மல்ல யாரெல்லாம் தங்கள் சொற்களின்மேல் அதீத நம்பிக்கை கொண்டிருக்கிறார்களோ அவர்கள் அதை உண்மையென நிரூபிக்க, நியாயப்படுத்த நிச்சயம் மெனக்கெடுவார்கள். அதைத் தர்க்கத்துடன் கட்ட எல்லாவற்றை யும் கட்டமைப்பார்கள். தம் பலவீனத்துக்கு எதிரானவர்களிடமிருந்து விலகியிருப்பார்கள். அவந்திகையும் அப்படி ஒருத்தி. ஏன் அவந்திகை நீட்ஷேனின் நூலைப் பிரதியெடுத்துக்கொள்ள வேண்டும்? ஒரே இரவில் திருடிச்சென்றிருக்கலாம் அல்லது அதை எரித்திருக்கலாம். ஆக, நீட்ஷேனின் நூலை அழிப்பது அவளுடைய திட்டமல்ல, பிறகு ஏன் பிரதியெடுத்தாள்? நூலுக்கும் அவளுக்கு மான சம்பந்தம் எத்தகையது? எழுதியவனுக்கும் நூலுக்குமான உறவைவிட வாசிப்பவனுக்கும் நூலுக்குமான உறவு நுண்மையானது.

சில கணங்கள் எமிலி கண்களை மூடியபடி அமர்ந்திருந்தாள். குளிரில் விரல்கள் நடுங்கிக் கொண்டிருந்தன. சற்றைக்கெல்லாம் வெப்பமும்

குளிருமாக சீதோஷ்ணம் மாறிவிட்டிருந்தது. கனத்த மௌனத்தில் இருந்தது அறை. விடிந்திருக்க வேண்டும். ஆனால், இன்னும் இரவு நீள்வதைப்போல வெளியே துளி வெளிச்சம்கூட விழவில்லை. சுவரில் இருந்த கடிகாரத்தின் முன் விளக்கைக் கொண்டு போனாள். அது இரவு ஒரு மணியைக் காட்டி நகராமல் நின்றுவிட்டிருந்தது. உறக்கம் வராமல் நேற்றிரவு அறைக்குள் இருந்த நேரம். வெளியே செல்லாமல் இருந்திருந்தால் இவை எதையும் கண்டிருக்க முடியாது. எப்போதும்போல சிறிது நேரம் புரண்டுவிட்டு நீர் அருந்திய பின் உறக்கம் வந்திருக்கலாம். அல்லது பூனை கத்துவதைக் கண்டுகொள்ளமல் விட்டிருக்கலாம். அது தினமும் இப்படித்தானே கத்துகிறது. எங்கோ எனை அழைத்துச்சென்றது பிறகு மறைந்துவிட்டது. அங்கிருந்து பார்த்தபோதுதான் அவந்திகை தெரிந்தாள். ஒவ்வோர் இரவும் அவளும் விழித்துக்கொண்டு யாருக்கும் தெரியாமல் நூலைப் பிரதியெடுத்திருக்கிறாள். ஏன் அது தனக்காக அவளே எழுதிக்கொண்டதாக இருக்கக்கூடாது? தன்னுடைய குழப்பான கடந்தகாலத்திலிருந்து விடுபடத் தேர்ந்தெடுத்த உத்தியாகவும் இருக்கலாம். நூலைப் பிரதியெடுப்பதன் மூலம் இழந்த எதையோ மீட்பதாகவும் பழிதீர்க்க நீட்ஷனை அக்கதாபாத்திரமாக மாற்றிப் பார்ப்பதற்குக் கிடைத்த ஒரு வாய்ப்பாக்கவும் சாத்தியம் உண்டுதான்.

எமிலி குறிப்பேட்டை எங்காவது மறைத்து வைப்பதென முடிவெடுத்தாள். யார் கண்ணிலும் படாமல் இருக்க வேண்டும். அதன் இருப்பைச் சுற்றி நடக்கவிருக்கும் சூழ்ச்சியிலிருந்து கொஞ்ச காலத்துக்கு அது மறைந்திருப்பதே நல்லது. ஆனால், எந்த அறையையும் 'மறைக்கும் இடமாக'த் தேர்ந்தெடுக்கக் கூடாது. மறைக்கக்கூடிய இடம் என எதுவுமில்லை, எது மறைந்து கொள்கிறதோ அது இன்னொன்றால், எந்த வழியிலாவது கண்டுபிடிக்கப்படும். அல்லது காட்டிக் கொடுக்கப்படும். எனவே, இது அலைந்துகொண்டோ சுமந்துகொண்டோ இருக்கக்கூடிய வஸ்துவினுள் ஒளிந்திருப்பதுதான் சரி.

ஆமாம், உண்மையில் அவந்திகை இக்குறிப்பேட்டைச் சட்டகத்தில் மறைக்காமல் கைகளுக்குள் வைத்திருந்தால் ஒருவேளை அவளது பிரக்ஞையிலிருந்து என்னால் எடுக்க முடியாமல் போயிருக்கலாம். ஆக, குறிப்பேடு யாராவதொருவரின் கையில் மறைந்திருப்பதுதான் உசிதம். நிச்சயம் தான் அப்படியொரு வஸ்துவாக மாறப் போவதில்லை என்பதில் எமிலி உறுதியாக இருந்தாள்.

2

வெளியே கதவு தட்டப்பட்டது. வெகுநேரமாக யாரோ தட்டிக்கொண்டிருக்க வேண்டும். கதவைத் திறந்தாள். நஞ்சுண்டன்கிழவர் நின்றுகொண்டிருந்தார். கோணிச்சாக்கால் தலையில் முக்காடிட்டபடி கையில் அரிக்கனும் ஓலைப்பாயும். தரையில் வைத்துவிட்டு முகத்தைத் துடைத்து ஆசுவாசமானார். வெகு நேரமாகத் தேடுவதாகவும், இரண்டு முறை இங்கு வந்து அறைக்குள் தேடிப்பார்த்துவிட்டுப் போனதாகவும் மோவாயைத் தொட்டு நெற்றியைத் தேய்த்தார். "என்ன விசயம்? ஏன் வெளியே வானம் மூண்டிருக்கிறது, மழை வருமோ" எமிலி கேட்டாள். அவரும் மிரண்டிருப்பதாகத்தான் தெரிவித்தார். இன்றைக்கு முழுக்கக் காற்றும் மழையும் அடித்துக்கொள்ளப் போகிறது. உங்களுக்குத் தேவையானதையெல்லாம் பத்திரமாக எடுத்துக்கொள்ளுங்கள் என்று அரிக்கனைக் கொடுத்தார். எமிலி அதை வாங்கிக்கொண்டதும் அவர் தன் இடுப்பிலிருந்து பித்தளைக் குப்பியை எடுத்து சுருட்டப்பட்டிருந்த வெற்றிலையை வாயில் அதக்கியபடி கீழே அமர்ந்தார்.

எமிலி உள்ளே வந்ததும் குறிப்பேடு மறைத்து வைக்கச் சரியான இடம் கிடைத்துவிட்டதாக எண்ணினாள். குருமார்களின் பழைய சதுரக்குல்லாய் ஒன்று அலமாரிக்குள் இருந்தது. அதனுள் வைத்து நூலால் சுற்றி எடுத்துக்கொண்டு கதவைத் திறந்தாள். இழுத்துத் தள்ளுவதுபோல காற்று உடைகளுக்குள் புகுந்து வெளியேறியது. நஞ்சுண்டன் சிரமத்துடன் எழுந்தார். அவர் நிற்பது தெரியவில்லை. 'இன்றைக்குப் பகல் முழுக்கவும் இருண்டுதான் இருக்கும். நாளை காலைவரை யாரும் அறைக்குள் இருக்கவேண்டாம்' என நீட்ஷன் கண்டித்திருப்பதாகக் காற்றின் திசையைக் காட்டிக் கிழவர் சைகை செய்தார். மேலும் எதையோ கூற யத்தனிப்பதற்குள் சன்னல் கண்ணாடிச் சட்டம் உடைந்துவிடும் அளவுக்கு மழைத் தூறல்கள் விழுந்தன. காற்று பெரும் ஓலத்துடன் மோதியது. சீக்கிரம் வாருங்கள் என்றார். கீழே எக்கிப் பார்த்தாள். திருப்பலி பீடத்தருகேயுள்ள திண்ணையில் ஒரு பெரிய வெண்கலக் கிண்ணத்தினுள் நெருப்பு எரிய அதற்கு முன்பு மிஷனில் இருப்பவர்கள் அத்தனை பேரும் அமர்ந்திருந்தனர். அவந்திகை அக்கூட்டத்துக்குள்தான் எங்காவது இருப்பாள் அல்லது ஏதோவொரு அறைக்குள்ளிருந்து தன்னை நோட்டமிடலாம்.

நஞ்சுண்டன் விளக்கைத் தன் முகத்துக்கருகே காட்டி, நீங்கள் கதை கேட்கப் போகவில்லையா? ஆப்ரஹாம் சொல்லிக்கொண்டிருக்கிறான் என்று கீழே நடப்பதைக்

காட்டிவிட்டுத் தனக்குத்தானே சிரித்தார். சட்டென அவரை நிறுத்தியவள், அவர் எப்போதும் இடுப்பில் கட்டியிருக்கும் தோல்பையைக் காட்டி, “ஐயா பைக்குள் பத்திரமாக இதை வைத்திருங்கள். பிறகு, வாங்கிக்கொள்கிறேன். எங்கும் வைத்துவிட வேண்டாம். உங்களுடனே இருக்கட்டும்” என்றாள். அவர் என்னவென்பதுபோல வாங்கினார். “விவிலியம்தான் ரொம்பப் பழையது. பத்திரம். நான் எங்காவது மறந்து வைத்துவிடுவேன்.” எமிலியால் நஞ்சுண்டனுக்கு விளங்கும்படி அவசரமாக சமிக்ஞை காட்ட முடியவில்லை என்றாலும் கிழவர் ஒருவழியாகப் புரிந்துகொண்டு தோல்பையில் வைத்து அதன்மேல் துண்டைச் சுற்றி இடுப்புடன் கட்டிக்கொண்டு கீழிறங்கிச் சென்றார். அவர் போவதையே சில நிமிடங்கள் பார்த்துக்கொண்டிருந்தாள்.

விடியும்வரை யாரும் கண் துஞ்சவில்லை. கணப்பு முழுதும் அணைந்துவிட்டது. எரிவதற்கு எண்ணெயும் திரியும் போதுமான அளவு இருந்தும் எல்லாம் நமுத்திருந்தன. காற்றின் வீரியம் அதிகமாகிக்கொண்டே போனது. ஒருகணம் விடுவதும் மறுகணம் ஓங்கி அறைவதுமாக. இருளுக்குள் இருந்தவர்கள் ஓவெனக் கத்திக்கொண்டிருந்தார்கள். மிக நீண்ட மின்னல் வெட்டொன்றில் மிஷனுக்கப்பால் மரங்கள் நிலத்தோடு பிடுங்கியெறியப்படும் காட்சிகள் கண்ணில் பட்டு மறைந்தன. இறுகச் சாத்தியும் உள்ளே அத்தனைபேரும் நனைந்து போய்விட்டனர். கீழ்த் தளத்தில் சிலர் நீட்ஷனுடன் சேர்ந்து மன்றாடினார்கள். சற்றைக்கெல்லாம் உச்சரிப்பு மிஷன் முழுக்க ஒலிக்கத்தொடங்கியது. இப்படி ஒருபக்கம் என்றால் இன்னொரு பக்கம் மறுபடியும் மறுபடியும் தலைக்குள் உழன்றுகொண்டிருக்கும் ஆப்ரஹாம் கூறிய சாபக்கதையை மறக்க முடியாமல் சிலர் தங்களையே நாராசமாகத் திட்டிக்கொண்டனர். வானில் பேரொலியுடன் ஆயுதங்கள் மோதுவதுபோன்ற இடி எழ, சட்டென மிஷன் கட்டடம் நடுங்கி அடங்கியது. அக்கணம் கட்டடம் இன்னும் உயிருடன் இருக்கிறதா என்று எண்ணத்தோன்றிற்று. சன்னல் திரைச்சீலைகள் அத்தனையும் கட்டடத்தைத் தூக்கிப் பறக்க யத்தனிப்பதுபோல தடதடவென அடித்துக்கொண்டிருந்தன. இப்போது இப்போது என ஒவ்வொருவரும் கைகளைக் கூப்பியவாறு பிரார்த்தித்தார்கள். காற்றின் பிளிறல் விடுவதாக யில்லை. திபுதிபுவென யானைக்கூட்டம் ஓடிவந்து கட்டடத்தை மோதும் கற்பனை.

உடல் முழுக்க நனைந்து சிலர் அப்படியே மரபெஞ்சில் தலைவைத்து உறங்கி விழிக்கையில் பேய்க் காற்று சன்னமாக மழைத் தூறலாக ஒடுங்கிக்கொண்டிருந்தது. ஆனால், மேல் தள அறையில் சில நாழிகை வரைக்கும் அதன் ஓசை நிற்கவில்லை. வெளியேற வழியின்றி ஓலமிட்டது. மெல்ல மெல்ல வானம் வெளுத்த பிறகுதான் ஒவ்வோர் உருவமும் துலக்கமாகின. ஒருவரையொருவர் பார்த்துப் புன்னகைத்தனர். அதற்குள் சத்தம் கேட்டு மேல்தளத்துக்கு சிலர் ஓடினார்கள். இப்படித்தான் மிஷனுக்குள் இந்தச் சம்பவம் நடந்து முடிந்தது.

3

அவந்திகை நீட்ஷனின் நூலக அறைக்கு வந்தபோது எல்லோரும் மிஷனுக்கு வெளியே சிதறிக் கிடப்பவற்றைத் தேடிக்கொண்டிருந்தனர். அறைக்குள் நூல்களெல்லாம் அள்ளியெறியப்பட்டு சேறும் சகதியுமாக செந்நிறத்தில் குவிந்து கிடந்தன. மண்வெட்டியால் உடைத்து புற்றுக் குவியலிலிருந்து சில நூல்களை எடுத்திருக்கிறார்கள். எல்லாம் வருடக் கணக்காக நீருக்கடியில் கிடந்தது போல ஊறிவிட்டன. நீட்ஷன் எழுதிய குறிப்புகள் தன் கண்ணுக்கு மட்டும் சிக்கிவிடுமென்கிற யத்தனிப்பில் புற்றுக்குள் சிறிது நேரம் தேடிப்பார்த்தாள். கால் வழுக்கி விழுந்துவிடுமளவு சகதி. அவளால் நம்ப முடியவில்லை. காற்று புகுந்து ஒரே இரவுக்குள் அத்தனை நூல்களையும் எதற்கோ தேடியெறிந்துவிட்டுச் சென்றதுபோல் இருந்தது. உடல் நடுங்கிற்று. பதினைந்து இரவுகள் இந்த அறைக்குள்தான் மெழுகு ஒளியுடன் அமர்ந்திருந்தேன். ஒவ்வொரு பக்கமாக வரிவரியாக நோக்கியிருக்கிறேன். நூல்களின் பொன்விளிம்புகள் எப்படியெல்லாம் வசீகரித்தன. தாமிரநிற கனத்த அட்டைகளும் சிகைக் குஞ்சம் வைத்தது போன்று தொங்கும் சிவந்த நாடாக்களும். ஒரே நாளில் நிற்க இடமின்றி அறை சிறுத்துவிட்டதாக அவந்திகை உணர்ந்தாள். இடத்தில் நிற்பதற்கே அச்சம். இனி நீட்ஷனின் நூல் கிடைத்தாலும் எழுதியவை இருக்காது என்கிற நம்பிக்கையுடன் அவசர அவசரமாக எமிலியின் அறையை நோக்கி விரைந்தாள்.

ஆப்ரஹாம் அவர்கள் தேடிக்கொண்டிருப்பதற்கு நேர் பின்னால் அவனது அறைக்கும் அவந்திகை அறைக்கும் வெளியே கண்ணாடி மாட்டப்பட்ட அரச மரம் இருந்த இடத்தில் நின்றுகொண்டிருந்தான். சில சிவந்த பழங்கள், விரிந்த தீக்கங்கு போன்ற ஒன்றிரண்டு மலர்கள் மற்றும் கொஞ்சம் இதயவடிவ

இலைகள் தவிர அங்கு அப்படியொரு மரம் இருந்ததற்கான எந்த அடையாளமும் இல்லை. கண்ணாடிச் சட்டம் கிடக்கிறதா என எட்டி நோக்கினான். அதளபாதாளத்தில் அத்தனை மரங்களும் விழுந்து கிடந்தன. வானுயர நூக்க மரங்களெல்லாம் பள்ளத்துக்கும் மேட்டுக்குமாகப் பாலமாகிவிட்டன. சில நொடி தான் எதற்காக இப்படி வந்து நிற்கிறேன்? என்று சலித்துக்கொண்டான். கீழே ஆழத்தில் நட்சத்திரம் மின்னுவதுபோலப் பளீரென ஒளித்துணுக்கு கண்ணில் பட்டு மறைந்தது. ஆழத்தை எட்டி நோக்கினான். உடைந்த கண்ணாடிச் சில்லொன்று உச்சி வெயிலில் பிரதிபலித்தது.

மிஷனின் எல்லா அறைகளையும்போல எமிலியதும் அலங்கோலமாகக் கிடந்தது. கைப்பிரதி அங்கு இருப்பதற்கான சாத்தியத்துடன்தான் அவந்திகை அவசரமாக அங்கு வந்து நின்றாள். உடைந்துகிடந்த சன்னல் கண்ணாடித் துண்டுகளின் மேல் கால் படாமல் நடந்தாள். சுவரில் இருந்த மெழுகுச் சட்டத்துக்கு அடியில் இரண்டு மெழுகுவர்த்திகள் மட்டும் இருந்தன. இறைந்திருந்த இலைச் சருகுகள், சில மரக்கிளைகளைக் காலால் ஒதுக்கிக்கொண்டே வந்தாள். சாய்ந்திருந்த அலமாரி, துணிக்குவியல், கிறிஸ்து படம், வடிவமற்ற சில கற்சிலைகள் தவிர வேறெதுவுமில்லை. மறுபடியும் ஒருமுறை துலக்கமாகத் தேடினாள். எதுவும் கிடைக்கவில்லை. ஒன்றும் புரியாமல் சன்னல் கம்பியைப் பிடித்தவாறு நின்றாள். வெளியே மிஷன் ஊழியர்களும் பிரிட்டிஷார்களும் நின்றுகொண்டிருந்தனர். நீட்ஷனும்தான். எமிலி ஆடையைத் தூக்கிப் பிடித்தபடி அவசர அவசரமாக, விழுந்து கிடக்கும் மரங்களைத் தாண்டி விரைந்துகொண்டிருந்தாள். அந்த ஓட்டம் பிரக்ஞையின்றிக் கடவுளை நேரில் கண்டவள் இதோ என் சரணாகதி எனத் துடிக்கும் கோலமாகத் தெரிந்தது. அவள் கைகளில் கைப்பிரதி இருக்கிறதா என உற்றுநோக்கினாள். நல்லவேளை இல்லை. ஆனால், இங்கிருந்தபடி இனி என்ன செய்வது?, ஆப்ரஹாம் அங்கு இல்லை. எங்காவது நூலைத் தேடிக்கொண்டிருப்பானா? அது அவன் கண்களில் மட்டுமாவது தென்பட்டுவிட வேண்டும். ஆனால், கைப்பிரதி எமிலியிடம் கொடுத்தது அவனுக்கு எப்படித் தெரியும்? சடுதியில் எண்ணங்கள் ஓடின.

எமிலி யாரையோ தேடுகிறாள். சட்டென மரங்களை அப்புறப்படுத்திக்கொண்டிருந்த நஞ்சுண்டனிடம் போய் நிற்பதை அவந்திகை கவனித்தாள். சைகைமொழியில் எதையோ கேட்கிறாள். அவருக்குச் சட்டென விளங்கவில்லை, அவந்திகைக்கும்தான். எல்லோரும் அவர்களைக் கவனிப்

பதைத் திசைதிருப்ப சில கணங்கள் எமிலி அமைதியாகிறாள். பிறகு, தலையைத் தொட்டு கையிலெடுத்து சிலுவைக்குறி காட்டி, நேற்றிரவு கொடுத்தது என்கிறாள். எது? விவிலியம். எதற்கு விவிலியம் அவந்திகை துணுக்குற்றாள். அதற்குள் நஞ்சுண்டனுக்குப் புரிந்துவிட்டது. தன் தோல்பைக்குள் ஆராய்கிறார். அவந்திகையைப் போல எமிலியும் காத்திருந்தாள். நேற்று வீசிய சாரலில் தோல்பை முழுக்க நனைந்துபோனதால் அதைப் பத்திரமாக வைக்க மேலறைக்குச் சென்றதாகவும், இருளுக்குள் அது எந்த அறையென நினைவிலில்லை மன்னித்து விடுங்கள் என்றும் கிழவர் சைகையால் அழுத்தம் திருத்தமாகப் பதில் சொன்னார். எமிலியைப் போல அவந்திகைக்கும் என்ன செய்வதெனத் தெரியவில்லை. எந்தப் பக்கம் என்றாள் எமிலி. அவரால் திசையைச் சரியாகச் சுட்டிக்காட்ட முடியவில்லை. எமிலி ஒடிந்து போனாள். கிழவர் முகத்தில் குற்றம் செய்துவிட்ட நடுக்கம். அவரை ஒன்றும் சொல்ல முடியாமல் மிஷன் பக்கம் எமிலி திரும்பினாள். அவந்திகை சட்டெனக் குனிந்துகொண்டாள். எமிலி நேராக இங்கு கிளம்பிவர வேண்டும். சுற்றுமுற்றும் பார்த்தாள். பூனி எங்கிருந்தோ குதித்தோடியது. நினைத்ததுமாதிரியே எமிலி மேல்தளத்தை நோக்கி தடதடவெனப் படிகளில் ஏறிவந்தாள். அவந்திகைக்கு நிச்சயம் தெரிந்திருக்கும் என்கிற நடுக்கம் எமிலிக்கு. வேகமாக ஏறியவள் அவளுக்கு எதிரில் இருக்கும் வராந்தா முழுக்க இறைந்து கிடந்தவற்றை எடுத்துப் பார்த்தவாறே ஒவ்வோர் அறையாக நுழைந்து வெளியேறினாள். அப்போது அவந்திகை கட்டடத்தின் இன்னொரு புறம் இருந்தாள். பூனி அவளைப் பார்த்துக் கத்திக்கொண்டிருந்தது. அதைச் சட்டைசெய்யாமல் எமிலி தேடுவதைக் கண்டதும் அவந்திகையும் ஒவ்வோர் அறையாகத் துழாவத் தொடங்கினாள்.

4

கட்டடத்தின் எல்லா அறைகளையும் இருவரும் முடிவில்லாமல் தேடிக்கொண்டே இருந்தார்கள் என மிஷன் கதையை ஆப்ரஹாம் கூத்துக்காட்டி முடித்தான்.

• • •